Phiếm 21

Phiếm 21

song thao

NHÂN ẢNH
2018

Phiếm 21

Song Thao

NHÂN ẢNH xuất bản

Bìa: Khánh Trường

Kỹ thuật: Tạ Quốc Quang

www.songthao.com

ISBN: 979-8-3492-4200-7

MỤC LỤC

NGOẠI TẬP

BẢNG

Bảng số xe là thứ xe nào cũng phải gắn sau đuôi, trừ xe đạp. Cái bảng này dành cho các anh chị phú lít và các tay chơi bảng số. Chủ nhân chiếc xe kiêm chủ nhân chiếc bảng hầu như chẳng bao giờ thuộc số xe của mình cả. Đó là kinh nghiệm của tôi. Nói thật tình, bây giờ bạn hỏi tôi bảng số xe của tôi số mấy, tôi chỉ biết cười trừ, tuy đã bảy năm bạn bè với nó. Sự lơ là này quả có nhiều bất tiện. Khi vào *parking* phải ghi số xe nơi cột trả tiền, tôi lúng túng thấy rõ. Có khi phải chạy ra chỗ đậu chiếc xe ngó. *Parking* rộng mênh mông, cuộc việt dã làm đổ tí mồ hôi. Trả tiền xong mới thấy ngu. Sao không moi trong ví, xách cổ cái thẻ xanh ra là có liền? Vậy mà quýnh quáng vẫn cứ ngu như thế hoài. Đúng là ngu lâu!

Cái sự không thông thuộc bảng số xe của chính mình

không phải là độc quyền của tôi. Các bạn tôi cũng vậy. Có lẽ bởi những dãy chữ và số chẳng có ý nghĩa chi nên khó nhớ. Tại Montreal chúng tôi, bảng số có một chữ cái ở đầu, tiếp theo là hai con số, sau cùng là ba chữ cái. Chúng đứng như những tên ngơ ngáo chẳng họ hàng chi với nhau. Phải chi chúng có tí dính líu với nhau. Mới hôm qua, khi ngừng xe trước đèn đỏ, thấy bảng số xe phía trước có ba chữ cuối: HXS. Tôi chợt nghĩ cái bảng này phải gắn vào xe của ông bạn Hoàng Xuân Sơn mới đúng. Có vậy ông ấy mới nhớ được.

Chắc bệnh quên bảng số là bệnh hay lây nên tại nhiều nơi, Nha Lộ Vận mới cho lựa bảng số nếu chịu chi một số tiền. Bảng số mua này rất tự do. Chủ xe muốn để chữ gì cũng đặng. Ông Lorne Grabher ở Halifax, tỉnh bang Nova Scotia của Canada chúng tôi, chọn chữ hợp lý nhất: tên họ của ông. Vậy là xe ông mang bảng số GRABHER. Thật dễ nhớ. Chẳng thể nào quên gốc gác của mình được. Ông dùng bảng số xe này đã được 27 năm. Bỗng nhiên, ngày 12 tháng 1 năm 2017 vừa qua, chính quyền đòi ông phải đổi với lý do bảng số của ông "không chấp nhận được trong cộng đồng". Lạ! Cái tên dòng họ ông phát xuất từ Áo và Đức có tội chi mà không chấp nhận được. Ông tức tối kiện: "Canada không phải là một đất nước mà người ta có thể bị "xúc phạm" về bất cứ cái chi. Những người dân Canada hay than phiền với chính phủ về bất cứ chuyện nhỏ nhặt nào cần được khuyến cáo một cách lịch sự nhưng cương quyết rằng: đây là một đất nước đa dạng tôn trọng quyền tự do cá nhân. Sự đa dạng và sự tự do này không thể tồn tại nếu chính phủ muốn loại bỏ hoặc hạn chế những khác biệt nhỏ mà một vài người cho là "xúc phạm". Tôi rất bất bình với một vài người giấu tên, thiếu thông tin, quá nhạy cảm có thể điều khiển một tỉnh bang là cái tên yêu dấu của tôi bỗng bị coi là "xúc phạm cộng đồng", không những trong quá khứ mà cả hiện nay nữa". Cuộc tranh đấu của ông Grabher được Trung Tâm Công Lý Bảo Vệ Quyền Tự Do Hiến Định *(Justice Center for Constitutional Freedoms)* hỗ trợ.

Chuyện chi cũng có lý do. Lý do của chuyện cấm cản này sức mấy mà chính quyền tỉnh bang nói rõ ra. Nhưng họ vội thanh minh là chuyện cấm cản này không liên quan chi tới chuyện ông nội Donald Trump tán chuyện bù khú với xướng ngôn viên của chương trình Access Hollywood năm 2005 và bị tiết lộ khi ông Trump đang tranh cử chức Tổng Thống. Vậy là lậy ông tôi ở bụi này, chẳng ai khảo mà xưng! Trong đoạn đối thoại này ông Trump đã nói nguyên văn như sau: "Tôi tự động bị quyến rũ bởi những người đàn bà đẹp. Khởi đầu tôi hôn họ. Giống như một thỏi nam châm. Chỉ cần hôn. Tôi không phải chờ đợi. Khi mình là một ngôi sao, họ để mình làm vậy. Mình có thể làm bất cứ chuyện chi… Nắm lấy…(tự ý đục bỏ) họ!". Câu cuối nguyên văn tiếng Anh: *Grab her by the p...y!* Vậy là ông Grabher dính chấu! Chuyện xảy ra bên Mỹ nhưng chấn động tới Canada. Chẳng phải chỉ Canada mà toàn thế giới. Vậy nên cái tên họ hiền khô của ông Grabher bỗng mắc tội…dâm dục. Và chính quyền tiểu bang Nova Scotia không muốn cái bảng số xe tung tăng khắp thành phố để nhắc nhở tới chuyện mà họ không muốn nhắc tới. Chẳng biết tới tháng 9 năm tới tòa sẽ xử vụ Grabher này ra sao.

Loại bảng số xe mất tiền mua này thường dùng tên hoặc họ của người chủ xe. Chắc mấy ông mua bảng số này có đọc thơ Thanh Tâm Tuyền. *Tôi gọi tên tôi cho đỡ nhớ*. Nhưng đó chỉ là một…trường phái. Còn có nhiều "trường phái" khác kể ra không xuể. Tôi chỉ hài ra đây một vài bảng số đầy… sáng tạo. Một bảng số tại West Virginia ghi như sau: IAM-LATE. Chắc ông này chuyên đi trễ nên bá cáo cho thiên hạ biết. Một bảng số tại New Hampshire: IFARTED. Dịch một cách văn vẻ: Tôi Trung Tiện! Muốn sát nghĩa thì xin tự dịch trong chốn riêng tư. Tôi không dám dịch huỵch toẹt trên mặt báo. Có điều là không nên chạy xe sau ông này! Bảng số ở Virginia: IH8UALL. Cứ như mật mã! Nhưng nếu đọc theo vần thì rất rõ ràng: *I hate You All.* Tôi ghét tất cả mọi người. Một bảng số ở New York: IH8EVRE1. Cùng trường phái như trên, đọc ra câu: *I hate everyone.* Một bảng số ở Alberta, Canada, lịch sự hết biết: SORRY! Chẳng phải dân Canada chúng tôi rất dễ thương sao?

Muốn dễ thương, dân Canada phải làm sao? Trước hết phải chi địa. Móc túi ra 100 đô, chúng ta có quyền có một bảng số xe tự biên tự diễn. Sau đó chúng ta phải chi ra hàng năm 40 đô để giữ quyền này. Bảng số sáng tác của chúng ta phải nằm gọn trong sáu chữ và số. Nếu cần một khoảng cách thì là bảy ô. Lấy thí dụ cho dễ hiểu. Tôi ghi ra đây bốn kiểu bảng số tiêu biểu: HOW DOO hoặc ME-4-U, hoặc U 4 ME hoặc 87 JOE. Dĩ nhiên người ta sẽ không chấp nhận những bảng chữ tục tĩu, phản cảm. Khi bảng số của chúng ta được chấp nhận, tỉnh bang sẽ làm bảng số riêng mà không lấy xu nào. Rủi có kẻ khoái và chôm cái bảng số của chúng ta thì chúng ta phải chi ra 18 đô để có bảng số khác cùng nội dung.

Trước đây có hai tỉnh bang không cho chơi cái trò riêng tư này. Đó là Newfoundland & Labrador và Quebec chúng tôi. Nhưng từ năm 2016, Quebec đã rục rịch cho phép có bảng số xe đặc biệt. Họ cho biết kể từ năm 2017, việc này sẽ thành hiện thực. Nhưng sắp hết năm 2017, vẫn chưa thấy chi, dân chơi Quebec chúng tôi sốt ruột dữ. Tháng 8/2017, nhật báo Journal de Montreal mới tìm hiểu tại sao có sự chậm trễ. Cơ quan cấp phát bảng số SAAQ *(Societe de l'Assurance Automobile du Quebec)* cho biết chưa nhận được phép của chính phủ tỉnh bang. Vậy nên dân Quebec chúng tôi lại phải chờ. Nhưng chắc không phải chờ lâu vì họ đã dự trù sẽ thu được khoảng 5 triệu đô mỗi năm cho việc cấp phát bảng số đặc biệt.

Bên Mỹ muốn có bảng số theo ý muốn, chúng ta chỉ việc tiếp xúc với *Department of Motor Vehicles*, viết tắt là DMV. Hoặc vào *website* của cơ quan này, hoặc tới một trụ sở của cơ quan. Chuyện dễ như trở bàn tay nếu nộp đầy đủ lệ phí!

Việt Nam chưa có loại bảng số tự chọn này dù trước hay sau 1975. Nhưng dân chúng có một loại tự chọn khác: chơi bảng số đẹp! Thế nào là một bảng số đẹp, có rất nhiều trường phái.

Với dân kinh doanh buôn bán làm ăn, đó là bảng số có cặp đôi 68, 86 hoặc 66, 88. Số 6 âm Hán-Việt đọc là "lục", trùng âm với "lộc" và số 8 có âm "bát" trùng với "phát". Buôn bán mà có lộc, có phát thì tiền vô như nước, không kịp đếm!

Một trường phái khác coi số tứ quý, nghĩa là bốn số giống nhau, là số đẹp. Đẹp nhất là bốn số 1111. Số một là số dách nên có tới bốn cái số dách thì ăn trùm thiên hạ. Bốn con số 6666 cũng ngon lành vì lộc tràn vào nhà, phúc đức nào bằng. Bốn con số 9999 cũng ngon lành, cứ như đánh bài cào gặp chín nút.

Ngoài bảng số tứ quý, một số loại số khác cũng được coi là ngon cơm. Loại số gánh, hai số sau đảo ngược, ví dụ như 1221, 3993, 6776. Loại số lặp, ví dụ như 3434, 2525. Số phát lộc như 6886 hoặc 8668, đọc thành âm lộc phát phát lộc hoặc phát lộc phát lộc.

Ngược lại, những cặp số sau đây bị coi là xấu: 13, 14, 17, 49, 53, 41. Các số 13, 49, 53 thì tôi hiểu là những số người ta kiêng, số kiêng theo kiểu ta, số kiêng theo kiểu tây, còn những số khác tôi chịu, không biết sao lại bị coi là xấu. Cũng coi là xấu những bảng số có số chót là số 0.

Một loại bảng số tốt nữa là số tiến, ví dụ như 1234, cứ mỗi số mỗi vươn lên, là ngon lành. Số nhảy cũng vươn xa theo một cấp khác, ví dụ như số 2324, 4546, 6768. Nhưng phải là nhảy lên, nếu nhảy lùi, ví dụ như số 2423, 4645, 6867, là lúa đời.

Một loại bảng số tốt rắc rối hơn là theo phong thủy. Con số này tùy theo mệnh của chủ xe mà cát hung. Muốn biết số phong thủy nào là tốt của mình, phải tùy theo năm sinh, tên xe, số khung, số máy, màu xe…Nghĩa là rất khó chơi nên ít dân chơi muốn tính theo kiểu rắc rối này. Tin hay không, nhân tâm tùy mạng mỡ! Một dân mạng đã nghĩ: *"Suy cho cùng, đẹp xấu có lẽ trước hết là ở tại người chủ, hay người sử dụng phương tiện. Nếu biển số lộc phát (68) mà người chủ lại thất nghiệp, hay thậm chí nghiện hút thì e cũng chẳng giữ xe được lâu. Nếu có lộc phát thì là cho người khác, chứ đâu cho người chủ nữa. Còn nếu người chủ đã giữ mình rồi, mà vẫn muốn có số đẹp thì cũng có thể hiểu là "có kiêng có lành". Cũng tốt mà chẳng ảnh hưởng đến ai. Với lại nếu không mất, hoặc mất ít chi phí mà được tấm biển số xe đẹp, thì cũng thấy yên tâm. Cũng là yếu tố tâm lý thôi mà".*

Biết là số đẹp nhưng làm sao có được số đẹp, đó mới là vấn đề. Ở Singapore, chính phủ cho bán đấu giá bảng số đẹp. Vừa có vẻ công bằng, vừa thu được một số tiền vào công quỹ, tuy biện pháp này có lợi cho dân nhà giàu chịu chi. Ở Việt Nam, hình như đã có đề án cho việc bán đấu giá nhưng chưa được chấp thuận. Số đẹp hiện ở trong tay "cò". "Cò" là một loài sinh sôi nẩy nở rất nhanh ở Việt Nam. Chuyện chi cũng cần tới cò. Cò nhà đất, cò dịch vụ, cò tòa án, cò bệnh viện. Đụng tới đâu có cò tới đó. Chuyện bảng số xe đẹp cũng vậy.

Phóng viên báo Giao Thông đã tới tận hiện trường để đụng với cò: *"Khi chúng tôi vừa đến cổng, chưa kịp dừng xe một nhóm "cò" gồm hai thanh niên chạy ra níu tay lái: "Làm biển số đẹp không anh để em giúp"... Sau cái lắc đầu của chúng tôi, hai người này liền bỏ đi chỗ khác. Vào đến sân, chưa kịp dừng xe, lại một phụ nữ trạc 40 tuổi tiến lại, gạ gẫm: "Hai chú đăng ký biển mới hay làm gì để chị giúp, đỡ phải mất công?". Nghe chúng tôi nói muốn đăng ký và lấy biển số đẹp, người này tự giới thiệu tên V. rồi cười khẩy:*

"Tưởng gì, chứ chuyện đó dễ ợt! Quan trọng các chú có chịu chi hay không? Còn biển đẹp đến đâu chị cũng lo liệu được". Vừa dứt lời, "cò" V. liền khoe có nhiều mối quan hệ với các cán bộ làm công tác cấp biển số xe ở đây. Theo lời "cò" V., hiện xe máy mới đăng ký đến đầu số 29E1-778..., nếu muốn lấy số đẹp có đuôi 68, 86, 66, 77, 88, 99 giá từ 3-3,5 triệu đồng/biển, còn lấy biển có tổng từ 7 đến 9 "nút" giá giao động 2-2,5 triệu đồng/biển. Thấy chúng tôi lưỡng lự, "cò" V. liền móc trong túi xách ra cả một đống giấy đặt cọc biển đẹp đã giao dịch trước đó".

Đại để ở điểm cấp phát số xe nào cũng vậy. Có nhiều nơi, các phóng viên nhận thấy số cò đông hơn số dân tới xin đăng ký xe! Nhưng loại cò đứng đường như vậy chỉ là thứ cò… con. Cò mẹ ngồi ngay trong phòng cấp phát số. Phóng viên báo Giao Thông kể tiếp: *"Một lúc sau, ở phía ngoài "cò" T. đưa biển số 29H1-491.8! cho một khách nữ tên Nguyễn Thị C., chúng tôi bám theo C. đến một quán nước bên đường, thì được C. cho biết, mới mua chiếc xe Lead ở đại lý xe máy K.N và được cửa hàng giới thiệu người tên T. để làm biển số đẹp. "Em nhờ T. mua biển số này mất 2,5 triệu đồng, trong danh sách anh ấy chuyển cho em còn cả một dãy dài biển số đẹp nữa, nếu các anh có nhu cầu thì em cho số điện thoại để các anh liên hệ", C. cho biết. Sau khi có được số điện thoại, chúng tôi liên lạc với T. theo số máy 097556..29 thì được T. cho biết: "Tôi đang ngồi ở trong phòng đăng ký đây, anh mang hồ sơ qua luôn nhé". Khi chúng tôi hỏi về giá cả thì được T. cho biết, giá dao động từ 2-3 triệu/biển. Chúng tôi thắc mắc sao giá "chát"vậy, thì được T. trả lời: "Hôm nay, sang đầu 492 rồi nên có nhiều số đẹp, tôi còn đang làm thủ tục cho cả chục khách đây".*

Tôi thấy có một con số tiến. Tiến từ trước năm 1975 tới sau năm 1975! Sau 1975, cò bay thẳng cánh. Trước 1975, kiếm được môi giới bảng số không phải dễ. Ngày tôi sắm được chiếc xe *vespa* Sprint, lòng mở cờ đi xin biển số. Không biết đầu giây mối nhợ chi, tôi ngơ ngác trước cổng một địa điểm của nha Lộ Vận. Lòng cũng muốn có tý số đẹp cho chiếc xe cưng nhưng chẳng biết làm sao. Nghe nói muốn có thì cứ chi tiền, nhưng chi ở đâu, tôi băn khoăn ngó ngang ngó dọc. Ông nào ông nấy ngồi như thần, đâu có dám mở miệng ra hỏi. Thổ lộ với bạn bè, bị chê là tên mán ngố. Chuyện trong bóng tối mà tìm nơi ánh sáng sao mà thấy. Thôi thì thây kệ. Cứ ai sao ta vậy. Cuối cùng tôi cũng được một bảng số. Chiếc xe cưng của tôi đã bị cơm áo giật mất vào năm 1977. Dĩ nhiên bán cho cán bộ. Dân thường tiền đâu mà mua xăng. Vả lại, cái bụng cần hơn cái xe. Đạp xe đạp cũng chẳng chết thằng tây nào. Tính từ năm đó tới nay chẵn 40 năm, làm sao nhớ được số xe thời đó. Vậy mà tôi nhớ mang máng nhưng tôi tin là đúng: EE 6424.

Số này chẳng phải là một số đẹp. Nhưng đối với tôi đây là một số đẹp tuy tính ra chỉ có sáu nút. Đẹp nhất là không phải chi tiền mà cái bảng số cũng thấy ưng bụng. Này nhé, cứ làm một con tính nhân sẽ thấy: 6 x 4 = 24. Người ta chơi số tiến, tứ quý, số gánh, số lặp, tôi chơi số nhân. Không ai chơi kiểu số này thì tôi chơi một mình. Có chết con ma nào đâu. Nhưng có một cái lợi chắc chắn là dễ nhớ. Vậy nên tới bây giờ tôi vẫn nhớ cái bảng số này dù cái xe chẳng biết nay lưu lạc ở chốn nào. Cũng có lẽ chẳng còn ở chốn nào vì, nửa thế kỷ đã trôi qua, có khi nó đã bị phân thây, nội tạng đã bị lắp ghép lung tung cho các xe khác, hoặc đã nằm yên trong một nghĩa địa xe nào đó.

Chiếc xe *vespa* ngày đó, nay vẫn còn nằm trong trí tưởng vì nó đã chuyên chở cả một thời thanh niên tôi. Làm sao mà không nhớ được kể cả cái bảng số xe!

12/2017

CHẢNH

"Chảnh" là từ trong nước xuất hiện sau 1975. Tôi biết được từ này khi về Việt Nam khoảng gần hai chục năm trước. Nhiều từ tiếng Việt ở trong nước ngày nay nghe rất nản. Cứ như chửi bố tiếng Việt. Nhưng từ "chảnh" này tôi lại thấy hay hay. Chảnh, theo một cuốn từ điển mới xuất bản ở trong nước, là "làm cao", "lên mặt".

Muốn lên mặt, làm cao thì phải có chi hơn người. Nhưng cũng có những người chẳng có chi hơn mà cứ tưởng mình hơn nên cũng...chảnh. Các tiểu thư con nhà giàu thì hơn người là cái chắc. Các em gái thơm phức này dĩ nhiên có tiền. Nhưng ngoài tiền bạc, họ thường lại còn có sắc nữa. Khi còn ở tuổi ve gái, chúng tôi đã luận bàn gắt gao về cái sự "bất công" của con tạo. Đã rủng rỉnh tiền lại còn làm mệt mắt bọn con trai chúng tôi. Dĩ nhiên anh nào cũng rắp ranh bắn sẻ nhưng đứng ở chỗ thấp quá, những viên đạn nóng bỏng của chúng tôi chẳng đụng được tới lông chân các nàng. Tại sao bọn chúng vừa giầu vừa đẹp, cuộc "hội thảo" của những anh không có cánh tay dài đưa ra một số sự kiện. Thứ nhất, tụi nó đẹp vì mẹ chúng nó đẹp. Các ông triệu phú, tỷ phú, tiền bạc rủng rỉnh, gái đẹp bu tới thiếu giống chi. Lựa một em đẹp nhất rước về dinh là chuyện ắt phải diễn ra. Vậy là đàn con cũng phải đẹp. Nếu rủi ra con lại giống bố thì mang tiền ra mua nhan sắc. Gọt đẽo chỗ này, đắp bồi chỗ kia, sao cho ra cái mặt nhìn không chán, thân hình bốc toàn lửa. Chúng đẹp còn là vì phấn son. Trang điểm bắt mắt là trông dễ coi liền một khi. Dễ coi mà có cái ví nặng trịch làm hậu thuẫn thì không đẹp sao được.

Ngày đó, chúng tôi là những chàng trai ít đảm lược. Trước các người đẹp con nhà giầu, tất cả đều biến thành điệp viên không không thấy, an phận thủ thường, kéo các nàng thường thường bậc trung đi uống nước mía. Ngày đó chúng tôi dại dột, không được như anh chàng Kang ở Bắc Kinh ngày nay. Chàng này học chung lớp với một tiểu thư nhà giầu sang, chảnh chọe là nàng Lee. Không biết thân biết phận, chàng theo đuổi nàng Lee không mệt mỏi trong mười năm. Phải công nhận anh chàng này can đảm có thừa. Mười năm yêu em không ăn cái giải chi, chàng vẫn bền tâm không bỏ cuộc. Mỗi lần mang con tim ra triển lãm trước mặt em, bị em vứt xuống lề đường, chàng lại đi mua hoa về xin lỗi. Cử chỉ nịnh đầm của chàng Kang chẳng làm nàng Lee xúc động mảy may nào. Tuy nhiên chàng vẫn cứ lẵng nhẵng chạy theo làm phiền nàng khiến mọi người tưởng Kang là bồ của nàng. Không chàng trai ngon lành nào muốn bén mảng cưa cẩm với nàng. Một lần, anh chàng si tình này đã đọc lớn bức thư tình của chàng trước đám đông. Quá tức giận, nàng Lee thẳng tay tát chàng nổ đom đóm mắt. Anh chàng lì lợm không nao núng, vẫn cứ lẽo đẽo theo nàng như hình với bóng. Cuối cùng, không còn cách nào khác, nàng đề nghị thí cho chàng 690 ngàn tệ, yêu cầu chàng làm một tờ cam kết không lẵng nhẵng theo nàng nữa. Chàng biến tình yêu thành tiền yêu ngay! Tình đành lép vế trước tiền. Tưởng chàng Kang bỏ tiền vô túi là xong. Tuy hơi hèn nhưng tiện cho cái túi. Mấy ông bạn xưa giờ đã tan tác mỗi người một nơi, chẳng bàn cãi chi được. Tôi đành phải cà phê cà pháo với mấy ông bạn già tán dóc chuyện anh chàng Kang chơi. Các ông ở cái tuổi tình yêu teo hết nên muốn chuyện của anh chàng si tình này kết thúc nơi đây. Chẳng được cái nọ cũng được cái kia.

Nhưng anh chàng Kang còn hăng tiết vịt. Ký giao kèo, tiền bỏ túi nhưng lòng tự ái của chàng nổi dậy. Chàng xé giao kèo, vạn tuế tình yêu. Cô nàng Lee giang thẳng tay cho chàng ăn tới hai cái tát như trời giáng. Chàng chịu đau cho đậm tình. Cô nàng tức tối trình cảnh sát. Tại bót cảnh sát, chàng hứa không quấy rầy cô nữa nhưng vẫn thòng thêm là chàng không bao giờ từ bỏ tình yêu và sẽ dùng cách khác bày tỏ tình yêu. Cô nàng cho chàng ăn thêm hai cái tát nữa. Ăn thua chi, tình vẫn không văng!

Thường các tiểu thư con nhà giàu không "dại" chi mà yêu những anh khố rách áo ôm. Nếu có tình cảm lãng mạn cũng sẽ bị những ông via oai phong cản ngăn tới cùng. Cháu tôi và cô bạn học người Ý yêu nhau. Phiền một nỗi cô là con gái rượu của một dòng họ Ý giầu đứt nố đổ vách. Ông bố cô không vui. Mặc, tình yêu vẫn lên ngôi. Vài năm sau, khi cô xin phép làm đám cưới, ông bố lắc đầu. Phải lấy người Ý môn đăng hộ đối. Ông ra giá rõ ràng. Nếu tuân theo thì có gia tài. Không theo thì ông từ không nhận là con, không gia tài tiền bạc chi. Cô gái phải hy sinh tình yêu cho sự an bình của cuộc sống. Ít lâu sau cô thành hôn với một anh Ý, cũng con nhà giầu!

Tỷ phú chỉ biết làm tính cộng. Tiền phải gọi tiền. Mấy anh đẹp trai con nhà nghèo không có chỗ đứng trong sự hào nhoáng của họ. Như tiểu thư Chryseis Tan, con của tỷ phú Mã Lai Vincent Tân. Gia tài ông ước tính khoảng 1 tỷ 100 triệu đô Mỹ. Ông sở hữu công ty Berjaya hoạt động trong lãnh vực bảo hiểm, xổ số, dịch vụ ăn uống, tài chánh, chứng khoán, du lịch và bất động sản. Tay năm tay mười như vậy, tiền vào cửa nhà ông như nước. Giầu tiền, ông lại giầu con. Sơ sơ có 11 công tử và tiểu thư. Mới đây người đẹp nhà giầu 29 tuổi này đính hôn với người bạn trai Faliq Nasimuddin, 32 tuổi. Dĩ nhiên anh cũng là công tử con nhà giầu. Anh là con trai thừa kế của ông Tan Sri Nasimuddin Amin, chủ nhân ông của doanh nghiệp hàng đầu Naza, chuyên sản xuất xe máy nổi tiếng khắp Á châu. Anh Fadiq hiện là Phó Chủ Tịch kiêm Giám Đốc Quản Lý của doanh nghiệp bạc tỷ này.

Dell là một cái tên quen thuộc trong giới kỹ thuật vi tính. Thương hiệu Dell rất phổ biến. Tôi thấy trong mỗi nhà hầu như có chút chi của Dell như *computer, laptop*. Chủ nhân của tập đoàn này là ông Michael Dell có tài sản ước chừng 23 tỷ rưỡi đô, giầu hàng thứ 37 trên thế giới. Tiểu thư của đại gia này là cô Alexa Dell, năm nay được 24 cái xuân xanh. Cô vừa được ý trung nhân quỳ trao cho chiếc nhẫn đính hôn vào dịp lễ Giáng Sinh năm 2017. Chiếc nhẫn kim cương 12 *carat* giá sơ sơ có 3 triệu đô. Người tặng chiếc nhẫn nặng... tiền này dĩ nhiên không thể không giầu được. Đó là nhà kinh doanh địa ốc Harrison Refoua, 40 tuổi.

Tiểu thư Alexa là một dân chơi hàng hiệu. Áo quần của Gucci, Dior, Channel. Ví bóp cũng phải cỡ Gucci, Prada, Louis Vuitton, Burberry, Hermes hay Marc Jacobs. Với thú vui tốn tiền này, nếu không lấy chồng giầu, tiền đâu mà đổ ra cho những cửa hàng thời trang lộng lẫy. Thực ra cô nàng Alexa không phải là một cá biệt. Các cô nàng chảnh chọe này hầu như có chung một sở thích xài tiền. Họ đua nhau sắm hàng xịn. Tiểu thư Nga con nhà giầu Lolita Osmanova có thể được coi là tiêu biểu cho cái thú vung tiền này. Trong lễ vu quy, cô đã sắm chiếc áo cưới với cái giá khủng khiếp 10 triệu đô Mỹ làm khiếp vía giới lắm của nhiều tiền thế giới. Theo đúng truyền thống của các cô dâu trong ngày vui nhất đời, Lolita cũng thay đổi vài ba chiếc áo cưới. Người ta không được biết giá của những chiếc áo khác trong ngày cưới của cô nàng ăn diện bậc nhất thiên hạ này. Tiệc cưới của cô được tổ chức tại Dolby Theater ở Hollywood. Nếu các bạn không nhớ thì tôi nhắc: đó là nơi tổ chức các giải Oscar hàng năm! Chỉ nguyên tiền hoa trang hoàng đã tốn tới nửa triệu đô. Người ca sĩ được mời hát giúp vui là Lady Gaga! Cô này con cái nhà ai mà vung vít tiền bạc như vậy? Cô là ái nữ của ông trùm năng lượng Eldar Osmanov của Nga. Chú rể Gaspar là con của tỷ phú Albert Avdolyan.

Các cô nàng chảnh Việt Nam đâu có kém cạnh. Vung tiền ra cho các thứ hàng hóa loại xịn là chuyện thường ngày của các tiểu thư con nhà giàu Việt Nam. Người ta tưởng một đất nước thuộc loại nghèo như Việt Nam thì làm chi có các cô nàng chảnh tiêu tiền không cần đếm. Nghĩ như vậy là lạc hậu. Đất nước ta nghèo nhưng các tiểu thư con nhà loại "nhà mặt phố, bố làm to" hoặc con cái các đại gia lại tiền rừng bạc biển. Số các cô thuộc loại chảnh chọe này không phải ít. Họ có cả một hội mang tên "Hội Con Nhà Giàu Việt Nam", tiếng Mỹ là *Rich Kids of Vietnam.* Có tên Mỹ nên báo Mỹ đã có bài về ba nàng tiểu thư, khuê các thì không biết có không, nhưng tiền bạc, nói như một lối nói trong nước, "đông như quân Nguyên".

Trên mục tài chánh của trang *Business Insider*, một tờ báo điện tử chuyên về thương mại, doanh nghiệp và các doanh nhân giàu có, đã đăng một bài nói về ba cô gái nhà giàu Việt Nam. Đó là các cô Tiên Nguyễn, Trinh Hoàng và Jolie Nguyễn. Tác giả bài báo Talia Lakritz đã miêu tả cuộc sống cực kỳ xa hoa của ba cô nàng này. Hàng hiệu, siêu xe, du lịch hạng sang là những tiết mục được đề cập tới. Họ tiêu xài không kém chi các người giàu có nhất thế giới. Cô Tiên Nguyễn, tênViệt là Thảo Tiên, là con gái của đại gia Hạnh Nguyễn. Nếu nói ông này là bố chồng của diễn viên trẻ đẹp Tăng Thanh Hà thì chắc ai cũng biết mức giàu sang của gia đình này. Cô Tiên Nguyễn luôn *post* lên trang mạng xã hội Instagram các chuyến du lịch hạng sang không kém giới thượng lưu nổi tiếng trên thế giới. Tiên Nguyễn chi rất nhiều tiền cho các mục ăn mặc và ăn chơi. Sanh năm

1997, hiện đang sinh sống tại Anh, cô có một thân hình hoàn hảo, một sắc đẹp vào loại khá và lối ăn diện rất *sexy*. Người thứ hai là Trinh Hoàng, tên thật là Hoàng Tuyết Trinh, sanh năm 1993, là tiểu thư của một gia đình giầu có, ăn chơi rất mực, toàn những tiết mục sang trọng mà mọi người đều mơ ước. Cô thứ ba là Jolie Nguyễn, tên Việt là Nguyễn Phương Mai, sanh năm 1997, hiện sống tại Úc. Nếu thích những con số, người ta sẽ kể ra số đo ba vòng của cô: 86 – 58 – 88. Thêm con số 1 thước 70 cho chiều cao. Cân nặng không rõ bao nhiêu. Chẳng vậy mà cô đã đoạt chức hoa hậu thế giới người Việt tại Úc năm 2015. Phải công nhận người đẹp này không phải chỉ là một bông hoa được trưng bày trong các hội hè đình đám mà có những khả năng cũng vượt bậc so với các bạn chảnh đồng lứa. Cô đã thi đậu vào trường Đại học Macquarie, một trong *top* năm trường danh tiếng nhất ở Úc. Jolie Nguyễn ăn diện ngất trời nhưng xuất thân từ một gia đình kinh doanh nên cũng sớm biết kiếm tiền. Ngay từ thời học trung học, Jolie đã đi bán hàng, làm việc vặt hoặc phụ với công việc của bố mẹ. Cô hiện sống tại hai nơi, Úc và Sài Gòn, nên tủ giầy dép bóp ví của cô cũng chia ra làm hai. Riêng tại Sài Gòn, cô giữ sơ sơ khoảng trăm đôi giầy, hàng chục ví bóp, toàn đồ sang trọng. Thích là mua, giá mỗi món đồ là chuyện nhỏ!

Tuy không được báo *Business Insider* đề cập tới nhưng đất nước nghèo khó của ta vẫn còn nhiều tiểu thư tiêu tiền như rác khác. Như Nguyễn Đặng Tiểu Giang, sanh năm 1993, con một đại gia hiện đang kinh doanh xe hơi loại xịn ở Mỹ. Du học tại Singapore rồi sống với gia đình tại Mỹ, quanh cô toàn các loại xe xịn như Huracan, Bentley, Rolls Royce, Maserati. Bóp ví toàn Dior, Hermes, Gucci, Chanel, Fendi, Louis Vuitton.

Hoàng Kiều Yến, sanh năm 2000, sinh viên Học Viện Âm Nhạc Huế, con đại gia kinh doanh khách sạn, nhà hàng và *resort* tại Quảng Bình, là một cây du lịch. Thế giới có nơi nào đáng đặt chân tới, cô gái 18 tuổi này đều đã tới. Thường mỗi năm chu du khoảng năm hoặc sáu nước. Mèng ra cũng hai nước. Mỗi cuối tuần đều nghỉ tại các *resort* sang trọng trong nước. Với chiều cao 1,68 thước, ba vòng ngon lành 82 – 60 – 90, nhiều chàng trai đã chết mệt với cô gái chảnh này.

Có tiền, lo ăn chơi và sắm hàng hiệu là chuyện thường. Ai cũng làm được. Tiểu thư người Nga Ekaterina Rybolovleva mua sắm kiểu khác mà tôi nghĩ là ăn chắc mặc bền hơn: tậu nhà cửa và... đảo! Cô gái sanh năm 1989, cháu gái của ông Dmitry Rybolovleva, chủ đội bóng tròn AS Monaco, đã tậu một căn nhà đắt giá nhất ở New York với giá 88 triệu đô Mỹ vào năm 2011. Cô chỉ ở căn nhà này mỗi khi qua Mỹ học tại trường *Harvard Extension School*! Chưa hết, năm 2013, cô còn mua cả hòn đảo Skorpios ở Hy Lạp. Chắc nhiều người trong chúng ta còn nhớ hòn đảo này là của tỷ phú Hy Lạp Aristotle Onassis và lễ cưới của ông với cựu đệ nhất phu nhân Mỹ Jackie Kennedy được cử hành trên hòn đảo này. Giá mua hòn đảo này không được tiết lộ.

Cô gái người Nga này là một tiểu thư khôn ngoan. Các cô gái con của các tỷ phú Mỹ Bill Gates và Steve Jobs cũng không thể không khôn ngoan.

Jennifer Gates có một cuộc sống giản dị, tập trung vào việc học và luyện tập cưỡi ngựa. Cô muốn thành một tay đua ngựa chuyên nghiệp. Ham mê cưỡi ngựa là thú vui của Jennifer từ ngày cô mới được 6 tuổi. Hiện cô đứng thứ 19 trong bảng xếp hạng của Liên Đoàn Đua Ngựa Hoa Kỳ. Không hiểu cưỡi ngựa có phải là một thú vui thời thượng của các tiểu thư nổi tiếng không mà các cô gái rượu của Bill Gates, Steve Jobs, Bruce Springsteen, Michael Bloomberg, Steven Spielberg và Tom Selleck đều thích nhong nhong. Ông bố Bill Gates rất chiều con trong môn thể thao này. Ông đã bỏ ra 18 triệu mua một trại ngựa tại Rancho Santa Fe, tiểu bang California, và 8,7 triệu mua một trường đua cho cô con gái cưng tập dượt. Vậy mà cô chịu thua con gái Steve Jobs trong một cuộc thi đua ngựa mới đây. Say mê ngựa, cô Jennifer dễ thương này kiếm được anh bồ cũng dân chuyên ngồi trên lưng ngựa. Chàng trai may mắn này là Nayel Nassar, người Ai Cập, tốt nghiệp ngành kinh tế và quản trị tại Đại Học Stanford. Cô Jennifer Gates cũng theo học tại Stanford. Từ năm 2011, Bill Gates đã cho biết là hai cô con gái và một cậu trai của ông chỉ được hưởng một phần nhỏ gia tài khổng lồ của ông, mỗi người 10 triệu đô. Các cô cậu sẽ phải bước đi bằng đôi chân của chính họ. Phần lớn số tiền kếch sù khoảng 90 tỷ là dành cho quỹ từ thiện *Bill & Melinda Gates* của hai vợ chồng Gates. Có một điều trớ trêu là ông chủ Microsoft chỉ cho các con nhỏ vào *internet* mỗi ngày 45 phút, thời gian còn lại phải học. Các cô cậu này cũng chỉ được dùng điện thoại di động khi đủ 14 tuổi! Khi cần sửa máy, Jennifer cũng tự mầy mò sửa lấy, không nhờ bố. *"Tôi đều tự mình sửa, nếu có một ai đó giúp thì chắc chắn người đó không phải là bố!".*

Tỷ phú Steve Jobs của Apple mất năm 2011 ở tuổi 56 giữa lúc đang có một sự nghiệp huy hoàng. Cái chết của ông là một sự kiện lớn trên thế giới. Ông có bốn người con trong đó nổi bật là cô Eve Jobs, rất xinh đẹp và duyên dáng. Con nhà giầu, Eve cũng biết hưởng thụ cuộc sống của giới thượng lưu. Cô có nhiều điểm chung với Jennifer Gates. Cũng khoái môn cưỡi ngựa, cũng học tại Stanford, cũng được mẹ mua cho một trang trại để tập cưỡi ngựa trị giá 15 triệu đô và cũng có anh bồ đẹp trai con nhà giầu, cháu nội của Eugenio Garza Sada, Chủ tịch của Visa. Cả Eve Jobs lẫn Jennifer Gates đều có một ý chí mạnh mẽ. Jennifer có thể sẽ trở thành người giầu nhất thế giới như bố và Eve có thể nắm Apple như cha.

Ngày 28 tháng 3 vừa qua, cộng đồng mạng phát sốt vì một tấm hình chụp hai cha con nhà Gates. Cô con không phải là nàng Jennifer nổi tiếng mà là con gái út của Gates, cô Phoebe Adele Gates, sẽ tròn 16 tuổi vào tháng 9 năm nay. Với vẻ mặt thon thả, đẹp đẽ, nụ cười tít mắt rất có hồn, cô chưa cần làm gì cả mà đã làm xao động bàn dân thiên hạ. Chắc chắn sẽ có nhiều cậu giữ lại tấm hình của cô bé tuổi tròn tuần cập kê, có vẻ mặt hiền hậu dễ gây cảm tình này và xây một giấc mơ. Cô cũng như cô chị Jennifer và cô Eve Jobs thuộc loại con nhà giầu nhưng là nhà giầu loại khác. Giầu mà không…chảnh!

04/2018

CHO

Những ngày cuối năm, vào trong các *shopping mall*, chúng ta hẳn thấy một không khí vui tươi, ấm áp chan hòa trên khuôn mặt mỗi người. Tiếng nhạc Giáng Sinh quen thuộc đưa mọi người vào mùa lễ. Mỗi người cảm thấy như thân thiện, hòa đồng hơn với những người chung quanh. Chúng ta đã mở lòng. Nhiều người mở thêm cái túi tiền của họ. Tôi vừa coi một bản tin trên đài CNN cho biết là số tiền tặng cho các hội từ thiện trong những ngày lễ cuối năm, chiếm tới 29% tổng số tiền trong năm. Nhưng cùng một bản tin lại cho biết là có hai hội từ thiện giúp các cựu chiến binh tại Mỹ đã chi tiền một cách bừa bãi. Trong 10 đô họ thu được thì chỉ có 1 đô tới tay các cựu chiến binh. Còn 9 đô kia chạy vào tiền lương và tiền điều hành của hội! Nhiều hội mệnh danh là từ thiện đã cứu giúp chính họ. Không ai muốn đồng tiền của mình đi nhầm cửa. Vậy nên nhiều người trong chúng ta đã tự tay làm việc thiện.

Noel phải có ông già Noel, những nhân vật áo đỏ viền lông trắng cười hô hô làm tươi mát đám trẻ. Đó là những ông già phúc hậu nhưng không có túi tiền. Họ chỉ có những món quà nho nhỏ cho các em bé. Tôi muốn nói tới một loại ông già Noel khác, điệu nghệ hơn nhiều. Họ không mặc áo đỏ, không xuất hiện ở nơi công cộng. Họ giấu mặt. Không ai thấy họ nhưng họ tung ra những niềm vui rất thực tiễn.

Mùa Giáng Sinh thường chúng ta tặng quà nhau. Chỉ chút đỉnh cho vui vậy thôi. Nhưng với con trẻ, Giáng Sinh là dịp mong đợi được cho những đồ chơi mà chúng đặt hàng với ông già Noel. Ông già Noel ở tuốt trên Bắc cực nên không đi *shopping*. Ông phó cho ông bà cha mẹ những trẻ em mua quà giùm ông. Những thứ quà trẻ em ghi vào *list* để được ông già Noel cho ngày nay không đơn giản như trước. Đồ chơi của chúng thường là đồ điện tử. Các bậc cha mẹ mó vào có thể bị giật chết người. Bà Desiree Williams ở quận Somerset, tiểu bang New Jersey là một người bị giật như vậy. Bà mới góa chồng. Tiền lương của một bà mẹ trẻ có hai con chỉ đủ chi dùng hàng tháng, tiền đâu mua quà cho con. Bà đành phải nhịn nhiều thứ để dành dụm tiền mua quà. Tự dành dụm thường hay gặp trục trặc, khó giữ được, nhất là với những gia đình nghèo khó. Tiền vào nhà khó như gió vào nhà trống, gió thổi bay lúc nào không biết. Vậy nên phải nhờ các cửa hàng giữ dùm cho gió khỏi cuốn đi. Trước hết bà tới cửa tiệm Walmart, cửa tiệm bình dân nhất, để đặt trước các món quà mà hai đứa con, một 5 tuổi và một 3 tuổi, đã *order* ông già Noel. Không rẻ. Bà phải mua bằng cách trả góp trước. Dân Mỹ gọi là *layaway*. Cửa hàng sẽ dành món quà đó cho bà, khi nào trả đủ tiền sẽ lấy hàng. Cứ dành dụm được chút đỉnh tiền, bà mang tới trả góp. Số tiền quà trị giá tới 600 đô! Bà lo lắng: "Tôi phải tính làm sao trả đủ trước ngày lễ để có quà cho con. Chuyện không dễ khi gia đình chỉ có một đầu lương". Bỗng một ngày bà nhận được *e-mail* của cửa hàng: "Chúng tôi vui mừng thông báo đến bà: một ân nhân đã trả hết tiền trong hóa đơn *Walmart Layaway* của bà. Kết toán trong hóa đơn của bà bây giờ là: 0$! Tất cả hàng của bà đặt mua có thể lấy tại cửa hàng trước hoặc trong ngày 12/11/2017". Bà Williams cho biết bà như trút được một gánh nặng không biết làm sao giải quyết. Tất cả có sáu người nhận được *e-mail* này. Họ hỏi cửa hàng về người ân nhân này nhưng cửa hàng cũng không biết vì người này muốn giấu tên và giấu số tiền ông đã trả giùm những người mua trả góp. Quản lý cửa hàng, ông Charles Crowson, nói: "Tôi thấy việc trả giúp này rất cảm động. Cái vui của việc này đã vượt quá chuyện tiền bạc!". Bà Desiree Williams nghĩ ra một cách trả ơn người ân nhân giấu mặt: bà sẽ bảo trợ quà cho một bé thuộc gia đình nghèo bằng cách chia bớt quà cho em bé này.

Những ông già Noel giấu mặt này năm nào cũng có. Năm nay, tại cửa hàng Toys "R" Us ở Cherry Hill, đã có một ông tốt bụng trả cho 62 hóa đơn nợ tiền với tổng số tiền trả là 10.780 đô! Một người giấu mặt khác đã trả tiền thiếu cho 200 gia đình tại cửa hàng Walmart ở Everett, tiểu bang Pensylvania. Số tiền tặng lên tới 40 ngàn đô! Bà Barbara Kearns làm việc lâu năm trong tiệm này cho biết là năm ngoái ông này cũng đã trả một số tiền lớn tương đương, một nghĩa cử nặng ký mà bà chưa từng thấy trong những năm làm việc tại đây.

Không thể kể hết những ông già Noel vô danh này. Hầu như tại bất cứ nơi đâu trên toàn nước Mỹ, nhất là những khu nghèo, đều có những ân nhân quý hóa này. Họ chia sẻ với những người thiếu thốn hơn họ, mang niềm vui đến cho những trẻ em trong ngày lễ trọng đại nhất trong năm. Tinh thần Giáng sinh nằm trong nghĩa cử cao đẹp đó.

Chơi trò giấu mặt, bỏ ra bạc ngàn, là một "trường phái" cho đi, mà những người túi không nặng không chơi được. Nhân tâm tùy hỉ, túi chúng ta chỉ có khả năng giúp vài đồng bạc lẻ, cách tiện nhất trong tầm tay chúng ta là giúp chút đỉnh cho những người vô gia cư. Họ ngồi tại những bến xe, ngoài đường nơi có các cửa hàng hoặc, thông thường nhất, là đứng ở các đầu đường, chờ đèn đỏ, nhảy ra xin tiền các người ngồi trong xe. Những ngày lễ cuối năm, thời tiết rất khắc nghiệt, ngồi trong xe ấm áp, chúng ta dễ mủi lòng trước những thân hình gầy guộc đứng ngoài trời lạnh lẽo, chìa tay xin từng đồng bạc lẻ. Lẽ nào không cho. Nhưng cho cũng có những điều cấn cái. Các giới chức thành phố thường khuyên chúng ta không nên cho tiền tùy tiện như vậy để nuôi dưỡng những người sống lệ thuộc vào lòng hảo tâm của người khác. Trong xã hội tiên tiến mà chúng ta đang sống, không ai bị bỏ đói. Mọi người được bảo đảm có cơm ăn áo mặc đầy đủ. Không tìm được việc làm, đã có tiền thất nghiệp. Không ăn tiền thất nghiệp đã có tiền an sinh xã hội. Dĩ nhiên xã hội chỉ cứu đói chứ không cứu thuốc lá cần sa, không cứu rượu chè be bét. Thiếu thốn hay không là tự họ, chúng ta không nên phí tình thương cho những người bê tha như vậy. Nhưng có phải họ đều là những người bê tha không?

Tôi mới đọc trên *NguoiViet Online* một bài của ký giả Đằng Giao viết về một trường hợp vô gia cư. Ông Thanh Phạm thường ngồi xin tiền trước tiệm bánh mì Cali trong khu chợ ABC ở Little Saigon. Ông còn trẻ, mới 47 tuổi, nhưng đã vô gia cư khi mới 32 tuổi.Trong 15 năm không nhà ông vẫn buộc mình phải sống với ba điều: không tham lam, chân tình và đói thì xin. Chuyện đời ông rẽ một khúc quanh vào năm 1999. Năm đó, một trận bão lớn xảy ra từ ngày 2 đến ngày 8 tháng 5, cuốn đi mất người vợ tên Bùi Thu Trâm, 29 tuổi, và hai đứa con nhỏ của ông. Tới nay ông vẫn còn vết xâm con số 99 trên cổ để nhớ cái năm oan nghiệt đó. Ông chán đời lang thang đến Galveston làm nghề đánh cá. "Nhưng một thời gian sau, chán quá, tôi lại bỏ đi. Đi mà không biết đi đâu. Nhớ vợ quá, nhớ con quá, cái đầu tôi muốn nổ tung, con mắt tôi nóng rần và tôi bị ngộp thở". Ông chẳng thiết chi, chỉ mong chết theo vợ con. Ông vốn bị cao huyết áp nặng, uống thuốc ba lần một ngày và cứ hai tuần phải gặp bác sĩ. Vậy mà từ trận bão ác nghiệt đó tới nay, ông bỏ không thèm uống một viên thuốc nào. Vậy mà không chết. Ông cũng đã nhảy vào đầu xe đang chạy ngoài đường nhưng tài xế xe thắng kịp, ông chỉ bị gãy chân. Ông cũng không chết được khi nhảy từ lầu cao xuống. Cảnh sát bắt ông vì cho là bị tâm thần. Ông buồn rầu nói: "Tôi cám ơn mọi người đã giúp tôi sống qua ngày. Nhưng nếu không ai cho tiền nữa, để tôi chết đói hay chết cóng vì lạnh, tôi cũng xin cám ơn luôn!". Người đứng đường ăn xin như ông Thanh Phạm chắc chắn không phải là người bê tha.

Những con người rách rưới bên ngoài đó có khi còn giữ được tấm lòng không rách rưới. Anh Josh Paler Lin, một blogger nổi tiếng trên *YouTube* đã thử một con tính. Anh cho một người vô gia cư 100 đô và theo dõi coi xem ông ta làm gì với số tiền lớn này. Anh làm chuyện này chỉ vì tò mò và mua vui với bạn bè trên mạng. Tôi đã vào coi cuốn *video* anh quay từ đầu tới cuối. Ông vô gia cư đứng xin tiền người trên xe qua lại tại một góc đường. Anh chạy tới, rút trong túi ra tờ bạc 100 đô, đưa cho ông này. Ông không dám cầm, đứng ngây người, không tin đây là chuyện thực. Anh cố đưa cho ông. Ông run run cầm và nói: "Tôi chưa bao giờ có số tiền lớn đến thế này". Rồi ngập ngừng mở rộng đôi tay muốn ôm anh Lin nhưng ngại không dám. Anh Lin tiến tới ôm chầm lấy ông ta rồi bỏ đi. Anh leo lên xe hơi cùng một người bạn quay phim theo dõi. Người đàn ông vô gia cư này không biết đang bị quay phim. Ông cầm tiền vào một tiệm tạp hóa bên ngoài có viết chữ *"liquor"* thật lớn. Anh thất vọng. Có tiền là vội vào tiệm rượu. Ông vô gia cư bước ra khỏi tiệm với một bọc lớn trên tay, tiến về một bãi cỏ rộng. Ông tới một chiếc bàn có một bà mẹ da đen và năm đứa con đang ngồi. Họ cũng là những người vô gia cư. Ông rút ra một gói bánh lớn đưa cho họ. Rồi ông tới một góc khác cho bánh tiếp. Anh Lin xúc động trước những gì diễn ra trước mắt. Anh vội rời xe, chạy tới, ôm ông già vô gia cư và nói tình thật chuyện quay phim theo dõi ông. Anh móc túi đưa cho ông tờ 100 đô khác và quay đi nước mắt lưng tròng.

Trong cái thân hình rệu rạo vẫn luôn có một tấm chân tình. Câu chuyện về một người vô gia cư ở tiểu bang Philadelphia vừa xảy ra trong tháng 11/2017 này làm mọi người phải xoay lại ý nghĩ về các người vô gia cư. Một buổi tối đầu tháng 11, cô Kate McClure, 27 tuổi, đang chạy xe trên xa lộ liên bang 95 thì xe cô hết xăng. Cô để quên bóp ở nhà nên không có đồng xu dính túi. Tuy nhiên chẳng biết làm sao hơn, cô bỏ xe đi bộ trong đêm khuya để tìm một cây xăng. Trên đường, cô gặp anh Johnny Bobbitt Jr, một người vô gia cư. Thấy cô mò mẫm trong đêm, anh sợ cô gặp nguy hiểm nên bảo cô quay lại, vào ngồi trong xe, khóa cửa xe lại. Anh dùng 20 đô còn lại trong túi đi mua một can xăng giúp xe cô chạy lại. Lúc đó cô chỉ biết cám ơn tấm lòng tốt của anh. Ngày hôm sau, cô quay lại chỗ cũ cùng với bạn trai và giúp Johnny tiền bạc, áo quần và các vật dụng cần thiết. Johnny còn trẻ, mới 34 tuổi, nên cô Kate thấy giúp như thế này không làm thay đổi được cuộc đời của ân nhân. Cô lên trang mạng *GoFundMe* kể lại câu chuyện và quyên tiền giúp ân nhân. Mục tiêu cô đề ra là 10 ngàn đô. Nhưng các nhà hảo tâm trên mạng đã ào ạt tặng tiền cho người vô gia cư tốt bụng trên. Cuối cùng số tiền đóng góp đã lên tới 400 ngàn đô! Xây dựng lại cuộc đời cho anh Johnny không khó. Anh đã từng là một chuyên viên đạn dược của Thủy Quân Lục Chiến Mỹ. Sau khi giải ngũ, cuộc đời anh gặp nhiều bất hạnh, trắng tay, phải lang thang ngoài đường phố. Những lúc chán nản trong hoàn cảnh khốn cùng, anh đã từng chơi ma túy và nhiều lần phạm luật, nhưng anh vẫn luôn giữ được sự lương thiện. Với số tiền quá lớn và quá bất ngờ, cô Kate đã nhờ một chuyên viên tài chánh tính toán giùm để bảo đảm đời sống của anh Johnny. Việc đầu tiên là mua cho anh một căn nhà và chiếc xe anh mơ cả đời là chiếc Ford Ranger 1999. Sau đó là lập một tài khoản ngân hàng để anh có tiền chi dụng cho tới khi kiếm được việc làm. Anh Johnny cũng muốn dành một khoản tiền để tặng cho một số tổ chức từ thiện và những người đã giúp đỡ anh trong thời gian khó khăn vừa qua.

Người vô gia cư không phải là những người không có tình. Họ sống nghèo nhưng sạch. Mùa hè năm 2010, bà Merrie Harris, Giám Đốc một công ty quảng cáo ở Nữu ước, đi bộ tới một nhà hàng trên đường Kenmare ở Manhattan để dự buổi gặp mặt với bạn hữu. Trên đường, bà gặp một người đàn ông vô gia cư. Ông này nói nhỏ nhẹ: "Tôi là Jay Valentine, 32 tuổi, thất nghiệp từ ba năm nay. Bà có thể giúp tôi vài đô để sống qua ngày được không?". Nhìn vẻ tiều tụy và ánh mắt đầy kỳ vọng của người đàn ông, Merrie không nỡ bỏ đi. Bà lục khắp túi nhưng không có tiền mặt. Suy nghĩ vài giây, bà hỏi: "Liệu tôi có thể tin anh được không?". Anh chàng vô gia cư mới 32 tuổi dõng dạc trả lời: "Bà cứ tin tôi là một người lương thiện!". Bà Merrie đưa cho anh Jay chiếc thẻ tín dụng của bà: "Anh có thể dùng thẻ này để mua những thứ cần thiết rồi trả lại tôi". Chiếc thẻ của bà có thể tiêu tới tối đa một triệu đồng! Khi ngồi trong nhà hàng với bạn bè, bà mong ngóng anh chàng Jay trở lại nhưng anh biệt vô âm tín. Tới gần cuối bữa ăn, quá sốt ruột, bà thổ lộ với mọi người hành động dại dột vừa qua của mình. Ai cũng trách sự nhẹ dạ của bà. Bà nhờ bạn trả tiền phần ăn của bà rồi ra về. Vừa ra tới cửa, bà khựng lại khi thấy Jay đứng chờ. Anh không dám vào nhà hàng sang trọng nên đứng đợi bà từ lâu. Anh đưa trả tấm thẻ tín dụng và nói: "Cám ơn bà, tôi đã tiêu hết 25 đô". Bà Merrie vô cùng xúc động, ôm cám ơn anh Jay nói: "Tôi biết là anh sẽ quay trở lại tìm tôi". Anh Jay mỉm cười: "Tất nhiên rồi! Bởi vì tôi là người trung thực mà!". Câu chuyện được bạn bè của bà bỏ lên mạng, các báo trích đăng lại. Nhiều người xúc động trước sự thành thực của anh Jay. Có người giúp đỡ bằng cách cho anh việc làm. Có người thưởng tiền. Một doanh nhân ở Texas đã tặng anh sáu ngàn đô!

Có nhiều giúp nhiều, có ít giúp ít, không có tiền trong túi cũng có thể mang lại chút ấm áp cho những người thiếu thốn trong những ngày lễ cuối năm. Bà Salisbury, cư ngụ tại thành phố Goshen, tiểu bang Indiana, có sáng kiến giúp người khó khăn bằng cách lập ra Hàng Rào Phước Lành *The Blessing Fence.* Nhà bà có một hàng rào dài trước nhà, bà mang quần áo ấm không dùng nữa ra giăng trên hàng rào và dựng một tấm bảng. *"Hãy lấy những thứ bạn cần, để lại những thứ khác. Mong bạn luôn cảm thấy ấm áp, ấm lòng và được chúc lành".* Dần dần có nhiều người tới treo quần áo trên hàng rào "Phước Lành" đó. Những người cần áo ấm trong những ngày cuối năm giá rét tới chọn thứ họ cần. Bà Salisbury nói với ABC News: "Đây là những quyên góp từ những người vô danh, tặng cho những người vô danh. Tôi không bao giờ ghi lại tên của người cho cũng như người nhận". Không cần lời khen tặng, không phô trương, chỉ có tình người với người. San sẻ với nhau những của cải trần gian. Để quảng bá, bà chụp hình, *post* lên *Facebook.* Nhiều người biết tới chiếc hàng rào tình nghĩa đó. Họ mang quần áo, khăn choàng, mũ nón tới vắt lên hàng rào. Càng ngày số lượng càng nhiều. Chiếc hàng rào đã giúp sưởi ấm cho nhiều người trong đó có rất nhiều trẻ em. Tình nghĩa của bà Salisbury còn trải rộng tới cách cho của bà: "Khi nhìn thấy có người tới, nếu có nhà, tôi sẽ mở cửa ra và nói lời cám ơn với họ. Có người thì vẫy tay cười, có người vào gõ cửa nhà để chỉ nói cám ơn, có người còn để lại thư cám ơn nữa!".

Tôi nghĩ chiếc hàng rào của bà Salisbury là hình thức mới cho những kho chứa quần áo cũ dành cho người thiếu thốn tại các nhà thờ và nhà dòng. Những ngày đầu tới định cư tại Montreal, chúng ta đã từng tới những nơi này để lấy quần áo cũ dùng trong lúc mới chân ướt chân ráo tới vùng đất mới. Tôi còn nhớ kho quần áo của nhà dòng trên đường Fullum mà một người quen đã dắt tôi tới lấy quần áo cho cả gia đình. Những bà phước nơi đây thật…phước đức. Ngoài quần áo, họ cho cả tiền thuê nhà trong những tháng đầu, bàn ghế tủ giường và cả ti-vi, máy nghe nhạc. Cả chục năm sau đó, trong dịp lễ Giáng Sinh và Năm Mới, bà còn gửi thiệp chúc mừng và thăm hỏi. Khi đời sống nơi đất mới đã ổn định, tới lượt chúng tôi gom góp quần áo cũ còn tốt, giặt giũ sạch sẽ, mang tới những địa điểm thu nhận để chia sẻ sự ấm áp cho những người mới tới. Như một cách trả ơn. Lớp này tiếp nối lớp khác.

Người nhận người cho. Có người vừa nhận vừa cho. Các cụ xưa đã từng dạy con cái: *nhân chi sơ tính bản thiện.* Cái thiện nằm sẵn trong mỗi chúng ta. Những ngày lễ cuối năm, Giáng Sinh và Năm Mới, chỉ là cơn gió thổi cho ngọn lửa thiện trong lòng chúng ta bùng lên. Ngọn lửa thiện lúc nào cũng âm ỷ trong mỗi chúng ta, suốt cuộc đời!

12/2017

CHỬI

Báo chí ra ngày 7 tháng 11 năm 2017 vừa qua đều loan tin bà Julie Brixman, 50 tuổi, bị công ty nơi bà làm việc đuổi. Lý do: bà chửi Tổng Thống Trump. Bữa đó, bà đang cưỡi xe đạp thì đoàn xe của ông *tonton* lắm chuyện chạy ngang qua. Bà giơ ngón tay giữa, hướng về đoàn xe. Một nhiếp ảnh gia chụp được bức hình này và đưa lên mạng *Twitter* và *Facebook*. Bà Brixman nhận ngay người trong hình chính là bà. Dân trên mạng khoái hành động của bà này và tôn bà là "anh hùng". Công ty bà làm việc có hợp đồng với chính phủ nên vội sa thải bà! Ngay khi đó cũng có hai người đi bộ chỉ ngón tay cái xuống đất khi thấy đoàn xe với còi hộ tống từ sân *golf* về.

Chuyện chửi bằng ngón tay là chuyện thường ngày ở Bắc Mỹ. Tôi cũng đã nhiều lần được các tài xế xe cho ngửi ngón tay giữa. Tỉnh bơ đi rồi cũng xong. Nhưng với ông nhà văn Nguyễn Bá Trạc, chuyện không xong. Trong cuốn "Người Di Cư Nhức Đầu Vừa Phải", ông viết: "*Cách đây chừng một tuần, trong lúc tôi vừa lái cái xe thùng Volkswagen khặc khừ của tôi lui khỏi bãi đậu, chợt có hai thằng Mỹ phóng xe vọt qua. Chúng la vào mặt tôi: "Asshole"; Thưa chị, dịch ra tiếng Việt, có nghĩa là "cái lỗ đít". Không biết bên Tây chị có gặp cái cảnh ấy không? Bên này khá nhiều. Một lần đứng ở góc đường dưới Orange County (chẳng trêu chọc ai. Chỉ đứng bên lề ngẩn ngơ nhìn xe chạy, mây bay), một thằng Mỹ bỗng chạy ngang nhổ bãi nước bọt đánh phẹt một cái. Không phải một mình tôi gặp cái chuyện ấy! Còn khi lái xe lỡ có chậm chạp lừ đừ hoặc lớ ngớ nhìn địa chỉ tìm ai, cái chuyện chửi tục, chửi thề xảy ra không có gì đáng lạ. Thường tôi bỏ qua (tức là mũ ni che tai: lờ đi). Có khi như A Q., tôi bảo: Mày chửi bố mày. Nhưng hôm ấy, trời nóng trên 100 độ, túng tiền, đang bị sở thất nghiệp gọi đi khai hàng trăm thứ giấy, tôi nổi cơn giận ngùn ngụt lên đỉnh đầu. Cơn giận phừng như thùng xăng bắt lửa. Cơn giận bốc lên vào mùa hè có thể đốt cháy hàng dẫy nhà, có thể thiêu sạch cả một cái thành La Mã như chơi*". Ông nhà văn này ngon. Ông rú ga vọt lên đuổi theo hai thằng Mỹ, ngoắc tay kêu chúng dừng xe lại. Ông nghênh ngang khuỳnh tay bước ra khỏi xe. Lúc đó ông mới nhớ là ông không có súng. Hai tên Mỹ cũng mở cửa xe bước ra. Cả hai thằng đều cao gấp rưỡi, bề ngang to gấp đôi ông. Thấy không có thể dùng vũ lực, ông định cất tiếng chửi. Nhưng "*khả năng chửi bằng tiếng Anh làm cho tôi ú máu lên cổ. Vâng, tôi có thể đi xin việc bằng tiếng Anh, tôi có thể thuyết trình đôi chút về văn hóa Việt Nam một cách duyên dáng cho những người Mỹ đồng nghiệp trong sở, tôi còn có thể tán tỉnh đôi chút với quý cô quý bà. Nhưng chửi nhau bằng tiếng Anh? Quả thật, cái khả năng ấy của tôi chỉ bé bằng cái lỗ đít".* Vậy là cơn giận của ông Trạc tiêu tan trước sự khiếm khuyết cả võ lẫn văn. Sau này, tham khảo một ông bạn, ông này khuyên: "*"Ông ạ! Lần sau, gặp những thằng Mỹ chửi tục, đánh nhau là thua hoặc bị ra tòa. Đừng chửi tiếng Mỹ mà thiếu chữ. Ông cứ chửi bằng tiếng Việt. Ông sẽ hả hê sau khi chửi, cơn giận nó tiêu tan. Còn thằng Mỹ, nó chẳng hiểu gì nhưng nó vẫn biết là ông chửi. Như thế nó càng điên lên. Cái ấy kêu là nội thương."*

Cuối thập niên 1950 của thế kỷ trước, tên bạn đang học năm thứ nhất Văn Khoa với tôi được đi Mỹ. Viết thư về, hắn kêu buồn. Thỉnh thoảng ra đường hắn phải chửi thề cho đã cái miệng. Dĩ nhiên hắn chửi bằng tiếng Việt cho có tinh thần dân tộc. Hắn khoái chí viết cho tôi là hắn tha hồ chửi mà tụi Mỹ cứ nhìn hắn cười. Sướng là thế!

Thực ra muốn chửi bằng tiếng Mỹ cũng dễ. Chỉ có mấy chữ. Nghe xong nhớ liền. Nếu phải học thì học ngay từ ông Trump chứ ai xa lạ. Ông *tonton* này rất rành sáu câu. Trong mùa bóng cà na năm 2016, một đấu thủ tên Colin Kaepernick của đội San Francisco 49ers đã quỳ xuống khi bài quốc ca được hát trước mỗi trận đấu, để phản đối việc kỳ thị chủng tộc và sự bạo hành của cảnh sát với người da màu. Cử chỉ này ngày càng được nhiều cầu thủ và các ông bầu hưởng ứng. Từ bóng cà na, nó lan ra các môn thể thao khác. Ngày 24 tháng 9 vừa qua, ông Trump…chửi. Ông gọi những người phản đối là *"son of bitch"*. Xin đừng bắt tôi dịch chữ này. Lập tức số đấu thủ quỳ gối tăng thêm tới 200 người.

"Son of Bitch" là một từ chửi. Một từ khác ông Nguyễn Bá Trạc đã nhắc ở trên là *"asshole"* mà ông nhà văn Trạc đã dịch rất sát là "lỗ đít". Tôi định dịch là "cửa sau"nhưng thấy thua nên rút lui bằng…cửa sau! Thông dụng hơn cả là từ *"fuck"*mà thường các bản văn bằng tiếng Anh đều viết tắt là *"f...."* hoặc *"f...k"*. Bản văn Việt chúng ta cứ thoải mái chơi luôn nguyên con, chẳng chấm chiếc chi cho mất thời giờ, vì nó không phải là tiếng Việt. Thành phố Montreal chúng tôi vừa xảy ra một cuộc tranh cãi về cái từ được coi là tục tĩu trong tiếng Anh này. Ngày 23/1/2017, đài phát thanh CKOI đã tường thuật lời phát biểu của Madonna trong cuộc biểu dương của phụ nữ, phát thanh nguyên chữ *"fuck you"* để chửi ông Trump. Hai tháng sau, cũng đài này phát thanh nguyên câu của ca sĩ Billie Joe Armstrong trong đó từ này được dùng tới ba lần. Trong cả hai lần, một thính giả đã phản ảnh chuyện này với Hội Đồng Tiêu Chuẩn Truyền Thông của Canada *(Canadian Broadcast Standards Council).* Hội Đồng mới đây đã thông báo là trong những buổi phát thanh tiếng Pháp, từ này không vi phạm tiêu chuẩn đạo đức vì "không có nghĩa thô tục như trong tiếng Anh". Đúng vậy! Trong tiếng Pháp hay tiếng Việt chúng ta, từ này vô nghĩa. Ngôn ngữ là một ký tự mang một ý nghĩa. Bỏ cái nghĩa đi thì ký tự đó như cục đá, chẳng cần *care* tới! Ai biểu bày đặt biết tiếng Anh tiếng u làm chi cho…tức tối!

Những từ chửi trong tiếng Anh như vậy rất nghèo nàn. Tôi chỉ biết có ba từ. Có thể còn nhiều từ khác mà tôi chưa đủ trình độ biết tới. Trình độ chửi như vậy rất kém cỏi. Thua xa với tiếng Việt ta. Tiếng Việt có rất nhiều từ dùng để chửi. Tôi không cần hài ra đây vì nghĩ rằng chúng ta đều rành rẽ cả. Tôi chỉ muốn nói tới một hình thức chửi của chúng ta: chửi có vần có điệu. Người ta thường dẫn chứng bằng bài chửi mất gà của người miền Bắc. Bài này rất phổ biến nên tôi cũng không nhắc tới ở đây. Tôi mới tìm được một bài chửi của Huế và một bài chửi bằng toán học. Cả hai cũng cùng đề tài chửi mất gà. Nghĩ rằng ít người biết hai… áng văn này nên xin hài ra đây. Bài chửi Huế như sau: *““Cao tằng tổ đĩ, cao tằng tổ khảo, cố tổ gia tông cả ông, cả bà, cả cha, cả mẹ, chú bác, anh em, họ nội, họ ngoại, xa gần ân ái, họ gái họ trai, dưới âm phủ đội mũ mà lên, trên thiên đàng xếp hàng mà xuống, bay hãy vén mái tai, gài mái tóc đặng chống tai lên cho rõ, chống cửa ngõ cho cao, chặt hàng rào cho thấp để mà nghe tau chửi đây nè: Tam canh mụ đội, xóm hội xóm phường, xóm trước xóm sau, xóm trên xóm dưới, lư hương, bát nước, chiếu trải giường thờ, tau bới mả cha bay rung rinh như thuyền mành gặp sóng. Tau chửi cho tan nát tông môn họ hàng cái quân khốn kiếp, cái quân vô hậu kế đợi đã ăn của tau bảy con gà xám, tám con gà vàng. Bay ăn chi mà ác nhơn ác nghiệp. Bay ăn bằng nồi đồng, bay ăn bằng nồi đất, bay ăn khần khật, bay ăn ban đêm, bữa tối. Bay ăn cho chồng bay sợ, cho con bay kinh, bay ăn cho ngả miếu sập đình, cho mồ cha bay chết hết để một mình bay ngồi đó bay ăn. Đồ quân ăn chó cả lông, ăn hồng cả hột. Cái quân không sợ trời đánh thánh đâm, trời đánh thánh vật. Bay ăn mần răng mà hết một chục rưỡi con gà?Cha cố tổ mười đời cha bay. Bay ăn chi mà ăn ác rứa? Bay tham chi mà tham vô hậu rứa? Cứ sáng sáng mất cái thúng, đứng bóng mất cái niêu, chiều chiều mất lẻ củi, tối tối mất con gà. Một bầy ba con gà xám, tám con gà vàng, rứa mà hắn ăn mất một con, chừ đếm đi đếm lại, còn mười một con. Bay ăn chi mà ăn vô hậu rứa?....*"

Tôi vốn không mặn với toán nếu không muốn nói là kẻ thù của toán! Thi Tú Tài phần một, ban Văn Chương, toán có trong môn thi viết. Đó là cái khổ thiết thân của tôi. Đề thi có hai phần: phần "cua" và phần thực hành toán. Phần "cua" tối đa 8 điểm và phần thực hành tối đa 12 điểm. Biết mình không có nhiều hy vọng làm được bài toán nên tôi phải gồng mình học thuộc lòng bài "cua" hầu kiếm được 8 trên 20 điểm. Hai điểm thiếu sẽ bù vào bằng các môn khác. Vậy nên khi biết được bài chửi gà toán học này, tôi phục hết biết. "*Tiên sư đứa nào bắt mất con gà nhà bà. Gà ở nhà bà là con công con phượng, gà về nhà mày thành con cáo con hâu. Bà chửi theo kiểu toán học cho mà nghe nhá...Bố mày là A, mẹ mày là B. Bà cho vào ngoặc bà khai căn cả họ nhà mày... Bà rủa mày ăn miếng rau mày ói ra miếng thịt, mày tắm trong ao mày chết chìm trong chậu...Bà khai căn cả họ nhà mày, xong rồi bà tích phân n bậc, bà bắt cả hang, cả hốc, ông cụ ông nội, cả tổ tiên nhà mày ra mà đạo hàm n lần. Ái chà chà...mày tưởng à. Mày tưởng nuốt được con gà nhà bà là mày có thể yên ổn mà chơi trò "cộng trừ âm dương" trên giường với nhau à.....Bà là trị cho tuyệt đối hết cả họ chín đời nhà mày, cho chúng mày biết thế nào là vô nghiệm, cho chúng mày không sinh, không đẻ, không duy trì được nòi giống nữa thì thôi...Bà sẽ nguyền rủa cho chúng mày đời đời chìm đắm trong âm vô cùng, sẽ gặp tai ương đến dương vô cùng, cho chúng mày chết rục trong địa ngục, cho chúng mày trượt đến maximum của sự vô hạn tối tăm...Tiên sư nhà mày, mày tưởng ngày nào mày cũng rình mò tiệm cận hàng rào nhà bà là bà không biết đấy phỏng ? Bà là bà giả thiết mày ăn cắp hơn hai chục con gà nhà bà,...mày về mày vỗ béo để nhồi đường cong cho con vợ mày, à à, mày vẽ nữa đi, mày tô nữa đi."*

Chửi như vậy là nhất thế giới! Vậy nên dân ta đã tự sướng coi như chỉ nước ta có cái gọi là "văn hóa chửi". Trong nước ngày nay cái chi cũng là "văn hóa" hết. "Văn hóa ẩm thực" đã vui rồi, chừ có thêm "văn hóa chửi" thì thậm phần vui hơn. Trong cuốn "Tìm Về Bản Sắc Văn Hóa Việt Nam", nhà nghiên cứu Trần Ngọc Thêm đã viết: *"Với lối chửi có vần điệu, có cấu trúc chặt chẽ, người Việt Nam có thể chửi từ giờ này qua giờ khác, ngày này qua ngày khác mà không hề nhàm chán. Đó là một nghệ thuật độc nhất vô nhị mà không một dân tộc nào trên thế giới có được".*

Nghệ thuật này được nhiều học giả bàn tới. Trong cuốn "Ngôn Ngữ và Thân Xác", xuất bản năm 1968 tại Sài Gòn, Giáo Sư Nguyễn văn Trung nhận xét: "*Có lẽ không có dân tộc nào trên thế giới văng tục, chửi tục nhiều và hay như dân tộc Việt Nam. Đó là một hiện tượng rất phổ thông trong ngôn ngữ hằng ngày và cũng rất phong phú vì gồm rất nhiều lối văng tục, chửi tục, sử dụng rất nhiều chất liệu khác nhau để xây dựng câu chửi, nhưng cũng nhằm rất nhiều ý nghĩa, kể cả ý nghĩa tôn giáo. Do đó, văng tục, chửi tục là một vấn đề quan trọng đòi hỏi một công trình kê khai có hệ thống để giải thích khoa chửi tục của người Việt Nam."*

Chửi là vũ khí của kẻ yếu. Không mạnh bằng đối phương, ta chửi. Như vậy khi thấy dân ta chửi hay, có vần có điệu, đừng tưởng chúng ta ngon lành. Nhà văn Võ Phiến luận về chuyện này như sau: *"Xem truyện xem phim nước người, nhất là các nước Âu Mỹ thấy họ đánh đấm nhau nhiều quá, dễ dàng quá, như thể trẻ con. Cứ có chuyện xích mích, bên này văng qua một lời, bên kia văng lại một lời thô tục, thế là đánh nhau. Nguyên do một phần bởi tính khí, một phần có thể bởi vốn liếng từ ngữ chửi rủa của họ nghèo nàn quá. Trong cuộc chiến đấu bằng lời mỗi bên vừa tung ra mấy món thì đã sạch kho hỏa lực rồi, cuộc chiến này bế tắc, đành phải leo thang lên hình thức chiến đấu của đám tiểu nhân. Trái lại, người Việt có thể kéo dài cuộc chiến bằng mồm rất lâu, có thể tăng nó lên nhiều mức độ. Hơn nữa, chúng ta có những câu chửi dài, có vần, có điệu, tiết tấu nhịp nhàng, âm thanh dìu dặt. Những câu chửi như thế có tác dụng trấn ủy, làm nguôi dịu. Một cơn giận được đưa vào âm vận là đã chịu tuân theo một thứ kỷ luật... Giận mà thét lên "Đồ chó!" là cái giận phá hoại, nhưng giận một đứa trộm gà mà đã dông dài kể tội nó: "bắt con gà vàng khoang cổ, con gà nổ khoang lông, nó nấu nồi đồng, nó nấu nồi đất, nó ăn lật đật v.v..." thì vần ấy điệu ấy xoa dịu cơn giận, sẽ làm cho nó ngoan ngoãn, hiền lành. Trong tiểu thuyết và ngoài xã hội chúng ta, có những người đàn bà hoặc tức hàng xóm hoặc giận con cháu, ban đầu lồng lên thét chửi, rồi lần lần vừa chửi vừa chải đầu gỡ tóc, vừa chửi vừa quét nhà, vừa chửi vừa lặt rau... Cơn giận có thể tự kết thúc".*

Dân ta chửi hay như hát, nhiều học giả người Pháp, thời Pháp thuộc, cũng thích thú nghiên cứu. Một ông Pháp, sau khi đọc tập truyện của Thanh Tịnh, thấy các nhân vật trong truyện chửi nhau hấp dẫn quá, đã nhờ Thanh Tịnh tìm dùm tài liệu để viết về nghệ thuật chửi tục của Việt Nam. Để tạ ơn Thanh Tịnh, ông này đã tặng nhà văn một chiếc máy chụp hình. Máy chụp hình ngày đó là cả một gia tài. Ngay cả các tu sĩ, bỏ ngoài khía cạnh sai trái của chửi tục, cũng đã nghiên cứu về tài chửi của dân Việt. Linh mục Trương Đình Hòe, vào cuối thập niên 60 của thế kỷ trước, đã trình cả luận án tiến sĩ tại một đại học ở Pháp, về đề tài chửi ở nước ta.

Chửi có bài bản là một…nghệ thuật. Nghệ thuật đó ngày nay hình như đã thất truyền. Nói cho đúng, trong thời buổi chớp nhoáng ngày nay, cái chi cũng phải lanh tay lẹ mắt, cái chửi của dân ta đã biến thành chửi tục. Rất gọn nhẹ và dứt khoát. Văng một tiếng chửi ra giống như một viên đạn bắn vào mặt kẻ đối diện. Những phát súng bắn mạnh và gọn. Thường thì chửi tục là nghề của các đấng nam nhi. Có những người trước mỗi câu mỗi chữ nói ra đều có chữ Đ.M. làm hướng dẫn viên. Không bắn ra được hai tiếng Đ.M. thì mồm miệng nhạt thếch. Chẳng hiểu sao mà ngay tại thủ đô Hà Nội, chuyện chửi tục lại vấy qua các cô nàng trẻ tuổi. Con gái Hà Nội ngày nay chửi như máy. Điều này tôi đã \tai nghe mắt thấy trong lần duy nhất trở về cố quận.

Trên *internet* tôi đọc được một bài của một thanh niên Việt từng du học bên Úc, nay đón một anh bạn người Úc qua thăm Hà Nội. Trong thời gian ở Úc, anh bạn Úc đã đòi anh bạn Việt Nam dạy những tiếng chửi tục của dân Việt để "lỡ mày có chửi tao thì tao còn biết". Anh viết: " *Trước khi hắn trở về Úc lại, tôi hỏi hắn là "mày có hài lòng về chuyến thăm thú Việt Nam này không". Hắn bảo công nhận Việt Nam nhiều cảnh đẹp, hoang sơ (ngoài Hà Nội hắn còn tự đi Sa Pa và Hạ Long), món ăn phong phú, đậm đà. Hắn ấn tượng nhất là món bún đậu, lần đầu tiên hắn ăn nhưng không hề thấy sợ mùi mắm tôm. Tôi lại hỏi tiếp "thế mày thấy con gái Việt Nam thế nào". Hắn bảo "Rất xinh và duyên dáng nhưng...", hắn hơi ngập ngừng một chút rồi bảo "nhưng nói tục kinh quá. Quả thực, trong tất cả những địa điểm tôi dẫn ông bạn Úc đi tham quan, ở đâu cũng thấy người ta văng tục. Từ sân bay, Bờ Hồ, quán cà phê, quán bún ốc, ...Đặc biệt có buổi tối ngồi trà đá ở phố Nhà Thờ, bên cạnh là một nhóm ba cô gái rất thanh tú nhưng khi trò chuyện thì ôi thôi, văng tục đến đấng nam nhi như tôi cũng phải đỏ mặt. Thế mà các em nói cứ hồn nhiên, bình thản như không, cái kiểu nói trôi chảy, đã quen miệng lắm rồi. Lúc đó tôi cứ nghĩ ông bạn Úc nghe chắc không hiểu gì nên kệ. Một lần khác đang đi qua đường, đèn dừng cho người đi bộ qua, có cô gái đi xe tay ga, mặc váy thướt tha xinh đẹp lắm nhưng vượt đèn đỏ, chút nữa đâm vào ông bạn tôi, đã không xin lỗi, cái miệng xinh đẹp của em còn tương luôn câu "Đ.M thằng Tây" rồi phóng thẳng".*

Ngày xưa, nơi chiến khu, nhà thơ gốc Hà Nội Quang Dũng, đã vất vả với câu thơ "*Đêm mơ Hà Nội dáng kiều thơm*". Ngày nay các cô kiều Hà thành không còn...thơm chút nào. Vì khi cái miệng đã không thơm thì còn có cái chi thơm được. Tội nghiệp nhà thơ. Và cũng phải cho tôi tội nghiệp tôi. Vì tôi cũng là con dân của đất ngàn năm văn vật!

11/2017

ĐIÊN

1.

Năm 1990, nhóm Việt Thường ở Montreal có xuất bản một cuốn thơ của Bùi Giáng gồm những bài chưa được phổ biến trước đây. Hình bìa là tranh chân dung Bùi Giáng do họa sĩ Đinh Cường vẽ, mang tên "Đôi Mắt Bùi Giáng". Nhìn vào đôi mắt như tóe lửa của chàng thi sĩ được nói tới nhiều nhất, tôi thấy rờn rợn. Tôi tìm hình chụp của Bùi Giáng và tóm được một tấm hình có đôi mắt dữ dội như trong tranh vẽ. Đôi mắt của người điên!

Nhưng Bùi Giáng có điên không? Trong bài "Thay Lời Tựa" của cuốn sách, nhóm Việt Thường có nhắc tới hai giai thoại về Bùi Giáng. Sau 1975, ông đi qua chợ vỉa hè bán phụ tùng xe đạp ở cuối đường Trương Minh Ký, nhào vào lấy một cái ghi-đông xe và bỏ đi. Bà bán hàng chạy theo la thất thanh nhờ thiên hạ bắt giùm "thằng ăn cắp". Ông nhẩn nha quay trả lại cái ghi-đông vào chỗ cũ và từ tốn phân bua: "Bà con coi! Mất cả nước không ai la, mất có cái ghi-đông xe mà la um sùm!". Một giai thoại khác. Ông đang đi trên đường, thấy một phụ nữ Nga, vội chạy tới bóp vú bà này. Bà la choi chói, ông lầm bầm với người chung quanh: "Tao chỉ muốn thử xem cặp vú của nó có thể nuôi hết con dân Việt Nam không?".

Hai hành động này có phải của người điên không? Điên chi mà khôn rứa! Hai giai thoại khác xảy ra trước năm 1975, do nhà văn Cung Tích Biền kể, lại làm chúng ta nghĩ ngợi. Vào đầu thập niên 60, Bùi Giáng dạy Việt văn tại một trường trung học ở tỉnh ly. Bữa giảng về Truyện Kiều, lúc nàng Kiều phải lưu lạc, ông òa khóc rồi nhảy qua cửa sổ của lớp, chạy thẳng ra bến xe, bắt xe đò về Sài Gòn. Báo hại học sinh ngồi chờ trong lớp, tưởng thầy sẽ quay lại vì sách vở, bao thuốc lá của thầy vẫn còn trên bàn. Được hỏi lý do, Bùi Giáng ngậm ngùi nói: "Làm sao mà trở lại nơi em Kiều đã một lần hy sinh cho cái trò nhân gian kỳ ảo chỗ liên tồn!".

Chuyện thứ hai cũng do nhà văn Cung Tích Biền, một người đồng hương với Bùi Giáng kể. Một lần Cung Tích Biền và Bùi Giáng đang đi long nhong gần nhà thờ Ba Chuông kiếm vài ly "quốc lủi" thì Bùi Giáng bỗng nói: "Cho ta về nhà chút đã!". Hỏi ra ông nói về cho heo gà ăn kẻo chúng chết đói. Hai người về nhà ở gần cổng xe lửa số 6. Cung Tích Biền thấy ngay trước hàng hiên có mấy con heo đất, mấy con vịt nhựa được đặt trong rọ hoặc úp trong rổ. Bên con heo đất hãy còn mấy cọng rau tươi, trong rổ gà vịt còn những hạt gạo vung vãi. Một người bà con tiết lộ: "Phải chăm sóc cẩn thận, ảnh về thấy heo gà không có thức ăn ảnh khóc!".

Bùi Giáng xuất hiện thường xuyên trên khu vực cầu Trương Minh Giảng. Nhà tôi ở Phú Nhuận, qua cầu hầu như hàng ngày, vậy mà chẳng bao giờ gặp Bùi Giáng. Thật khéo vô duyên. Phan Nhiên Hạo có duyên hơn tôi. Ông gặp Bùi thi sĩ rất thường: *"Ông là một nhân vật khá nổi đình đám ở khu vực cầu Trương Minh Giảng. Có những buổi chiều đông đặc xe cộ, tôi ngồi uống cà phê bên đường nhìn ông đứng làm cảnh sát giao thông nơi đầu cầu Trương Minh Giảng. Ông đội một chiếc quần lót đỏ chói trên đầu, áo quần te tua, tay cầm chiếc roi tre dài, xoay ngang xoay dọc chỉ đường cho xe cộ. Người ta đi qua, cố gắng tránh xa ngọn roi tre dài, nhưng không ai chú ý đến ông. Ông loay hoay như vậy giữa dòng xe cộ hàng giờ liền, rồi chán, bỏ đi".*

Bùi Giáng đã có lần viết:

Làm thơ hay nhất trần đời
Cái điên cũng đến tuyệt vời cuồng điên
Cái khùng cũng vậy tuy nhiên
Cái tài hoa cũng muộn phiền lắm thay.

Vậy điên hay tỉnh? Bùi Giáng quả có vào Dưỡng Trí Viện Biên Hòa. Tác giả Võ Đắc Danh cho biết: hồ sơ Dưỡng Trí Viện Biên Hòa ghi nhận Bùi Giáng nhập viện hai lần, lần thứ nhất vào năm 1969, lần thứ hai vào năm 1977. Trong bệnh án của ông có đoạn ghi như sau: "*Bệnh tái phát từ tháng 4/1969, có hôm thức suốt đêm để viết, nói huyên thuyên, chơi chữ, có khi la thất thanh, ý tưởng tự cao tự đại. Hay phát biểu ý kiến về những vấn đề chính trị, văn hoá trọng đại, có ý nghĩ bị người ta phá hoại sự nghiệp văn chương. Tháng 3/1969 bị cháy nhà và cháy tất cả sách vở quý báu nên đương sự bị bệnh mỗi ngày một nặng hơn...*"

Nhưng theo nghiên cứu của Lê Minh Quốc thì Bùi Giáng đã điên trước đó khá lâu, khi vợ ông sinh đứa con đầu lòng trong một ca sanh khó khiến cả hai mẹ con đều qua đời.

Nhà văn Cung Tích Biền cũng kể về những ngày Biên Hòa của Bùi Giáng: "*Khoảng đầu thập niên 70 người ta đưa ông vào nhà thương điên Biên Hòa chữa cái bệnh 'đứng ngã ba nhìn ra ngã bảy'. Từ nhà thương điên trở ra, bữa gặp nhau thấy ông rất tỉnh. Bèn hỏi một câu thường tình: "Nhà thương Biên Hòa trị cái tẩu hỏa hay nhỉ!". Ông trả lời tỉnh queo: "Chữa trị quái gì đâu. Chẳng là ở ngoài mình thấy mình điên số một, khi vô nhà thương điên mới hiểu ra mình là đồ bỏ, điên nhí, điên tiểu thủ công nghiệp; trong nhà thương điên nhiều cha điên thượng thừa, điên vĩ đại hơn mình nhiều. Do vậy mà mình tự động thôi điên*".

Còn chính đương sự có nghĩ mình điên hay không, Bùi Giáng trả lời: "*Nó điên? Vâng nhưng điên một cách vui vẻ. Bạ đâu gọi đó là mẫu thân bát ngát của con. Người ta bảo rằng nó không điên. Có kẻ bảo rằng nó giả vờ điên. Muốn biết nó điên hay không điên, hay giả vờ điên, thì trước hết phải đáp vào câu hỏi: Sao gọi là điên? Nhưng mà? Nhưng mà đó là một câu hỏi chưa hề có một lời giải đáp dưới gầm trời và suốt xưa nay vậy*".

Cái điên của Bùi Giáng, nếu có, thì là một cái điên có lý lịch không rõ ràng! Thượng Tọa Thích Nguyên Tạng, hiện định cư tại Melbourne, Úc, còn giữ được một bản tiểu sử của Bùi Giáng do chính đương sự ghi trong sổ tay của Thượng Tọa vào ngày 10/11/1993. Bùi Giáng đã kê ra từng năm trong cuộc đời của ông, khởi sự vào năm 1926, với hàng chữ: *"được bà mẹ đẻ ra đời"*. Khi ghi năm 1969, Bùi Giáng viết: *"Bắt đầu điên rực rỡ"*. Thời kỳ 1971 – 75 – 93, Bùi Giáng trộn chung với nhau, có một câu ghi: *"Điên rồ lừng lẫy chết đi sống lại vẻ vang"*. Tôi nhận thấy trong bản lý lịch do chính đương sự ghi, có một vài điều vui vui. Năm 1942, ông ghi: *"Trở ra Huế vì nhớ nhung gái Huế"*. Mục năm 1970 có ghi: *"Gái Châu Đốc thương yêu và gái Long Xuyên yêu dấu. Gái Chợ Lớn khiến bị bịnh lậu"*. Cùng thời gian này ông còn ghi: *"Bình sinh mộng tưởng vấp phải niềm thương yêu của Kim Cương Nương Tử, Hà Thanh cô nương và Mẫu Thân Phùng Khánh (tức Trí Hải Ni Cô)"*.

Câu hỏi vẫn còn đó: Bùi Giáng có điên không? Tôi nghĩ Bùi Giáng không thuộc trần gian này, ông đứng đâu đó giữa những tầng mây. Vậy nên chữ "điên" của trần gian không mảy may dính được vào với ông. Nhà văn Mai Thảo, trong bài viết "Một Vài Kỷ Niệm Với Bùi Giáng", đăng trên báo Văn, số tháng 8 năm 1984, đã luận như sau: *"Bùi Giáng đã đem lại cho cuộc đời biết bao nhiêu châu ngọc. Bằng tài thơ trác tuyệt. Bằng cõi ngôn ngữ ảo diệu, không tiền khoáng hậu. Có ông, thi ca mới đích thực có biển có trời. Từ ấy, thi ca mới không cùng không tận. Đọc lại Mưa Nguồn, đọc lại Ngàn Thu Rớt Hột, Bài Ca Quần Đảo, tôi còn muốn bật cười với thơ Bùi Giáng. Vui thôi mà. Đúng vậy, vui thôi, có gì khác đâu. Mất Bùi Giáng, thơ ta lại trở về với những hữu hạn đời đời của thơ. Nhiều người bảo ông chỉ là một thằng điên. Tôi chỉ muốn nghĩ thầm cho tôi là nếu có thêm được ít người điên như Bùi Giáng, thi ca ta, văn học ta còn được lạ lùng, được kỳ ảo biết bao nhiêu".*

Tôi điên là bởi tôi điên
Cầm tay cô hỏi cho phiền lòng nhau
Tôi điên từ trước đến sau
Từ vô lượng kiếp yêu đào hây hây
Trở cơn tuế nguyệt chầy chầy
Cầm tay nhau ngắm từ ngày sang đêm

Người nữ là cái nghiệp của Bùi Giáng. Ông yêu là yêu, không cần biết có được yêu lại không. Cái sướng của người mê mê tỉnh tỉnh là vậy. Người nữ xuất hiện nhiều trong thơ của ông là nữ nghệ sĩ Kim Cương.

Tôi vẫn tưởng ông mê kỳ nữ một cách khơi khơi, nhưng "mối tình" này lại có đầu có đuôi hẳn hoi. Lúc Kim Cương chỉ mới 19 tuổi, đang theo đoàn cải lương của bà Bảy Nam, cô có tới dự đám cưới của cặp Hạnh-Thùy. Sau đám cưới, cô Thùy nói với Kim Cương: "Có một ông giáo sư Đại Học Văn Khoa, đi học ở Đức về, ái mộ chị lắm, muốn đến nhà thăm chị". Kim Cương trả lời ngay: "Ừ, thì mời ông tới". Ông giáo sư đó là Bùi Giáng, lúc đó áo quần rất tươm tất nhưng đi xe đạp. Một lần, ông mời Kim Cương ngồi lên xe đạp ông chở đi chơi và bất thần cầu hôn. Kim Cương thấy ông có những biểu hiện kỳ kỳ nên rất sợ. Theo đuổi mãi không xong, Bùi Giáng thở dài nói: "Thôi, chắc cô không ưng tôi vì tôi lớn tuổi hơn cô. Vậy, xin cô hứa với tôi là sẽ ưng thằng cháu tôi nhé. Nó trẻ, lại đẹp trai, học giỏi". Kim Cương ngần ngừ trả lời: "Thưa anh, chuyện tình cảm đâu có nói trước được. Tôi không dám hứa hẹn gì đâu, để chừng nào hãy tính". Ý cô muốn hoãn binh nhưng Bùi Giáng đã vội dắt thằng cháu tới. Thằng nhỏ mới 8 tuổi!

Trong suốt những năm sau này, bóng hình Kim Cương không bao giờ phai nhạt trong cuộc đời Bùi Giáng. Trong cuộc sống lang bạt khắp phố phường Sài Gòn, nơi Bùi Giáng "nghỉ chân" thường là trước cửa nhà của Kim Cương. Nơi này như là cõi về an bình của Bùi Giáng mê mê tỉnh tỉnh. Kim Cương đã chịu đựng Bùi Giáng vì cảm kích mối tình đơn phương mà chàng trung niên thi sĩ ăn bờ ở bụi dành cho cô.

Kính thưa công chúa Kim Cương,
Trẫm từ vô tận ven đường ngồi đây.
Tờ thư rất mực mỏng dày,
Làm sao định nghĩa đêm ngày yêu nhau?

Nói về mối tình Bùi Giáng dành cho cô, Kim Cương thổ lộ: *"Đúng hơn đó là mối tình thơ, như một thi sĩ cần một nàng thơ, mà nàng thơ thì bao giờ cũng nên là một hình ảnh không chạm tới được. Thi hứng được nuôi sống bằng tình yêu bị bỏ đói là vậy. Bùi Giáng là một thiên tài, nhưng ngô nghê say say tỉnh tỉnh. Nói là yêu thì bảo sao yêu được ông nhà thơ liêu xiêu, mình treo trái cây tòng teng. Hôm nào vui thì làm thơ tặng, tôi còn giữ cả chục bài, hôm thì ổng qua ổng... chọi đá. Thơ thì tôi cất giữ, người thơ tôi trân quý. Ngày ổng mất tôi chỉ biết cám ơn anh đã là một thi sĩ thiên tài, và đã cho tôi một mối tình đơn phương chung thủy suốt bốn chục năm trời".*

Mối tình thơ tưởng là trong sáng nhưng Bùi Giáng không

phải là người nhà trời. Ông là một nam nhi, có những mơ ước trần tục của một người đàn ông. Nhà thơ Phan Nhiên Hạo kể: *"Một lần đang ngồi ăn cơm của một bà bán cơm gánh trước cổng trường, ông đến ngồi cạnh tôi. Bà bán hàng thấy ông, có vẻ rất ngán ngẩm nhưng không đuổi ngay. Ông cũng chẳng kêu cơm nước gì. Ông dùng ngón trỏ và ngón giữa móc vào nhau tạo thành một dấu hiệu tục tĩu mà trẻ con hay làm. Tay kia cầm một quả chanh, không biết kiếm đâu ra. Ông cố nhét quả chanh vào giữa cái hình ô-van tạo nên bởi hai ngón tay, miệng lầm bầm: "Đây là con c. nhét vô cái l. Kim Cương. Con c. to quá nhét vô không được". Ông nói tiếng Quảng Nam, phát âm tiếng c. nghe như "kẹt". Tôi cố nín cười mà không được. Ông vẫn tỉnh bơ lặp đi lặp lại trò chơi quả chanh to và cái khe nhỏ đó cho đến khi bị bà bán cơm quát đuổi. Rồi ông nói ông mong được Kim Cương đái lên mồ ông. Ông còn nói một vài câu nữa về Kim Cương, toàn những câu rất tục, có vẻ ông bị ám ảnh ngày đêm bởi khao khát tình dục với người đàn bà này".*

Người đàn bà thứ hai mà Bùi Giáng tôn thờ là một tu sĩ: ni sư Trí Hải. Bà sanh năm 1938 và mất năm 2003. Tên tục của bà là Công Tằng Tôn Nữ Phùng Khánh. Phùng Khánh là con của ông Nguyễn Phước Ưng Thiều. Cụ Thiều là cháu nội của Tuy Lý Vương Nguyễn Phước Miên Trinh. Bà Phùng Khánh là một trong những giảng viên đầu tiên giảng dậy tại Thiền Viện Vạn Hạnh và Trường Cao Cấp Phật Học Việt Nam đồng thời là Phó Viện Trưởng Viện Nghiên Cứu Phật Học Việt Nam. Bà đã dịch 41 tác phẩm về Phật học và văn học.

Bùi Giáng tôn sùng ni sư Trí Hải và gọi bà là "mẫu thân".

Con về giữ áo đười ươi
Nực cười Trí Hải ngậm ngùi mẫu thân
Đẻ con một trận vô ngần
Mẹ còn đẻ nữa một lần nữa thôi
Mẫu thân Phùng Khánh tuyệt vời
Chiều xuân thơ mộng dưới trời bước đi.

Tại sao lại là "mẫu thân" trong khi ni sư Trí Hải còn thua ông tới 12 tuổi. Chuyện "đười ươi" đâu cần luận lý. Có lần chính Bùi Giáng lý luận: *"Phùng Khánh Mẫu Thân là mẹ Việt Nam, tôi là con dân Việt Nam. Vậy thì tất nhiên Phùng Khánh là mẹ của tôi vậy. Nếu tôi không nhận Phùng Khánh là mẹ, thì chẳng ra tôi là người Lào? Hoặc là người Cao Miên? Hoặc con dân Âu Mỹ ư? Huống nữa là: Phùng Khánh là bà mẹ loài người. Vậy Phùng Khánh là mẹ của tôi. Nếu tôi không phải là con của Phùng Khánh, thì chẳng ra tôi chẳng phải con người? Chẳng ra tôi là con vật".*

Cái "tam đoạn luận" của Bùi Giáng khá chặt chẽ, ai tin được thi tin. Tin hay không tin, có lẽ Bùi Giáng cũng chẳng cần biết. Ông chỉ chơi với châu chấu, chuồn chuồn!

Nói vậy cũng chưa theo được bước chân của Bùi Giáng. Ông còn chơi với Marilyn Monroe và Brigitte Bardot. Hai cô ngồn ngộn này thuộc loại đào văm. Thi sĩ của chúng ta chắc cũng mết thân hình bốc lửa cùng những nét rất *sexy* của hai cô minh tinh bên trời Tây này. Đàn bà hình như là nỗi ám ảnh khôn nguôi của Bùi Giáng. Từ khi vợ ông mất.

Thấy một Bùi Giáng đầu đường xó chợ với đủ thứ lỉnh

kỉnh trên người, ít ai nghĩ ông cũng đã từng có vợ như mọi người. Có rất sớm. Ông lập gia đình vào năm 1945, khi mới có 19 tuổi! Tác giả Vũ Đức Sao Biển đã về tận quê ông, thăm nhà thờ tộc họ Bùi để "khẳng định một điều mới mẻ: nhà thơ Bùi Giáng đã có vợ". Người chăm lo hương khói cho Bùi tộc hiện nay cho biết: *"Chị Bùi Giáng về làm dâu nhà ông bà bác tôi (cụ Bùi Thuyên và bà Huỳnh Thị Kiền – cha mẹ ông Bùi Giáng) năm 18 tuổi. Chị là người Duy Xuyên, đẹp lắm, tóc dài da trắng cái chi cũng đẹp. Tên thật của chị là Vạn Ninh".* Ông Bùi Luân, em ruột của Bùi Giáng, mô tả: "*Phải nhận là chị xinh đẹp, cởi mở, vui tính, hồn nhiên... Gương mặt chị, hình ảnh chị đã nổi bật, sáng ngời mãi trong ký ức tôi. Duy có điều bất cứ ai, dù không biết gì nhiều về tướng số, gặp chị là cũng nhận ra ngay: chị không thể ở lâu với chúng ta trên cõi đời này, dù cõi đời vốn đã ngắn ngủi. Lấy chồng được ba năm, chị đã đột ngột lìa đời lúc mới ngoài hai mươi tuổi... Chị trút hơi thở một cách bình thản*". Bà Vạn Ninh mất vào năm 1948, chỉ ba năm sau ngày lập gia đình. Khi bà lâm chung, Bùi Giáng không có mặt tại nhà. Ông Bùi Luân cho biết tiếp: "*Phút lâm chung, chị không thấy mặt chồng... Tôi chỉ biết là anh có mặt vào phút chót của buổi tiễn đưa chị về nơi an nghỉ cuối cùng – anh đứng bên cạnh chiếc quan tài với vành khăn trắng trên đầu*". Bùi Giáng rất yêu vợ nhưng vẫn thích bỏ nhà đi chơi. Thơ cho vợ của ông rất tình: *Mình ơi, tôi gọi bằng nhà / Nhà ơi, tôi gọi mình là nhà tôi.* Ông quay quắt nhớ cô vợ trẻ tới nỗi ít khi dám về lại cố quận. Nhưng bóng hình "con mọi nhỏ" vẫn chẳng bao giờ buông tha ông. Người Duy Xuyên có lệ thương yêu ai thì gọi là "con mọi", "thằng mọi". *Trung niên thi sĩ uống trà / Thưa em mọi nhỏ, em đà uống chưa?*

2.

Bùi Giáng trước hết và trên hết là một nhà thơ. Thơ ông không trau chuốt mà hồn nhiên như cuộc sống của ông. Một lối thơ rất… Bùi Giáng:

Xin chào nhau giữa bàn tay
Có năm ngón nhỏ phơi bày bóng con
Thưa rằng những ngón thon thon
Chào nhau một bận sẽ còn nhớ nhau

Ông vung vãi thơ. Viết chữ là ra thơ, bất cứ ở đâu, bất cứ lúc nào. Thơ ông viết trên mọi thứ ông có trên tay, nhiều nhất là trên mặt sau giấy bạc gói bao thuốc lá. Theo Mai Thảo kể lại thì vào năm 1962 hay 1965, ông không nhớ chắc, nhà xuất bản An Tiêm của thầy Thanh Tuệ in thơ và văn của Bùi Giáng mệt nghỉ, không còn in sách của các tác giả khác được nữa. *"Tôi chỉ kể tới Bùi Giáng, bởi suốt thời kỳ đó, có thể nói, thầy Thanh Tuệ vì một tấm lòng liên tài đặc biệt, chỉ mê thích thơ văn Bùi Giáng, chỉ in Bùi Giáng, dành trọn phương tiện cho ưu tiên xuất bản Bùi Giáng trước mọi tác giả khác. Và giai đoạn có thể đặt tên là giai đoạn Bùi Giáng này, An Tiêm đã in đêm in ngày, in mệt nghỉ, vì những năm tháng đó chính là những năm tháng đánh dấu cho thời kỳ sáng tác kỳ diệu sung mãn nhất của Bùi Giáng, cõi văn cõi thơ Bùi Giáng bấy giờ ào ạt vỡ bờ, bát ngát trường giang, mênh mông châu thổ, Bùi Giáng bấy giờ mỗi tuần viết cả ngàn trang khiến chúng tôi bàng hoàng khiếp đảm, ngôn ngữ và tư duy của Bùi Giáng bấy giờ hiển lộng tới không bến không bờ, vô cùng vô tận, và tài năng ông cũng vậy"*. Sao Bùi Giáng có thể viết nhiều như vậy trong khi thấy ông rong chơi tối ngày, ông chỉ nói: *"Vui thôi mà!"*.

Cho tới khi Mai Thảo làm số Văn đặc biệt về Bùi Giáng, muốn có thơ của ông nhưng chưa biết kiếm ông ở đâu thì bất ngờ ông ghé tòa soạn. Mai Thảo kể lại: *"Ông ấy chỉ còn là da bọc xương trong quần áo thùng thình, mái tóc dài đạo sĩ, cái túi vải còn thêm cây gậy. Kéo ông ra trước báo quán chụp chung một tấm hình làm kỷ niệm rồi tôi hỏi xin ông những bài thơ mới nhất. Ông gật. Tưởng lấy ở túi vải ra. Hoặc nói về lấy, hoặc nói hôm sau. Tất cả đều không đúng. Ông hỏi mượn một cây bút, xin một xấp giấy, một chai bia lớn nữa, đoạn ngồi xuống, và trước sự kinh ngạc cực điểm của chúng tôi, bắt đầu tại chỗ làm thơ. Ông không chép lại thơ đã làm. Ông làm thơ tại chỗ. Lần đầu tiên tôi thấy Bùi Giáng viết, thoăn thoắt, vùn vụt, nhanh không thể tả. Như thơ không thể từ đầu, từ tim chảy xuống, xa quá, lâu quá, mà ngay từ đầu ngọn bút từ đầu ngón tay thôi. Làm thơ ứng khẩu, làm thơ tại chỗ, nhiều người cũng làm được nhưng là thơ thù tạc và chỉ dăm bảy câu và một bài thôi. Bùi Giáng khác. Chai bia còn sủi bọt, ông ngồi viết không ngừng, tự dạng nắn nót chỉnh đốn, thấy bài nào cũng khác lạ, cũng thật hay, cũng đích thực là từng hạt ngọc của cái thơ thượng thừa Bùi Giáng. Lần đó, tôi đã hiểu tại sao Bùi Giáng cứ cánh bướm rong chơi, cứ phiêu bồng lãng du mà vẫn có ngay nghìn câu một buổi. Đúng là ngủ ra thơ, thở ra thơ, uống la-de, hút thuốc lá ra thơ. Mà thơ không ai sánh bằng, thơ không ai đuổi kịp.*

Ông uống cạn chai la-de, lập lại ba tiếng bất hủ "Vui thôi mà" rồi đứng lên từ biệt".

Bùi Giáng không làm thơ. Thơ chảy ra từ máu trong người ông. Giáo sư Huỳnh Như Phương tiết lộ thêm về bệnh án của Bùi Giáng: *"Theo lời kể của gia đình, bệnh án Bùi Giáng có ghi ông mắc bệnh "tâm thần phân liệt dạng sáng tạo chữ". "Máu cuồng và hồn điên", phải chăng là một tố chất nghệ sĩ? Điên là cách thoát khỏi thế giới thực tại để đi vào trong một thế giới huyễn ảo của tâm hồn. Nói cách khác, điên là lìa xa thế giới của người, ẩn sâu vào thế giới của mình, không còn bị gò bó, vướng bận...Điên như Bùi Giáng có hai cái lợi. Một mặt, ông không tùy thuộc vào đời sống vật chất, không theo những quy ước thông thường của con người xã hội. Mặt khác, ông có thể phóng mình vào thi giới của mình, một thi giới mang ít nhiều ảnh tượng của hiện thực nhưng lại do chính ông tái tạo và chế biến. Có thể nói ông là đấng toàn năng, là hoàng đế trong thế giới của riêng ông".*

Người khác nhìn vào cách làm thơ của Bùi Giáng như vậy. Còn chính ông thì sao? Một đồng hương của ông có lần hỏi: "Thầy thường làm thơ như thế nào?" Ông mỉm cười: *"Qua làm thơ cũng giống như em là kỹ sư mà làm toán lớp ba rứa thôi"*. Trong một dịp khác, ông tự tình: *"Thơ tôi làm (...) trong mấy cuốn thơ của tôi chỉ là một cách dìu ba đào về chân trời khác. Đi vào giữa trung tâm bão dông một lúc thì lập thời xô ngôn ngữ thoát ra, phá vòng vây áp bức. Tôi gạ gẫm với châu chấu, chuồn chuồn, đem phó thác thảm hoạ trần gian cho chuồn chuồn mang trên hai cách tay mỏng bay đi. Bay về Tử Trúc Lâm, bay về Sương Hy Lạp, ghé Calvaire viếng thăm một vong hồn bát ngát, rồi quay trở về đồng rộng, làm mục tử chăn trâu. Làm mục tử không xong bỏ trâu bò chạy lạc, phá phách mùa màng, khoai sắn, thì tôi chạy về bẩm báo với ni cô cho phép con chuồn chuồn của tôi cư lưu một phút giây trong linh hồn bao dung phương trượng. Ni cô xua đuổi tôi thì tôi ra bờ sông nằm ngủ khóc một mình thơ dại giữa chiêm bao. Trong chiêm bao thơ về lãng đãng thì từ đó vần bất tuyệt cũng lãng đãng chiêm bao..."*

Không chỉ sáng tác thơ, Bùi Giáng lấn sân vào nhiều lãnh vực khác. Ông đã có 25 tập thơ, 26 cuốn sách nghiên cứu triết học và phê bình văn học, 16 dịch phẩm. Nhưng điều tôi mới biết khi tìm hiểu về Bùi Giáng là ông cũng đã cầm cọ. Tranh của ông rất lạ với những đường nét phóng túng, phóng túng như những câu thơ đột phá của ông. Một bức tranh của ông, bức "Gửi Đêm", đã từng được bán đấu giá tới 27 ngàn đô Mỹ. Trong bài viết "Sự Thật Về Những Bức Tranh Của Bùi Giáng" của nhà văn Nguyễn Hữu Hồng Minh đăng trên tạp chí "Một Thế Giới", số ngày 8/8/2017, ông viết: *"Theo lời kể của tộc Bùi ở Vĩnh Trinh, Duy Xuyên - Quảng Nam, cụ thể là ông Bùi Vịnh, một bào đệ thì: "Năm 1950, Bùi Giáng đỗ tú tài II ban văn chương. Năm 1952 vào Sài Gòn dạy học, viết sách và vẽ tranh". Và một người thầy của Bùi Giáng là giáo sư Vũ Ký khi gặp lại ở Sài Gòn thời gian trên thì: "Bùi Giáng đã nghỉ dạy học tư để cầm cọ bôi mực loay hoay vẽ tranh trong căn nhà lụp xụp ở hẻm Trương Minh Giảng".*

Họa sĩ Đinh Cường, trong bài "Bùi Giáng – Đi Về Với

Gió Du Côn" cũng xác tín: *"Anh (Bùi Giáng) đã ở qua rất nhiều nơi, những năm 1960, đường Phan Thanh Giản, nhà cháy, về đường Trương Tấn Bửu, có lúc ở trong Đại học Vạn Hạnh. Thời kỳ này anh vẽ nhiều tranh bột màu trên giấy, có khi là bút chì sáp, nhiều nhất là bút bi. Đã triển lãm tranh bột màu lần duy nhất tại nhà sách Albert Portail".*

Thi sĩ thường nghèo. Thi sĩ họ Bùi chắc phải nghèo tới ngặt. Nghèo nhưng ngông. Có những lúc ông thuê xích lô chạy lòng vòng. Mấy ông xích lô rất khoái chở ông thi sĩ đường phố này vì ông cho ăn nhậu no say. Tác giả Nguyễn Tấn Cử viết: *" Nghe mấy anh xích lô này kể, mỗi lần chở Trung niên thi sĩ là vui nhất trên đời vì ông luôn luôn cho ăn nhậu no say. Không biết tiền ở đâu ông luôn cho anh em rất hậu, mỗi lần chở "bệ hạ" là có thể sống được ba bốn ngày. Nói "bệ hạ" vì Bùi Giáng có một lối xưng hô rất ư là phiêu bồng cà rỡn hảo hán Lương Sơn Bạc: "Cho Trẫm về Chợ Lớn đi Đại ca". Chỉ cần nghe như vậy, đại ca xích lô đã sướng rân lên cười toe và cung kính hạ càng: "Dạ xin mời Bệ hạ an tọa, Đại ca xin hầu ngài". Với nụ cười an nhiên vi tiếu, Bùi đại vương nhảy tót lên xe một cách điệu nghệ, hai thầy trò bắt đầu cuộc: Sài Gòn Chợ Lớn rong chơi / Đi lên đi xuống đã đời du côn".*

Tiền bạc đâu mà anh thi sĩ ngông nghênh này chi bạo như vậy? Một "đại ca" xích lô cho biết có lần ông bảo dừng lại trước một biệt thự kín cổng cao tường, chó sủa ầm ỹ. Ông ra lệnh cho xe đậu sát vào nơi có nút chuông. Ông bấm. Một người chạy ra, reo vang: "Trời ơi, anh Dzoáng, ngọn gió nào đưa anh tới đây vậy?". "Trẫm" vẫn an vị trên xe, hách dịch nói: "Thì đi rong chơi, mi có buồn không nếu tao vay mi ít tiền?". Chủ nhân căn biệt thự vội quay vào mang ra một bao thư màu xanh. Thi sĩ nhét phong bì vào lưng quần: "Ta viết cho mi một bài thơ hí?". Bùi thi sĩ phóng bút ngay trên chiếc phong bì: "Đây ta tặng!". Rồi ra lệnh cho xích lô đi. Câu chuyện do tác giả Nguyễn Tấn Cử viết lại.

Có lúc ông tiêu hoang như vậy nhưng cũng có lúc Bùi Giáng rất chi ly tiền bạc. Tác giả Phạm Chu Sa viết: *"Tôi mời ông uống cà phê, ông hỏi: "Cà phê sữa bao nhiêu, mi?". Tôi bảo hai đồng. Ông nói: "Tau không uống cà phê. Tau uống nước trà, mi cho tau hai đồng rứa, hỉ?". Tôi gọi cà phê và đưa ông mấy đồng. Bùi Giáng cười hề hề bảo uống cà phê mà lại có tiền thì tau tới tìm chú mi hoài. Té ra ông già tỉnh như sáo chứ có điên gì đâu! Thật ra bấy giờ Bùi Giáng mới 50 tuổi nhưng với râu tóc bù xù điểm bạc, lại ăn mặc xốc xếch nên trông như một ông già".*

Thơ là tiền tệ của Bùi Giáng. Ông tính tiền bằng thơ. Thơ thì lúc nào ông chẳng có sẵn. Cứ như ông là cái máy tự in tiền. Nhà văn Từ Kế Tường kể chuyện đánh xì phé với Bùi Giáng trước năm 1975, khi ông còn điên nhẹ. *"Nhà của hai vợ chồng họa sĩ Hồ Thành Đức – Bé Ký ở trong con hẻm 220 đường Trương Minh Giảng, bên hông Đại học Vạn Hạnh. Con hẻm này khá dài, khá rộng chạy cặp bờ sông bên kia cầu Trương Minh Giảng. Lâu lâu hai vợ chồng Hồ Thành Đức rủ bạn bè tới đánh xì phé. Hội xì phé này gồm có: Cung Tích Biền, Huy Tưởng, tôi, Nguyễn Hữu Hiệu (Thích Chơn Pháp), Bùi Giáng và dĩ nhiên có cả chủ nhà là hai vợ chồng Hồ Thành Đức – Bé Ký. Trong hội xì phé lãng tử này Cung*

Tích Biền, Huy Tưởng, tôi được xếp hàng cao thủ 12 túi. Nguyễn Hữu Hiệu, Bùi Giáng và Hồ Thành Đức – Bé Ký là... "thầy cúng", nghĩa là mang tiền ra "cúng" cho chúng tôi thôi vì họ đánh quá dở. Nguyễn Hữu Hiệu (em của nhà thơ Viên Linh) là nhà thơ, nhà phê bình, tức Đại đức Thích Chơn Pháp, tu và mặc áo tu đàng hoàng, đi đánh phé tiền kẹp trong cuốn kinh Phật, thua bao nhiêu rút tiền ra bấy nhiêu, tiền mới cáu mới ghê. Còn Bùi Giáng đâu có nhiều tiền, chủ yếu chơi cho vui, cho đủ tay là chính. Hết tiền, anh Sáu Giáng mượn búa xua, mượn rồi... không nhớ, mà có nhớ cũng không trả, cười trừ buông một câu: Bọn mi ăn gian, đánh lận, gạt tau hết tiền. Vậy là huề. Anh Sáu Giáng thua xiểng liểng, hết cửa mượn bèn nằm dài ra sàn nhà nghỉ xả hơi chờ cao thủ nào vừa gom tiền thì bật dậy mượn: Mi cho tau mượn để tau gỡ chứ, có tiền tau sẽ chuyển bại thành thắng, trả cả vốn lẫn lời hay tau trả bằng... thơ cũng được. Và thơ anh Sáu Giáng trả nợ thua xì phé chính là bài này, mang đầy khí chất tếu táo của Bùi Giáng, đồng thời cũng giải thích vì sao Bùi Giáng có nhiều biệt danh như Bùi Giàng Búi, Giáng Bùi Giàng, Sáu Giáng.

"Ủa, phải anh Sáu Giáng đó không?
Và cô có phải cô Bông năm nào
Anh còn nhớ rõ, ôi chao
Vợ chồng tôi cũng lúc nào nhớ anh
Anh điên mà dzui dzẻ thập thành
Còn chúng tôi tỉnh mà đành buồn thiu!".

Bùi Giáng mê Truyện Kiều và thơ Huy Cận. Ông không có dịp gặp Nguyễn Du nhưng có gặp Huy Cận. La Toàn Vinh kể chuyện Bùi Giáng sau 1975, khi ông đi tới đi lui trước cửa trường Cao Đẳng Mỹ Thuật trong lúc Huy Cận nói chuyện ở bên trong. Ông đứng trước cửa trường chửi đổng: “Mẹ mày Huy Cận, mẹ mày Huy Cận”. Sinh viên báo cho ban Giám Hiệu biết nhưng tất cả đều im lặng.

Một lần khác, khi vào Nam, Huy Cận cho người đi tìm Bùi Giáng để thăm hỏi. Lúc đó Bùi Giáng đang “hành hiệp” trên đường phố, biết đâu tìm. Nhân viên của ông Thứ Trưởng Huy Cận phải nhờ tới họa sĩ Hồ Thành Đức. Đức khuyên Bùi Giáng nên ăn mặc đàng hoàng sạch sẽ nhưng Bùi Giáng coi như pha, mặc nguyên quần áo hôi hám rách rưới, quần xà lỏn, thắt cà vạt, lon hũ tùm lum trên người. Huy Cận ra tận cửa đón khách, chuyện trò thân mật và kêu Bùi Giáng là “tiên sinh”. Khi Huy Cận hỏi có cần ông giúp đỡ chi không, Bùi Giáng trả lời: “Ông Thứ Trưởng viết giúp cho mấy chữ để tôi trình công an chớ họ gặp là đánh tôi bầm mình bầm mẩy”. Huy Cận viết vào tờ giấy: *“Nhà thơ Bùi Giáng, bạn tôi, ông ta có tính hay đi lang thang, các anh em công lực thông cảm giúp đỡ”*. Hồ Thành Đức bảo Bùi Giáng đưa đi làm *photocopy* để cất bản chính nhưng ông không chịu. Kết quả, tuy có “bùa” nhưng ông vẫn bị công an đánh te tua. Được hỏi sao không đưa giấy ra, Bùi thi sĩ nói: “Tao chưa kịp lấy giấy ra thì nó đã đánh rồi!”.

Mê thơ Huy Cận không có nghĩa là bạn của ông Thứ Trưởng. Tình bạn giữa Bùi Giáng và Trịnh Công Sơn chắc mặn mà hơn. Bùi Giáng đã từng châm chọc nhạc sĩ họ Trịnh: *Công Sơn Trịnh trọng phiêu bồng / Thưa rằng thơ nhạc có ngần ấy thôi.* Chưa hết, ông còn có thơ:

Anh Sơn vô tận bấy chầy
Tôi từ lẽo đẽo tháng ngày trải qua
Niềm thống khổ đứt ruột rà
Còn chăng? Chỉ một ấy là chi chi.

Khi Bùi Giáng qua đời, Trịnh Công Sơn đã ghi vào sổ tang:

Bùi Giang Bàng Giúi Bùi Giáng
Ô hay trăm ngõ bàng hoàng lỗ không
Lỗ không trời đất ngỡ ngàng
Nhớ thương vô cùng là từ
Là từ vô tận ứ ừ viển vông

Bùi Giáng đi rong chơi qua thế giới khác vào lúc 2 giờ chiều ngày 7 tháng 10 năm 1998 sau một cơn tai biến mạch máu não. Nhà văn Nguyễn Viện, lúc đó là ký giả của báo Thanh Niên, đã vào thăm ông trong bệnh viện Chợ Rẫy. Ông ghi lại những giây phút chót của Bùi Giáng trong bài "Nhìn Thấy Bùi Giáng Lần Cuối": *"Lúc đó, tôi đang làm ở báo Thanh Niên. Sếp tôi, tổng thư ký tòa soạn Nguyễn Khắc Nhượng, bảo ông Bùi Giáng đang nằm cấp cứu trong bệnh viện Chợ Rẫy, ông vào xem thế nào. Tôi vào, cùng với một phóng viên ảnh. Lẽ ra, không một ai được phép vào gặp ông ấy trong thời điểm đó, nhưng nể tôi là nhà báo, bác sĩ trưởng khoa cấp cứu Tề Văn Tiếng đã đồng ý cho chúng tôi vào. Ở Sài Gòn, không mấy ai (trong giới văn nghệ) lại đã không từng gặp Bùi Giáng. Bình thường ông ăn mặc kiểu "Cái bang", múa may ngoài đường, bất cứ ai có vài đồng lẻ cũng có thể mời ông uống một ly cà phê, nói dăm ba câu, hoặc được ông tặng vài câu thơ viết trên một tờ giấy vụn.*

Bảo ông điên cũng được, bảo tỉnh cũng không sai.Cái con người rất "bụi" ấy, giờ đây, trước mắt tôi, đang nằm trên chiếc giường sắt của bệnh viện, chuẩn bị giải phẫu. Toàn bộ thân thể ông đã được cạo trắng, sạch sẽ. Trần truồng. Được đắp trên người tấm drap trắng. Trông ông nhỏ bé và thơ dại, khuôn mặt hóm hém. Phóng viên ảnh nháy máy. Bác sĩ Châu, người phụ trách mổ cho Bùi Giáng, nói với tôi không hy vọng lắm, nhưng sẽ cố gắng. Bác sĩ Châu cũng cho tôi biết, ngoài gia đình nhà thơ, người đầu tiên và có lẽ cũng là người cuối cùng đến với Bùi Giáng trong bệnh viện là nghệ sĩ "mẫu thân" Kim Cương".

Vẫn theo nhà văn Nguyễn Viện thì một số văn nghệ sĩ đã vận động để mai táng thi sĩ họ Bùi tại nghĩa trang thành phố. Thành Ủy đã chấp thuận nhưng gia đình đã từ chối. Ông vốn sống là nhân dân, chết vẫn là nhân dân nên gia đình muốn ông an nghỉ ở nghĩa trang nhân dân Gò Dưa.

Nhà báo Nguyễn Viện cũng cho biết: có nhiều người đã tranh nhau đọc diễn văn trong tang lễ của ông. Tôi thử tưởng tượng Bùi Giáng nghe được chuyện này, ông sẽ nói sao? Chắc ông sẽ nhắc lại câu nói thường ngày của ông: "Vui thôi mà!".

1/2018

ĐỘNG

"Động phòng hoa chúc dạ / Khoa bảng quải danh thì". Hai câu nho đặc trên đại khái nói về hai cái sướng trong đời người. Đó là thi đỗ và đêm động phòng. Các cụ ngày xưa rất giữ kẽ, chuộng tinh thần hơn vật chất, nên đã phân loại đàng hoàng: đại đăng khoa và tiểu đăng khoa. Anh "khoa bảng" vẫn trên chân anh "động phòng"! Ngày nay khác chăng? Nhiều ông bạn tôi đã hưởng đủ hai thứ khoái này. Bèn hỏi cho ra lẽ. Vừa mở miệng đã bị mắng. Sướng chứ sao không! Vậy mà cũng hỏi! Lần khân hỏi thêm. Vậy thứ nào sướng hơn? Này, ngu vừa thôi chứ, sướng là sướng!

Mấy ông bạn tôi thuộc loại mê đắm nên không phân biệt được hơn thua. Thực ra so sánh quái gì được, một cái thuộc về tinh thần, một cái thuộc về vật chất, mỗi thứ sướng khác nhau. Nhưng ông nhà thơ Nguyễn Bính lại buộc hai thứ với nhau. *Tôi hằng khuyên sớm khuyên trưa / Anh chưa thi đỗ thì chưa động phòng.* Ông nhạc sĩ Văn Phụng phổ nhạc bài thơ "Trăng Sáng Vườn Chè" này thành ca khúc cho các cô ca sĩ tha hồ đặt điều kiện chuyện nọ cho chuyện kia. Thời bài hát này mới ra đời, cô ca sĩ Ánh Tuyết lả lơi hát ăn khách hết biết. Khán giả thanh niên há miệng chờ đợi cô nàng ẻo lả ngưng hát, hỏi: "Anh chưa thi đỗ thì sao?". Khán giả thi nhau hét "động phòng". Cô ca sĩ mới uốn éo ca theo "động phòng". Vậy là dân chúng la hét vang trời.

Động phòng mà kèm theo điều kiện là ác. Đó là…quyền lợi, ít nhất là đối với chàng rể. Nhưng vì đó là chuyện khoái chí nên đôi khi cô dâu muốn dùng phần thưởng này để… đố vui để học! Chuyện xảy ra ở huyện Lâm Đĩnh, phủ Hứa Châu, tỉnh Hà Nam từ đới tám hoánh, khi ông Bao Công còn đang mần việc. Chàng thư sinh Tra Di đã đậu Tú Tài nhưng sức học bình thường, không có chi xuất sắc. Tra Di thường cùng các bạn tới trường làng để luyện cho khoa thi tới, có khi ngủ lại đêm. Làng bên có một thiếu nữ tên Trình Nương, tuổi vừa đôi tám, ứng xử rất thông minh lanh lợi. Bố mẹ Tra Di đi hỏi Trình Nương cho con trai và được gia đình bên gái chấp nhận. Hôn lễ được cử hành. Đêm động phòng, Tra Di rất hồi hộp. Chàng định khởi hỷ sự nhưng Trình Nương ngăn lại, thỏ thẻ với tân lang: "Chàng là người có học, thiếp cũng chẳng phải kẻ quê mùa dốt nát. Chúng ta nên hành động khác những kẻ phàm phu tục tử. Đêm nay thiếp nghĩ ra một câu đối, nếu chàng đối được thiếp sẽ trao thân, bằng không xin chàng gác chuyện động phòng, lo ăn học thêm cho khá đã". Tra Di tin mình "huống thân danh đã đỗ Tú Tài" nên thách nàng cứ ra câu đối. Trình Nương bèn đọc vế đối: "*Điểm đăng đăng các, các công thư*". Nàng dùng hai chữ "đăng" và hai chữ "các" đồng âm dị nghĩa. "Đăng" vừa có nghĩa là "đèn", vừa có nghĩa là "lên". "Các" vừa có nghĩa là "cái gác" vừa có nghĩa là "cùng". Tra Di cố nặn óc nhưng không đối được. Chàng mắc cở ra khỏi phòng loan. Sợ cha mẹ bắt gặp thì không biết trả lời sao nên chàng mở cửa ra ngoài trường làng. Khi đó các bạn còn đang dùi mài kinh sử nên chưa đi ngủ. Họ ngạc nhiên sao đêm tân hôn mà Tra Di lại đi ngủ lang. Họ xúm lại hỏi cớ sự. Tra Di thật thà kể rõ nguồn cơn. Mọi người cố nghĩ giúp chàng vế đối nhưng không một ai đối được. Trong số bạn bè hiện diện có Trịnh Chánh tuy cũng là học trò nhưng vô hạnh và lắm thủ đoạn. Đợi cho mọi người ngủ say, tên này lẻn ra đi. Trong khi đó, Trình Nương thấy trò đối của mình làm anh chồng mới mắc cở bỏ đi nên hối hận. Nghĩ rằng thế nào chàng cũng hiểu là nàng chỉ muốn giỡn chơi nên sẽ quay lại. Vậy là nàng để cửa không khóa. Trịnh Chánh đi tới nhà Tra Di, lẳng lặng mở cửa vào phòng tân hôn. Trình Nương nghe có tiếng người lẳng lặng đi vào và leo lên giường. Nàng đánh tiếng: "Phải chàng đó ư? Chàng đã tìm được câu đối rồi sao?". Bóng đen không trả lời. Nàng tưởng là chồng mắc cở nên không hỏi thêm nữa. Bóng đen vén mùng chui đại vô. Trình Nương tưởng bóng đen là chồng nên phó mặc cho chàng mở cửa đào nguyên. Sáng hôm sau, Tra Di từ trường về xin lỗi vợ: "Vì kém tài nên đêm qua ta không tìm được câu đối, nghĩ ra hổ thẹn vô cùng nên bỏ đi suốt đêm, giờ này mới về, thật là lỗi phận làm chồng, mong nàng tha thứ". Trình Nương điếng hồn. Nàng chỉ thốt ra lời: "Nếu quả thật đêm qua chàng không về thì đôi ta cách biệt từ đây, xin chàng hãy quên thiếp và chăm chỉ học hành". Trình Nương lặng lẽ vô phòng treo cổ tự tử.

Chuyện còn phần Bao Công xử án Trịnh Chánh nhưng không ăn nhậu chi tới chuyện động nên tôi lơ đi. Thiệt tội! Không biết đối điếc làm chi cho hư bột hư đường hết trơn hết trọi.

Chuyện động phòng đâu phải chuyện lôi thôi như vậy. Đây là chuyện giản dị nhưng nghiêm túc. Ngay cái nơi để cho cô dâu chú rể động phòng cũng…nghiêm túc. Thập niên 60 của thế kỷ trước, anh bạn tôi lấy vợ, có mời tôi làm phụ rể. Ngoài phòng khách, họ hàng ăn uống ồn ào vui vẻ. Thấy chật chội, đám trẻ chúng tôi rút vào phòng ngủ. Vài tên ngả người trên chiếc giường nệm cho giãn gân giãn cốt. Bà mẹ chú rể đi ngang qua, vội xông vào phòng với nét mặt hoảng hốt. Các cậu không được ngồi trên giường này! Mấy tên phụ rể vội đứng dậy với vẻ mặt không vui. Khi bà đi ra, chú rể nói nhỏ. Giường động phòng đó tụi bay! Bà già lắm chuyện! Giờ còn động chi nữa! Thời đó, trên nửa thế kỷ trước, bạn tôi đã ăn cơm trước kẻng. Ngày nay, chuyện…động coi bộ hiếm hơn nữa. Thử chán chê rồi còn động cái nỗi chi!

Nếu ôn cố tri tân, chuyện động là chuyện…kinh thiên động địa. Đó không phải là chuyện của đôi trẻ mà là chuyện của tổ tiên. Động rồi cũng còn "lễ nghĩa" mỗi khi…tái động. Nhà văn Chu Tử, trong một bài viết nào đó mà tôi không nhớ xuất xứ, đã kể lại chuyện một nhà nho mà ông quen biết. Mỗi khi ông này muốn gần vợ là phải ra trước bàn thờ gia tiên, đốt hương trình các cụ đã khuất mày khuất mặt, rồi mới vào với vợ. Theo vị túc nho này thì việc vợ chồng đụng nhau là hoạt động nối dõi tông đường nên phải trình các cụ biết. Ngày nay trai gái đụng nhau là chuyện vui chơi nên chẳng phải xin phép ai. Cứ tưới hột sen!

Tuổi trẻ hôm nay là tuổi sốt ruột, họ chẳng chịu đợi chờ. Thích chi làm nấy. Làm tới cả chuyện mà người xưa coi như tối quan trọng. Nói tới chuyện động phòng không thể không nhắc tới thơ của nhà thơ Vũ Hoàng Chương. Bài "Tối Tân Hôn" là một bài ít ai không biết.

Ngực sát ngực môi kề môi
Nàng cùng ta nhìn nhau cùng chẳng nói
Ôm vai nhau cùng lắng tiếng xa xôi.

……

Hai xác thịt lẫn vào nhau mê mải
Chút thơ ngây còn lại cũng vừa chôn
Lúc tỉnh dạy bùn nhơ nơi hạ giới
Đã dâng lên ngập quá nửa linh hồn

Thi hào họ Vũ là thầy của tôi tại lớp Đệ Nhị ban Văn Chương trường Chu Văn An niên học 1955-1956. Chúng tôi có được cái may mắn ít có là được tác giả dạy thơ của chính mình. Bữa giảng bài "Tối Tân Hôn", sau khi đã lim dim mắt say mê đọc thơ mình bằng cái giọng nhừa nhựa quen thuộc, thầy Chương buông một câu: "Khi làm bài thơ này, tác giả chưa hề biết đàn bà!". Chúng tôi đã tin như vậy. Đó là sự tưởng tượng thần sầu. Vì ngoài bài "Tối Tân Hôn", thi hào của chúng ta còn…động lần nữa trong bài "Động Phòng Hoa Chúc".

Rượu hợp cẩn đem theo từ nguyệt điện
Mấy vò thơm chuốc mãi tận sông Ngân
Nhưng đến lúc kề môi trên miệng chén
Chỉ than ôi nồng cháy những men trần
Kìa nệm gối đương chờ ta xô lệch
Thầm bên tai nhắc gọi phút điên say
Và đương rụng giữa luồng trăng chênh chếch
Cánh hoa tàn sau chót của thơ ngây

Một tác giả hôm nay, bây giờ, cũng thơ về chuyện lần đầu đó. Thơ nay quả có khác thơ xưa. Nhà thơ Thanh Trắc Nguyễn Văn, hai lần lấy vợ, hai lần động phòng, đã viết vào năm 2012.

Hôn em từ ngực lên đầu
Nụ hôn trên đỉnh ngọt ngào phù vân
Hôn em từ trán xuống chân
Động Đào Nguyên mở
Hỏi gần
Hay xa?
Yêu em dưới ánh đèn hoa
Ôm vào hương tóc lượt là giai nhân
Yêu em da ngọc trắng ngần
Cởi ra
Lấp lánh
Một vầng trăng tiên

Người ta vẫn nghĩ rằng chuyện phòng the là chuyện của các ông. Đêm động phòng là đêm của người nam tung hoành, người nữ chỉ chịu đựng. Vậy nên khoe ra chuyện này chỉ có các ông nhà thơ. Nhưng thời buổi nay, suy nghĩ này đã xưa rồi. Người nữ cũng đã lên tiếng. Nhà văn, nhà thơ Lê Thị Thấm Vân, trong "Bài Học Vỡ Lòng" cũng ngang ngửa với nam nhi.

Năm mười bảy tuổi
Trong đêm đen
Lần đầu tiên
Khám phá ra thân thể kỳ lạ của người đàn ông
Sau nụ cười; giọt nước mắt dâng hiến
Là khoảng cách
Hun hút dài
Thăm thẳm dài
Chập chùng dài
....
Ơi! Em lạc mất em.

Dân ngu khu đen như chúng ta mà chuyện động phòng đã mê ly như vậy, chuyện động phòng của các bậc vua chúa chắc bội phần mê ly. Chưa chắc à! Cái chi dính tới thủ tục nghi lễ là mất hứng thú tự nhiên.

Các hoàng đế Trung Hoa xưa thường có tam cung, lục viện, thất thập nhị phi. Vậy là có cả bày mỹ nữ cho vua muốn động lúc nào thì động. Nhưng động chính thức chỉ có một lần: khi cưới hoàng hậu. Nếu hoàng hậu chán sống, lìa đời trước nhà vua thì nhà vua có quyền lập hoàng hậu khác và lại...tái động. Nơi động phòng của nhà vua không phải trong phòng ngủ của hoàng đế mà tại nơi cử hành nghi thức thành thân. Đúng theo truyền thống Trung Hoa, phòng hoa chúc được trang trí đỏ rực. Trên giường tân hôn có một bộ chăn đệm màu đỏ "bách tử" được thêu hình một đứa trẻ thần thái phi phàm tượng trưng cho việc "đông con nhiều phúc". Hoàng hậu được kiệu tới phòng tân hôn bằng kiệu từ Đại Thanh Môn qua Thiên An Môn.

Tùy theo thời mà thủ tục nhập phòng khác nhau. Thời Tùy Đường, hoàng đế và hoàng hậu sẽ cùng nhau bắt chéo tay uống rượu, sau đó mới lên giường. Lên giường cũng có thủ tục đàng hoàng chứ không phải muốn leo lên là leo đâu. Họ phải quỳ hướng về phía Bắc để lạy tạ, sau đó hoàng đế được thái giám dẫn vào phòng, trút bỏ y phục. Hoàng hậu vào sau, trút bỏ xiêm y, quan thái giám lui ra, lúc này hai người mới được tự do…động.

Thời nhà Thanh lại khác. Hoàng hậu vào phòng trước. Hoàng đế được dẫn từ cung Càn Thanh đến cung Khôn Ninh. Sau khi vén khăn đội đầu của hoàng hậu, hoàng đế mới cùng hoàng hậu ngồi trên giường hỷ long phượng. Một nữ tỳ dâng lên một chậu đồng bên trong đựng những cái bánh tròn giống như món sủi cảo tên "tử tôn thịnh vượng". Ăn xong bánh hợp cẩn, họ còn phải thời một tiệc hợp cẩn ngay trong phòng. Vua và hoàng hậu cùng uống rượu hợp cẩn giữa văng vẳng tiếng hát "giao chúc ca" do một ca nhi hát. Món cuối là mì trường thọ. Ăn xong hoàng hậu mới trút bỏ xiêm y và lên giường. Hoàng đế cởi bỏ long bào sau đó và cũng lên giường. Lúc này họ mới được động phòng. Ăn uống no say chắc chuyện động cũng chắc dạ hơn!

Làm hoàng đế như vậy mất sướng trong chuyện gối chăn ngày hợp cẩn. Chuyện riêng tư mà như chuyện công cộng với dàn quan chức rộn ràng hầu cận. Dân gian chúng ta động phòng đã điếu hơn nhiều. Cứ hợp ý trời mà hưởng chăn chiếu lần đầu. Chẳng có cặp mắt nào nghía tới. *Khi vui lại giở bàn son quân ngà!* Vậy nên bạn bè tôi ông nào cũng lắc đầu không thèm làm vua. Nhưng khi được nhắc tới tam cung lục viện thất thập nhị phi, các ông ấy lại sáng mắt gật đầu.

Đúng là những tên ba phải có lập trường chong chóng!

11/2017

ĐỐT

Những ngày cuối tháng 5 của 43 năm trước, là mùa sách nạn của dân chúng miền Nam. Cộng sản vừa cướp được Sài Gòn đã vội ra lệnh tịch thu tất cả sách báo miền Nam mà họ gọi là "văn hóa đồi trụy và phản động". Họ huy động từng đoàn thanh niên học sinh, mang xe ba gác đi từng nhà lục soát sách mang đi đốt giữa những bộ mặt hốt hoảng, bất lực pha lẫn ngậm ngùi của chúng ta. Một bài báo của một tác giả vô danh tôi lượm được trên *internet* truy niệm cho những cuốn sách vô tội bị hỏa thiêu: *"Bởi vì sách vở thời ấy, số phận nó như số phận người. Nó cũng phải trốn chạy, chui rúc, ẩn náu. Chúng cũng rơi vào cảnh mồ côi cha mẹ, cảnh lạc đàn, cảnh tan nát, cảnh tan hoang mất còn. Vận người dân miền Nam thế nào, vận chúng như thế. Đứa may trốn thoát. Tôi có đứa cháu trai, hồi đó 6 ,7 tuổi. Khi đi di tản năm 1975, cháu chỉ mang cặp sách của cháu và nhặt một cuốn sách giáo khoa tâm lý học tôi viết thời đó. Sang sau vài năm, cháu đưa lại cho tôi. Kể cũng mừng và cũng buồn cười. Đứa yểu tử thì làm mồi cho cuộc phần thư. Đứa không may làm giấy gói sôi buổi sáng. Đứa bất hạnh làm giấy chùi đít. Đó là cuộc trốn chạy vô tiền khoáng hậu mà những kẻ đi truy lùng chỉ là các trẻ con lên 12, 13 tuổi. Các cháu ngoan bác Hồ. Họ xô những đứa trẻ con vô tội đó ra đường. Chúng quàng khăn đỏ hô hoán, reo hò như trong một vụ đi bắt trộm, hay đi bắt kẻ gian. Chúng lục soát tận tình, chúng đánh trống, chúng hát hò như một cuộc ra quân của một đoàn quân chiến thắng. Gia đình nào cũng sợ hãi cái quang cảnh đó nên kẻ mà phải hy sinh đầu tiên chính là sách vở".*

Hầu như toàn thể nhân loại văn minh coi việc đốt sách vở là một hành động man rợ. Vậy mà cuộc phần thư ác ôn này được cả hệ thống tuyên truyền của nhà nước nhảy xổ vào đánh phèng la cổ võ. Báo Sài Gòn Giải Phóng số ra ngày 25/5/1975 tường thuật sự việc: *"Ngày 23/5/1975, trên nhiều đường phố Sài Gòn, "khí thế ra quân" của chiến dịch vô cùng sôi nổi: "Đoàn thanh niên nam nữ đi qua các đường phố và hô to nhiều khẩu hiệu đả đảo văn hóa ngoại lai đồi trụy mất gốc phản động. Đi đầu là xe phóng thanh với một biểu ngữ dài có ghi: 'Đội thanh niên sinh viên học sinh xung kích bài trừ văn hoá dâm ô phản động'. Theo sau là sinh viên, học sinh sắp hàng bảy, hàng tám xuất phát từ trụ sở của lực lượng thanh niên tự vệ thành phố, số 4 Duy Tân. Đoàn diễn hành kéo dài có đến hàng cây số đường, tất cả mọi người đều có một tấm biểu ngữ trên tay. Ngay sau cuộc tuần hành trên đường phố của hàng chục ngàn thanh niên vệ binh, đồng bào và các tiệm sách đã đem nộp cho đội Quận 7 một số lượng sách báo đồi trụy phản động, tất cả là mười ba xe ba gác. Ngoài ra các hàng sách bày bán trên hai lề đường Lê Lợi, Công Lý cũng tự nguyện dọn sạch và đem nộp. Trên đường Hai Bà Trưng cũng có ba nhà sách tự động đem nộp trên hai mươi cuốn. Đặc biệt, cùng ngày này, 22/5/1975, nhà sách Phúc Bài, 186 Nguyễn Thiện Thuật, Sài Gòn đã tự nguyện đem nộp cho Hội Bài trừ Văn hoá đồi trụy phản động bốn ngàn cuốn sách các loại".*

Cũng trên báo Sài Gòn Giải Phóng, số ra ngày 24/10/1976, nhà báo nằm vùng Cung Văn đã hô hào:

Sách báo nọ, đừng mong ngóc dậy
Vì nhân dân, sẵn gậy cầm tay
Trừ căn, tuyệt nọc bọn nầy
Đánh cho tận gốc, đánh quay mòng mòng.

Theo tài liệu của nhà văn Trần Hoài Thư, chuyện đốt sách dưới mắt người ngoại quốc được đề cập trong cuốn "Nhật Ký Saigon 1975" của ông Walter Skrobanek, Giám Đốc một tổ chức từ thiện, ghi lại cũng vào ngày 23/5/1975: *"Sáng nay người nước ngoài thêm một lần nữa không được phép đi vào trung tâm thành phố. Những người da trắng muốn làm điều đó bằng ô tô hay đi bộ đều bị đuổi trở ra mà không có một lời giải thích...Siriporn cũng hỏi lý do ngăn cấm nội thành, đặc biệt là đường Tự Do, đối với người nước ngoài. Nhún vai. Vào buổi tối, có hai phiên bản được lan truyền đi trong trung tâm, tại sao lại ngăn cấm: đốt sách phản động hay là một cuộc gặp gỡ nhiều căng thẳng giữa đại diện của hai phái Công giáo...Các sinh viên cách mạng đả phá tín ngưỡng cũng đã gõ cửa nhà Ariel, để thu thập văn học phản động và khiêu dâm. Chị của Ariel không cho họ vào nhà, mà chỉ giải thích rằng bà không biết đọc. Theo tường thuật của nhân viên chúng tôi thì các tác phẩm văn học Việt Trung như "Tam Quốc Chí" cũng thuộc vào hàng văn hóa đồi trụy như tạp chí tin tức Mỹ "Time". Giá như các sinh viên đó biết rằng ví dụ như Kim Vân Kiều đang phục sinh lại ở Bắc Việt Nam và được diễn giải như là một phê bình văn học của phong trào chống phong kiến. Người ta nói rằng vào ngày 31 tháng Năm sẽ có một cuộc đốt sách lớn".*

Học giả Nguyễn Hiến Lê, người có nhiều sách đã xuất bản ở miền Nam, kể lại: "*Một trong những công việc đầu tiên của chính quyền là hủy tất cả các ấn phẩm (sách, báo) của bộ Văn hóa ngụy, kể cả các bản dịch tác phẩm của Lê Quí Đôn, thơ Cao Bá Quát, Nguyễn Du; tự điển Pháp, Hoa, Anh cũng bị đốt...Sở Thông tin Văn hóa ra chỉ thị cho mỗi quận phái thanh niên đi xét sách phản động, đồi trụy trong mỗi nhà để đem về đốt. Bọn thanh niên đó đa số không biết ngoại ngữ, sách Việt cũng ít đọc, mà bảo họ kiểm duyệt như vậy thì tất nhiên phải làm bậy. Họ vào mỗi nhà, thấy sách Pháp, Anh là lượm, bất kỳ loại gì; sách Việt thì cứ tiểu thuyết là thu hết, chẳng kể nội dung ra sao. Lần đó sách ở Sài gòn bị đốt kha khá. Nghe nói các loại đồi trụy và kiếm hiệp chất đầy phòng một ông chủ thông tin quận, và mấy năm sau ông ấy kêu người lại bán với giá cao. Ông bạn Vương Hồng Sển có nhiều sách cổ, quí, lo lắng lắm mà cũng uất ức lắm, viết thư cho Sở Thông tin Văn hóa, giọng chua xót xin được giữ tủ sách, nếu không thì ông sẽ chết theo sách. Một độc giả lập một danh sách các tác phẩm của tôi mà ông ta có trong nhà, đem lại sở Thông tin hỏi thứ nào được phép giữ lại, nhân viên Thông tin chẳng cần ngó tên sách, khoát tay bảo: Hủy hết, hủy hết".*

Dân Sài Gòn sức mấy mà "hủy hết". Họ tìm mọi cách cứu sách. Tôi lúc đó đau lòng đứng nhìn tủ sách tôi đã dầy công thu thập từ những ngày còn là học sinh trung học. Cũng cả ngàn cuốn chứ ít ỏi chi. Tuy không được bằng những tủ sách danh tiếng như của thầy Vương Hồng Sển và các nhà văn hóa khác nhưng cũng là máu thịt của mình. Sau khi đánh liều mang một số giấu trên trần nhà, số còn lại mang ra nhúm bếp hết. Dù sao sách cũng làm chín được nồi cơm! Nhà tôi lúc đó ở trong một con hẻm nên các "anh hùng băng đỏ" coi bộ cũng ngại xông pha. Họ vào những nhà mặt tiền cho mau chóng đạt được chỉ tiêu. Nhiều người mang sách báo ra bỏ bên vệ đường hoặc trong bụi cây khuất lấp để dân chúng ai muốn lượm cũng được. Dù sao cũng là một cách cứu sách, như người mẹ nghèo hoặc bị tình phụ bỏ trẻ sơ sanh ngoài đường để có đường sống cho con thơ.

Nhà văn Ngọc, một người trẻ còn theo bậc tiểu học vào năm 1975, là một người rất thích đọc sách kể lại trường hợp cứu sách của gia đình cô: "*Lớn lên vào thời điểm chiến dịch kiểm kê văn hóa, tôi đáng lẽ cũng chịu chung cảnh bưng bít kiến thức như nhiều trẻ em Việt Nam hồi ấy nhưng may mắn được ở vùng Tân Quy có làng thương phế binh và cư xá cho công chức, sĩ quan, đa số người dân cùng chung hoàn cảnh nên đùm bọc thương yêu nhau, cán bộ phường xã cũng dĩ hoà vi quý. Đội kiểm kê gồm nhiều học trò cũ của má tôi nên tuy biết nhà tôi nổi tiếng có tủ sách lớn nhất vùng đã làm ngơ vì tiếc, chỉ kê vài cuốn giáo khoa cũ mà không tịch thu. Hàng xóm và các thầy cô giáo thấy vậy chở thêm sách lại cho tị nạn nhà tôi. Má tôi cẩn tắc vô ưu nên dù được bảo đảm vẫn đóng khóa sách cẩn thận. Nhà tôi có một tủ sắt loại* locker *cho cầu thủ trong sân vận động, cao tới nóc nhà. Má tôi tống hết sách báo vào đó, từ tạp chí Văn, Bách Khoa, sách Trung Hoa xưa, tiền chiến, Tự Lực Văn Đoàn, cho đến các tác giả bị liệt vào hạng phản động Nguyễn Mạnh Côn, Nguyễn Thụy Long, Mai Thảo, Chu Tử, Duyên Anh, Nguyễn Mộng Giác, Ngô Thế Vinh, Vũ Hoàng Chương, Nhất Tuấn, Nguyên Sa, Trần Dạ Từ, Phạm Công Thiện, Túy Hồng, Nhã Ca, Thụy Vũ ... Một cô giáo còn chở lại cả tủ Quỳnh Dao. Má tôi khóa tủ sắt, dặn chị em tôi không được lấy sách ra đọc rồi bỏ lung tung lỡ có ai thấy, ai hỏi thì nói khóa tủ hư lâu rồi không mở được. Dĩ nhiên chị em tôi tránh sao khỏi tò mò, má tôi đi dạy là mở tủ lôi sách ra đọc ngấu nghiến, canh giờ má tôi sắp về thì gom sách cất khóa lại. Riêng bán nguyệt san Thời Nay, do số lượng quá nhiều (mỗi tháng hai số trong mười lăm năm) và cũng là tờ tạp chí yêu thích nhất, má tôi dành riêng một chỗ rất đặc biệt và an toàn. Dân miền Nam xưa chắc ai cũng biết cái* garde-manger, *người Bắc gọi là chạn thức ăn, phần trên có hai ngăn, hai cánh cửa tủ, giữa là ngăn trống để chai hũ, phần dưới không có ngăn nên rất rộng, chắc dành cho những bao hũ khổ lớn, có cửa đóng lại, là chỗ trú ẩn của bộ Thời Nay gia đình tôi. Đội kiểm kê có vào chắc cũng chẳng nghĩ tới xét lục ngăn thường đựng nước mắm, dưa cải v.v...này".*

Sức bật của người Sài Gòn vậy mà được việc. Chỉ khoảng hơn một tháng sau, sách cũ sống lại trên vỉa hè, nằm trên những tấm ni-lông của những con người không còn cách mưu sinh nào khác. Họ bán rất rẻ. Khách hàng gồm cả những bộ đội từ miền Bắc. Văn hóa "đồi trụy" rất được những con người xã hội chủ nghĩa mến mộ. Một trong những người ngồi bán sách trên lề đường là ông Khai Trí. Trong kho nhà sách và nhà xuất bản của ông vào thời điểm Sài Gòn sụp đổ chất đầy sách. Một phần bị dân chúng vào hôi của mang đi, một phần lớn bị tịch thu mang đi đốt. Theo nhà văn Nhật Tiến thì sau khi mất hàng triệu cuốn sách trong kho, ông Khai Trí đã đầu quân vào hàng ngũ bán sách trên lề đường. Ông bày bán ít cuốn truyện thiếu nhi do chính ông xuất bản!

Dân Sài Gòn coi sách như con đẻ, họ xúm vào cứu sách. Mỗi người yêu sách có cách cứu sách riêng. Nhưng tôi nghĩ không có người yêu sách nào hào hùng như nhân vật trong truyện ngắn *"Để Tang Cho Sách"* của nhà văn Khuất Đẩu. Ông mê sách, nhất là những sách quý. *"Ông mê sách như người mê đồ cổ. Nghe ở đâu có sách quý là ông tìm tới dù có phải tốn kém tàu xe và phải bỏ ra cả một món tiền lớn để "rước" người có nhan như ngọc đó về, ông cũng dám chơi một phen cho thỏa chí. Như cuốn Tự vị của Paulus Của, nghe đâu như là ấn bản đầu tiên của một ông cụ nào đó bắc bực làm cao đến tận giời, ông tôi đã phải lặn lội vào tận xứ Thủ Dầu Một xa lắc xa lơ để mua cho bằng được. Công cuộc mua quyển sách đó, chẳng những khiến ông mất đến mấy chỉ vàng, mà còn ốm một trận thừa sống thiếu chết. Cuốn sách cũ đến nỗi như đã ngàn năm tuổi. Còn hơn một người chơi đồ cổ, ông tôi lại phải tốn thêm một món tiền và nhất là tốn rất nhiều thì giờ để nài nỉ và kiên nhẫn ngồi chờ anh thợ đóng sách đóng lại giùm. Lúc này quyển sách đối với ông như một con bệnh thập tử nhất sinh và anh thợ đóng sách cứ như một bác sĩ. Khi anh thợ tháo bung sách ra, ông đau nhói như thể gan ruột của mình cũng bị lôi ra như thế. Ông hồi hộp theo dõi từng mũi chỉ khâu, nín thở xem anh ta cắt xén, làm bìa. Cho đến khi sách được làm mới một cách khỏe mạnh, xinh đẹp, ông ôm quyển sách trước ngực như một người mẹ ôm đứa con bé bỏng vừa được bác sĩ cứu sống. Ông hết lời cảm ơn anh ta, đưa cho anh một tờ tiền lớn và hào phóng không nhận tiền thối lại. Đem quyển sách về nhà, ông lại mất cả buổi ngồi ngắm đến nỗi quên cả bữa cơm khiến bà tôi phải giục".* Đó là sách cổ. Với sách mới ông mua mỗi thứ hai cuốn, một cuốn để đọc và cho mượn, một cuốn để cất trong tủ. Ông muốn cuốn sách cất giữ này trinh nguyên, còn giữ được lề. Không biết có ai còn nhớ được những cuốn sách in thời xưa. Lề sách không bị cắt, trang này còn dính với trang kia. Không biết vì muốn phòng ngừa nạn đọc lén sách hay vì lý do nào khác. Muốn đọc phải dùng dao dọc những trang dính ấy ra. Dao dùng thường phải thật sắc để trang giấy không bị nham nhúa. Giữ sách đã vậy, đọc sách, với ông, là một…nghi lễ. *"Đối với ông, đọc sách là để được tiếp cận với những tâm hồn ngoại hạng, cho nên trước hết phải tắm rửa sạch sẽ, ăn mặc chỉnh tề, phải "dọn mình" như con chiên quỳ trước Chúa, như nhà sư đảnh lễ trước bàn thờ Phật. Chẳng những sạch ở phần xác mà còn sạch cả phần hồn. Nghĩa là không để những giận hờn phiền muộn hay những ý nghĩ ô trọc dính bám cho dù chỉ một tí trong đầu. Chỉ đọc trong lúc thanh tịnh giữa khuya hay khi gần sáng tinh mơ. Đọc với hương trầm cộng với mùi hương ngai ngái của giấy mực, hương của sương đêm loáng thoáng hay hương của nước mưa mát dịu. Đọc là mở hồn ra để hơi thở của sách ùa vào căng buồm lên cho con thuyền bé nhỏ của mình được dọc ngang trên biển học mông mênh".* Tháng 5 năm ấy, sách của ông cũng bị bức tử như mọi sách khác. Ông suy nghĩ, không phải để cứu sách mà làm sao để cho sách có một cái chết xứng đáng với lòng tin yêu và kính trọng của ông. Sau nhiều đêm mất ngủ, ông nghĩ ra cách chọn cho sách một cái chết dũng cảm. Đó là chính ông tự mình đốt sách. *"Đó là một đêm tháng năm lặng gió. Cây cối im ngủ. Những ngôi sao như tan đi trong khói trời mờ đục. Ông tôi cử hành lễ đốt sách cũng bi tráng và lẫm liệt như Huấn Cao cho chữ trong ngục. Ông mặc toàn đồ trắng, cắm một cây đuốc giữa trời, khấn khứa rì rầm rồi lạy bốn hướng mỗi nơi một lạy. Xong ông lấy cây đuốc đang cháy đặt vào giữa tháp. Dứt khoát và quyết liệt như cái cách các võ sĩ đạo đâm kiếm vào bụng. Lửa bắt rất nhanh, chỉ trong phút chốc đã bắn vọt lên đầu ngọn tháp. Đã nghe mùi mực và mùi giấy. Đã nghe tiếng vặn mình của các bìa sách. Đã nghe những âm thanh líu ríu như run như rẩy của những trang sách méo mó cong vênh. Lửa trào ra như từ miệng hỏa diệm sơn. Lửa ôm choàng lấy sách, hôn dữ dội bằng đôi môi bỏng cháy. Sau cùng, cái tháp bằng sách đỏ rực như một trái tim để lộn ngược.Ông tôi ngồi xếp bằng, cố giữ nét mặt trầm tĩnh một cách cao cả. Không một giọt nước mắt cho dù là vì khói cay xè"*. Sách do ông rứt ruột tự tay châm lửa đốt thành những đống tro tàn nằm im như những tử thi. Với ông, đám tro này vẫn là sách. Ông đặt làm những chiếc hộp để đựng đám tro này. Tất cả tên những cuốn sách bị đốt đều được viết thành những tấm bia, xếp đều trong chiếc tủ giờ đã vắng sách. Tủ sách đã biến thành một nghĩa trang. Ông chít khăn trắng, lên nhang đèn, cung kính khấn vái, miệng bật ra tiếng khóc lẩm nhẩm những tiếng: ta là kẻ có tội. Chắc là cái tội không giữ được sách. Từ đó ông ăn ít, ngủ ít. Ông thường đem những tấm bia xuống ngắm hàng giờ như đang đọc sách. Mỗi tấm bia gợi nhớ tới màu bìa, co chữ, tranh vẽ và cả nội dung sách mà chỉ có ông mới nhớ được. Rồi ông không ăn, cũng không ngủ, người khô kiệt tái xám. *"Buổi chiều cuối cùng ngồi bóp chân cho ông, tôi nghe ông hỏi, cháu thấy ông thế nào? Tôi nói, dạ, ông nên ăn chút cháo, trông ông gầy lắm. Không phải, ông nói, da ông thế nào, đã ngã thành màu đất chưa? Không biết da màu đất là màu gì, tôi nói đại, chưa ông à. Ngã màu đất là sắp chết đấy cháu, ông nói. Ông đã có ý để lại sách cho cháu, nhưng ta tính làm sao được bằng trời tính. Cháu nhớ giữ giùm ông cái tủ và mấy cái kệ. Nghe ông nói, tôi thấy da ông quả thật rất giống với màu đất bạc phếch, lạnh lẽo ở nghĩa địa. Da ông là da của một người đã chết từ lâu nhưng chưa chôn. Hay là ông đã chết từ cái đêm hôm ấy. Hồn ông đã cùng với hồn sách nương theo khói bay lên tận trời cao. Cái miền đất ồn ào đầy ô trọc và thù hận này biết đến bao giờ mới lại có được những con người, những quyển sách biết yêu quý tương kính lẫn nhau như thế.*

Chính lúc này tôi mới thấy thấm thía nỗi đau mất sách của ông. Tôi vừa buông tay ra thì ông ngừng thở. Ông chết nhẹ nhàng như gấp lại một cuốn sách. Tính ra, ông đã để tang cho sách đúng một trăm ngày".

05/2018

HEO

Đồng hương của chúng ta đang gặp nạn. Mấy anh chị đồng hương này không phải là thứ danh giá nên chắc có nhiều người không muốn nhận họ hàng. Dù sao cái tên mấy anh tây đặt cho cũng cột chúng và ta lại với nhau: *Vietnamese potbellied-pig*! Chúng ta gọi một cách khinh miệt hơn: heo mọi! Đất sống của chúng là miền cao nguyên. Tại Việt Nam, chúng lê la với cái bụng phệ chẳng chút chi thẩm mỹ và chỉ có chút giá trị nếu được nhúng vào nước sôi để cạo lông. Nhưng tại các xứ sở văn minh, chúng bỗng biến thành…hoa hậu! Vì đâu nên nỗi? Vì một ông người Canada mang tên Keith Connell. Ông này mang bạn ta tới Canada với ý định đưa vào sở thú cho bàn dân thiên hạ tới chiêm ngưỡng nhưng những chú heo cục mịch và xấu xí này được một người khác cắc cớ mua để làm vật nuôi trong nhà. Ông này có máu kinh doanh nên rao bán. Thương vụ của ông trúng mánh. Năm 1986, con heo mọi đầu tiên được "xuất cảnh" qua Mỹ với cái giá hàng ngàn đô làm heo lên giá. Một thời gian sau, khi thị trường đã có nhiều heo, giá cả mới nới hơn. Tại sao người ta ưa chuộng heo mọi? Vì nó…xinh. Heo Canada thường nặng từ 270 kí tới 680 kí trong khi heo mọi chỉ nặng từ 30 kí tới 80 kí.

Heo mọi "di tản" không phải đều cùng một dòng giống. Chúng thuộc nhiều…heo tộc nhưng có những nét chung. Heo mọi ở Canada và Mỹ hầu hết thuộc dòng Lea, Con và Royal (Hoàng gia?).

Dân ta không biết sự phân biệt này vì chúng chỉ được phân chia sau khi nhập cảnh tới hai nước này. Dòng "Con" được lấy theo họ Connell của người đầu tiên mang heo mọi vào Canada. Sau Keith Connell, ông Leavitt cũng nhập cảng heo vào Mỹ nên có thêm dòng "Lea". Khác với heo ông Connell mang vào Canada đen tuyền, heo dòng Lea có màu loang lổ vừa đen vừa trắng. Dòng "hoàng gia" do Espberger nhập là heo toàn một màu trắng. Có lẽ vì vậy nên mới mang tên Royal chăng?

Đó là các tên…tây của ba loại heo khác nhau về màu sắc được đặt sau khi heo được nhập cảng. Phân chia theo giống heo trước khi chúng theo các ông tây lại khác. Những tên này…quốc hồn quốc túy hơn. Giống "I" sống ở đồng bằng sông Hồng ở Việt Nam. "I" là "ỉ", một cái tên hết sức Việt Nam. Đó chính là giống heo đen tuyền được ông Keith Connell mang vào Canada mở đầu cho cuộc đổ bộ của heo mọi lên đất nước văn minh. Giống này có thân hình ô dề, mặt…

mẹt, trán ngắn, hai tai nhỏ vểnh lên và đặc biệt cái bụng ỏng như lê trên mặt đất. Loại "ỉ" này sống nhiều ở miền thượng du nên được gọi là heo mọi.

Chó, mèo và các loại thú được nuôi để chơi trong nhà đã có từ lâu nên ổn định. Anh heo mọi ngơ ngác từ Việt Nam qua nên bị phân biệt đối xử. Chỗ thì cho nuôi làm cảnh, chỗ thì không. Vậy mới sanh ra rắc rối khiến các bạn mọi của ta xấc bấc xang bang. Tại tỉnh bang Quebec chúng tôi thì các thành phố Quebec, Trois Riviere (dân ta Việt dịch là: ba ngòi!), Beloeil và Rouyn-Naranda đã OK cho heo mọi nhập hộ khẩu nhưng thành phố Montreal chúng tôi thì vẫn lắc đầu.

Bà Sara-Maude Ravenelle, cư dân của một *condo* ở Montreal, có nuôi một chú heo mọi đặt tên là Babe. Hai vợ chồng rất quý mến anh bạn nhỏ này. Anh Babe rất thân thiện với chó, mèo và cô con gái 10 tháng tuổi của họ. Các đức tính của Babe do cặp vợ chồng này xưng tụng gồm bản tính hiền lành, không sủa ầm ỹ, không cắn bậy bạ và biết ra ngoài đi tè đi ị giống như chó. Bà Sara-Maude ca tụng: "Nó rất dễ thương, thích quẩn quanh bên chúng tôi và ít phá phách. Chỉ có một hai lần nó ăn cây xương rồng trồng trong nhà nhưng không sao". Theo sự hiểu biết của giới nuôi heo mọi thì dân số của chúng tại Montreal khoảng từ 30 đến 40 con. Khi bà mua Babe về nuôi, bà đã xin phép quận trưởng Rosemont lúc bấy giờ là ông Francois William Croteau và đã nhận được thư trả lời là chưa có luật địa phương nào cấm nuôi heo cả. Một năm sau khi ông Denis Coderre lên làm Đô Trưởng Montreal, ông có ra một danh sách các thú được phép nuôi trong nhà. Anh heo mọi không có tên trong bảng phong thần này. Một hàng xóm của bà Sara-Maude, chẳng biết có tư thù chi chăng, đã khiếu nại. Một thanh tra được phái tới vào giữa tháng 4 vừa qua đã cho lệnh bà không được giữ Babe tại nhà nữa. Bà có hai tuần để thu xếp, đáo hạn mà không thi hành sẽ bị phạt 300 đô. Dân bản xứ yêu thú vật nuôi trong nhà như con cái, bà Sara-Maude cũng vậy. Bà khiếu nại um sùm. Bà Đô trưởng mới đắc cử Valerie Plante vội trấn an: chuyện đâu còn có đó. "Tôi tin rằng chúng ta có thể tìm ra một giải pháp khả thi". Bà chủ của Babe làm tới, nguyện sẽ tranh đấu tới cùng, không phải riêng cho Babe, mà cho tất cả các bạn heo mọi tại Montreal. Nghe dữ dội chưa! Một đồng minh của bà Sara-Maude giấu tên vì sợ bị phạt lây đã cho biết: "Heo càng ngày càng chứng tỏ là một gia súc giúp con người thoải mái vì chúng rất dễ thương, hiền dịu và thân cận với con người. Hơn là một súc vật, nó là bạn của chúng ta". Ngày đầu của tháng 5, chủ của Babe nhận được tin vui: họ được phép giữ chú heo 27 ký này tại nhà. Dân chơi Facebook ào ào reo mừng. Với họ, heo là một gia súc "rất dễ thương và thông minh". Trong một điện thư gửi cho The Canadian Press, giới chức của thành phố Montreal cho biết họ sẽ soạn thảo một văn bản về chính sách đối với việc nuôi heo. Điện thư cũng nhắc nhở các chủ heo nên thông báo chuyện nuôi heo trước khi văn bản này ra đời.

Heo "cố hương" của chúng ta ở Montreal vậy là ủn ỉn tiến tới. Nằm ngay cạnh Montreal, chỉ cách một dòng sông, là Longueuil. Dòng sông này không mang tên Bến Hải nhưng sao cũng cách ngăn. Bên Montreal heo được an lành sinh sống trong khi bên Longueuil heo lại xấc bấc xang bang. Bà Christine Lamarre và anh bồ nuôi chú heo mọi Jack tại một căn *appartement* trong một *condo*. Hàng xóm láng giềng phản đối. Họ nhờ luật sư gửi một thư cảnh báo đồng thời đưa sự việc ra chính quyền địa phương. Thành phố Longueuil buộc bà Lamarre phải chấm dứt chuyện nuôi heo, nếu không bà sẽ phải đi chỗ khác chơi với heo và chịu nộp phạt. Phát ngôn viên của thành phố Jacques Tetreault cho biết: "Heo Việt Nam được coi như thú nuôi trong trang trại và không được nuôi ngoài phạm vi nông nghiệp". Bà Lamarre nghĩ khác: "Jack rất hiền hòa và lặng lẽ. Anh ta không có mùi hôi và cũng không gây dị ứng. Trong hai năm tôi có Jack chưa có ai trực tiếp than phiền với tôi. Hơn thế, nhiều người trong cao ốc còn xin tôi cho vuốt ve Jack nữa. Jack cân nặng chưa tới 40 ký, chỉ bằng một con chó loại trung bình. Trong cao ốc này thiếu chi chó và mèo. Tôi thực không hiểu họ muốn gì!". Bà ganh tị với Montreal chúng tôi đã…văn minh khi cho heo trú ngụ trong nhà dân. Bà ca ngợi đức tính của heo Việt Nam: "Những con heo này biết đi vệ sinh tại chỗ dành riêng cho nó, không hư như chó chạy ra ngoài, xong việc trở vào nhà với những dấu chân ướt nhẹp. Heo là vật nuôi rất xuất sắc và không dị ứng!". Dân Việt ta nghe bà Lamarre ca tụng như vậy chắc cũng mát mặt, dù bà chỉ ca tụng heo Việt chứ không ca tụng người.

Heo ở tỉnh bang sát cạnh Ontario còn khốn khó hơn nhiều. Theo luật của tỉnh bang, heo không phải là *pet*, súc vật nuôi trong nhà mà có nơi có chốn đàng hoàng như sở thú hay trang trại. Nhiều người đã trót rước heo mọi về nhà đã phải mang tới bỏ nơi trang trại. Một trong những trang trại này, Cedar Row Farm Sanctuary, ở Stratford, đã phải lên tiếng yêu cầu mọi người đừng mang heo tới bỏ lại tại đây vì không còn chỗ chứa. Heo bị hắt hủi như vậy vì chủ nhân không tham khảo kỹ lưỡng luật về nuôi heo tại nhà. Khi biết mình làm sai luật, họ vội mang heo đi bỏ phứa tại một trang trại nào đó. Một e-mail của một người mang tên Cedarrowfs đề ngày 29/4/2017 mang nội dung sau: *"Tôi mua một chú heo nhỏ hai ngày trước đây. Tôi mang trả lại ngày hôm nay nhưng người bán không nhận lại và không muốn trả lại tôi 600 đô. Giờ tôi không biết làm gì với chú heo 8 tuần tuổi này. Nhà tôi không có hàng rào kín và tôi cũng không biết là luật ở thành phố London, tỉnh bang Ontario, coi heo như một con vật nuôi trong trang trại... Tôi rất vui mừng được tặng lại cho bất cứ nơi nào được phép nuôi heo"*.

Một lý do khác mà người ta không ngờ tới là sức lớn nhanh của heo. Có những người thích chạy theo trào lưu. Thấy nuôi heo là một cái mốt thời thượng, họ rước heo về. Con heo trong đầu họ là những chú heo bé nhỏ dễ thương được *post* hình trên các mạng xã hội. Đó là những chú heo be bé xinh xinh được gọi là *mini pig* hoặc *teacup pig*. Cứ tưởng chúng có thể nằm gọn trong chén trà hoài nên khi chúng lớn nhanh như thổi, họ hết hồn! Chỉ trong vòng bốn tháng, heo đã phát triển hết sức nặng, to lớn gấp mấy lần khi mang về. Chủ trang trại Poole giải thích: "Họ để hình những chú heo nhỏ trên Instagram, nhiều người coi thấy chúng nho nhỏ dễ thương, nhưng chúng sẽ lớn bộn".

Ông Ace Howard thương heo nên…tiến thối lưỡng nan!

Ông đi rừng, gặp ba chú heo ốm yếu vì thiếu dinh dưỡng. Ông mang về nuôi cho béo bình thường rồi *post* lên mạng chuyên bán đồ tầm tầm Kijiji để tìm người cho. Chẳng biết có ai sẵn lòng rước ba con heo con này không.

Kể cũng tức cười. Tại Việt Nam ta cũng có phong trào nuôi heo trong nhà, phần lớn bởi những dân nhập cư vào miền Nam sau 1975. Nhiều người được cấp cho một căn trong chung cư cũng…tranh thủ nuôi heo. Họ nhốt heo trong bất cứ chỗ trống nào trong căn chung cư chật chội. Nuôi heo trong chốn của người coi bộ bất tiện. Ngoài mùi hôi trường cửu của heo, còn chuyện cống rãnh tắc tị vì chất thải của heo. Hàng xóm láng giềng to tiếng với nhau cũng vì heo. Ôi ta bực ta văng ra với nhau cũng vì heo! Dĩ nhiên không có chuyện nuôi heo làm cảnh như dân Canada và Mỹ nuôi *pet*. Heo…tư bản nuôi là heo vui chơi, heo dân ta nuôi là heo… kinh tế. Nuôi heo để sinh lời. Muốn lời nhiều thì phải nuôi vỗ cho heo mau lớn, thêm trọng lượng. Mỗi ký là mỗi tiền. Dân nuôi heo đất Việt sau "giải phóng" mong heo lớn, dân tây tà mong heo đừng lớn. Ông Rudyard Kipling lại đúng nữa: đông là đông và tây là tây, hai bên chẳng bao giờ gặp nhau!

Nơi chúng ta tạm dung có rất nhiều người mê nuôi súc vật trong nhà. Chúng là những "người bạn" sớm tối có nhau. Họ ve vuốt, ôm ấp và thậm chí đêm đêm ôm súc vật ngủ. Ngủ với chó mèo là chuyện thường tình, nhưng cũng có người ngủ với heo. Chuyện chi rồi cũng quen. Bà Natalie Land khoái nuôi súc vật để bầu bạn. Bà sống tại Guelph, tỉnh bang Ontario, nơi cho phép nuôi heo trong nhà. Bà này chỉ nuôi được heo vì bà dị ứng với chó mèo. Heo là con vật ít dị ứng nhất. Bà mua được một chú heo mọi từ Quebec, đặt tên là Bacon. Bà này kể ra cũng có khiếu khôi hài. *Bacon* có nghĩa là thịt heo muối! Bà nói: "Nuôi heo cần có sân rào kín nên tôi phải sửa lại hoàn toàn căn nhà để cho Bacon di chuyển dễ dàng. Bacon theo tôi suốt ngày. Nó không thích cô đơn. Tôi yêu Bacon và không bao giờ muốn rời nó".

Babe, Bacon may mắn được cưng chiều. Anh đồng hương Molly, 3 tuổi, số phận hẩm hiu hơn. Anh "định cư" ở tỉnh bang British Columbia, phía tây Canada. Tháng 5 năm 2017, Molly được cơ quan bảo vệ súc vật SPCA nhận nuôi sau khi người chủ cũ hết khả năng giữ Molly tại nhà. SPCA ở tỉnh bang đang giữ tới 57 heo mọi. Tháng 1 năm 2018, một người tới xin nhận nuôi Molly. Tưởng Molly lại có diễm phúc được tung tăng nơi nhà riêng, nhưng, thảm thay, Molly đã bị xẻ thịt. Người giết Molly còn hiên ngang *post* cảnh nấu nướng thịt Molly trên mạng xã hội Facebook. Cô Sandi Trent, người săn sóc Molly tại chi nhánh của SPCA ở Cowichan, đã không cầm được nước mắt. Cô đã làm việc tại cơ sở này được 20 năm và đã lên tới chức trưởng chi nhánh này. Ngày 23 tháng 2 vừa qua, sau khi Molly bị phanh thây, cô đã triệu tập một buổi họp nhân viên. Sau buổi họp, cô đã nói với báo chí: "Đây là trường hợp tệ hại đầu tiên trong suốt hai chục năm tôi làm việc tại đây. Nó như một cơn ác mộng! Chúng tôi đã hoạch định một chính sách nghiêm ngặt cho việc xin lãnh nuôi tất cả các loại súc vật mà chúng tôi nuôi tại đây gồm cả chó, mèo, dê. Chúng tôi sẽ phỏng vấn kỹ càng các người xin nhận nuôi để biết chắc là họ yêu thích vật nuôi. Trường hợp này thật đau lòng cho chúng tôi". Leon Davis, người đã trực tiếp săn sóc cho Molly béo tốt khỏe mạnh lại sau khi bị chủ cũ ruồng bỏ, đã nói với phóng viên của đài BBC: "Nghe tin người ta đã làm như vậy đối với một con thú mà chúng tôi đã tận tình săn sóc và tìm một người nhận nuôi có lòng với heo làm tôi rất đau lòng".

Kẻ "sát heo" giải thích trên Facebook là họ phải giết Molly vì nó quá hung dữ làm bể cửa kính trong nhà. Cặp vợ chồng này cũng thanh minh là Molly được chết một cách nhân đạo! Họ viết: "Tôi xin thề là Molly chết một cách nhân đạo chứ không phải bị hành hình như một thú giải trí hay thể thao". Cặp vợ chồng này cũng đã "rất ân hận" về hành động của họ. Tuy nhiên họ vẫn bị một số người yêu thú vật dọa giết. Họ rét nên đã xóa *video* trên Facebook. Theo luật Canada thì thú vật nuôi được coi là tài sản của người chủ nên việc giết thịt chú Molly, theo pháp lý, là không phạm pháp. Khi đã cho một thú vật, cơ quan SPCA không còn quyền hạn chi nữa. Họ chỉ có thể để tên cặp vợ chồng khoái thịt heo này vào danh sách những người bị cấm nhận nuôi thú vật. SPCA cũng đã cho điều tra về vụ này và kết luận quả thật Molly đã chết một cách nhân đạo. Vậy là huề!

Tỉnh bang British Columbia là nơi có nhiều người Việt cư ngụ. Người...sát heo ngụ cư tại Duncan, một thành phố nhỏ chỉ có 5 ngàn dân trong tỉnh bang này. Tôi cố tìm trong các bản tin danh tính người này nhưng không thấy. Sao tôi nghi quá!

05/2018

ICELAND

1.

WOW! Đây không phải là một tán thán tự chỉ sự ngạc nhiên hay khâm phục. Đó là tên hãng máy bay của Iceland mà tôi đã cùng nó cưỡi mây vượt biển để tới hòn đảo nằm tuốt trên Bắc Cực. Máy bay của hãng hàng không WOW sơn mầu tím hồng nên trông rất nổi trên phi đạo. Nhìn vào là bắt mắt ngay. Nhưng nhìn các cô tiếp viên hàng không, đồng phục cũng tím hồng phủ trên dáng dấp cao ráo và thanh gọn, dĩ nhiên phải mát mắt hơn. Các cô nàng vùng cao có làn da mịn màng, trắng muốt, mái tóc nâu nhạt hay bạch kim chải vuốt lên, bới thành cái bánh chả sau ót. Trên đầu úp một cái mũ rất điệu nghệ đồng màu tím hồng. Ai người không ngất ngây khi nhìn thấy những bóng hồng biết bay này. Mấy ông bạn cùng đi với tôi chẳng thể gạt đi nam nhi tính. Những ánh mắt nhìn say đắm như gửi gắm vô vọng!

Nhưng chuyện đẹp đẽ đến đây là chấm dứt. Bay với WOW thiệt tức cái mình. Hành lý kí gửi bị chém tới 88.59 gia kim mỗi va-ly, cộng thêm thuế. Nếu gửi và trả tiền *online* trước thì còn 62.99 đô. Chi tiền đậm hơn nhưng mỗi va-ly chỉ được 20 kí thay vì 23 kí như các hãng máy bay khác. Hành lý xách tay cũng phải nộp tiền răm rắp: nếu trả trước bằng *online* thì 51.99 đô mỗi valy nặng tối đa 12 kí, trả ngay tại quầy cân đồ thì lên tới 63.28 gia kim! Cả một sự bóc lột hành khách. Bóc lột tới vậy cũng chưa đã. Ông bạn tôi lỡ trớn dư ra năm kí, họ chơi ngay 125 gia kim tức khắc. Tính ra mỗi kí dư phải chi ra 25 đô ngọt ngào! Còn chưa đã nư, trên máy bay đường dài, hành khách không được cung cấp nước uống.

Nam và nữ tiếp viên hàng không WOW.

Vị trí Iceland trong vùng Bắc cực.

Muốn có nước uống cũng phải chi ra 4 đô một chai!

Trong tình huống bị bắt nạt không thương tiếc như vậy, may là chuyến bay từ Montreal tới Reykjavik chỉ mất có 4 tiếng rưỡi. Đường từ Bắc Mỹ tới Âu châu sao mà ngắn vậy? Vì Iceland nằm mình ên trên một hòn đảo, cách xa lục địa Âu châu một đoạn biển dài, nên tương đối gần miền Đông Canada chúng tôi hơn. Iceland, còn gọi là Băng Đảo, được kể vào khu vực Scandavia gồm các nước Phần Lan, Thụy Điển, Na Uy và Đan Mạch. Chúng ta thường gọi là các nước Bắc Âu. Tất cả dính vào nhau trên đất liền ngoại trừ Băng Đảo. Thân phận lưu lạc nên khi nói tới các nước Bắc Âu, chúng ta thường bỏ quên Iceland. Chẳng biết có phải vì muốn nhắc cho mọi người nhớ tới thân phận bị bỏ rơi của mình không mà năm 2010, núi lửa ở Băng Đảo phun mù mịt trời đất, tàn tro bay qua khắp châu Âu, khiến máy bay không dám cất cánh vì sợ tro bị hút vào động cơ. Báo hại anh bạn

Võ Kỳ Điền của tôi mất bốn ngàn đô. Anh đã đóng tiền cho một cuộc du lịch Iceland, chuyến đi không bị hủy bỏ, nhưng bạn tôi vốn có lá gan không lớn lắm nên rét, ở nhà cho chắc ăn! Mất toi bốn ngàn đô là một mất mát không dễ quên nên chuyến này anh cũng đóng tiền đi Iceland để hỏi tội mấy ngọn núi lửa. Nhưng, than ôi, tới giờ chót anh bị mấy ông bác sĩ moi tim ra ngoài nên mất thêm một mớ tiền nữa mà chân vẫn còn dính cứng ở Montreal! Anh than chuyện gì trên đời cũng có cái duyên, không duyên nên anh ao ước mà Iceland vẫn chỉ có trong trí tưởng.

Cú phun ngoạn mục trên của núi lửa Iceland hình như có ép-phê. Bà quản lý phòng ăn nơi khách sạn tôi cư ngụ nói với tôi là số khách du lịch tới từ khoảng gần chục năm nay bỗng tăng vọt lên, tới khoảng một triệu khách mỗi năm. Bà này còn khiêm nhượng hoặc không theo sát tình hình. Thực ra theo thống kê thì trong năm 2017, số du khách tới Iceland đã vượt quá 2 triệu người và đóng góp tới 10% lợi tức quốc gia GDP của nước này. Iceland là đất của núi lửa. Trên xe từ phi trường quốc tế Keflavik về thủ đô Reykjavik, khoảng cách 40 cây số, tôi chỉ thấy chung quanh toàn nham thạch nâu đỏ. Và mùi lưu huỳnh đặc trưng của núi lửa phun ra. Khổ một nỗi cái mùi khăm khẳm này tương tự như mùi bụng dạ con người lỡ tỏa ra nên rất bất tiện. Người nọ nhìn người kia với ánh mắt nghi kỵ không thốt nên lời. Một anh bạn phải mau miệng giải thích sự việc mới giải tỏa được tình thế. Sau đó, trong một lần tới *Geysir Glíma*, chúng tôi mới được mục kích hoạt động tỏa mùi của núi lửa. Khoảng mỗi chục phút, miệng núi lại phát ra một tiếng nổ, tiếp theo là một làn khói

Núi lửa phun khói mù trời.

Ngửi mùi lưu huỳnh trong khói.

bay nhanh lên trời, mùi lưu huỳnh ngào ngạt. Cột khói có khi cao tới cả trăm thước. Thiệt ngộ! Thiên nhiên cũng hoạt động giải tỏa bụng dạ như con người. Một ông bạn, thơ văn đầy mình, đọc ngay một đoạn thơ rất Huế không biết ông lấy từ đâu.

Xịt lên trên trời thiên lôi đứt chạc
Xịt xuống dưới nác cá chết tan tành
Xịt vô trong thành trúc cây trúc cối
Xịt ra Hà Nội đổ nhà đổ cửa
Xịt vô trong lửa đổ nồi đổ niêu.

Quý vị nào thấy chưa đủ đô có thể đổi "X" nơi chữ đầu mỗi câu ra "Đ"!

Du khách chen chúc nhau đứng coi núi lửa hành sự. Có những người muốn thưởng thức cho hết của cải của thiên nhiên đã nhảy vào vòng khói, mắt mờ mịt, mũi khịt ra cho khí khỏi trào vào. Cực khổ như vậy nhưng khi nhảy ra khỏi mù mịt sương khói đã toe miệng cười thú vị cho một kinh nghiệm không dễ gì có trong đời. Trong số người muốn hưởng cái thú thương đau đó có tôi. Anh bạn bấm máy hình chưa nhìn thấy tôi ở đâu trong chốn nhân gian mờ mờ ảo ảo đó, tay chưa bấm máy được, thì tôi đã nhảy ra. Quả thật thiên nhiên có mùi vị nồng nàn hơn con người. Chẳng vậy mà người ta phải kêu là "mẹ thiên nhiên"!

Tới Iceland là tới với thiên nhiên. Đi tới đâu chúng ta cũng đụng đầu với những núi, những thác, những băng hà, những suối nước. Con người nơi đây bị thiên nhiên đè bẹp. Dân số của Băng Đảo theo kiểm kê vào năm 2016 là 334.252 người sống trên một diện tích 103 ngàn cây số vuông. Phần

Xe cô đơn trên đường đèo núi.

lớn dân chúng tụ tấp ở thủ đô Reykjavik. Khi chúng tôi ra khỏi thủ đô, hầu như hai bên đường không có nhà cửa chi. Thỉnh thoảng mới có một xóm làng chừng trăm nóc gia. Có những nơi chỉ có một hai căn nhà. Không hiểu sống cô lập như vậy, đời sống của họ ra sao. Trên đường, xe chúng tôi chạy bon bon một mình. Trước sau trống vắng. Ngoại trừ đoạn đường quanh thủ đô, đường nối liền các thắng cảnh thường chỉ có một làn xe chạy cho mỗi chiều. Bởi vậy nên lái xe ở Iceland hơi vất vả. Đường đèo quanh co rất khó quan sát phía trước. Muốn vượt xe trước phải chờ tới đoạn đường tương đối phẳng phiu, lấn qua làn đường dành cho xe ngược chiều, qua mặt xe trước rồi trở về làn đường của mình. Ngay tại văn phòng của những hãng cho thuê xe, người ta cũng treo bảng nhắc nhở "lái xe ở Iceland không giống như ở những nơi khác". Với những du khách trẻ tuổi thích vượt núi băng đèo, nơi đây là lý tưởng nếu tới đúng mùa.

Thực ra mùa nào nơi đây cũng là mùa du lịch. Mỗi mùa có một vẻ khác nhau. Chúng tôi tới vào cuối tháng 5 tức là vào cuối mùa xuân ở Iceland. Tài liệu du lịch cho biết mùa này hoa trái nở rộ tạo nên một khung cảnh thiên nhiên tuyệt vời. Vậy mà thực ra chúng tôi chẳng thấy hoa nở. Ngay cả những đám cỏ xanh cũng hiếm hoi. Bên đường có những đàn ngựa hay cừu được thả rong trên những thửa đất cằn cỗi. Trông chúng nhỏ bé đến tội nghiệp. Có lẽ chúng tôi tới vào cuối xuân nên đất trời đã đổi khác chăng? Nhưng chúng tôi được lời thời gian vì mùa xuân là mùa ngày dài đêm ngắn. Có khi tới 1 giờ sáng, trời vẫn còn sáng. Chưa tới bốn giờ sáng mặt trời đã lại thức giấc bắt đầu một ngày mới. Thời gian giữa lúc ông mặt trời đi ngủ và chăm chỉ thức dậy, ông vẫn chưa chịu an nghỉ hoàn toàn. Trời vẫn không tối hẳn, cứ mờ mờ nhân ảnh. Du khách tới Iceland phần lớn là thanh niên thiếu nữ vì nơi đây có các trò chơi thể thao của vùng núi rất thịnh hành. Vậy thì với những người trẻ tuổi này có khi chuyện ngày dài đêm ngắn là chuyện lỗ chứ lời lãi chi! Mùa xuân từ tháng 4 đến tháng 6, được tiếp theo bằng mùa hè từ 20 tháng 6 đến 20 tháng 8. Nói là hè nhưng nhiệt độ không cao lắm khiến cho lượng du khách đổ về khá đông. Ngày của mùa hè dài miên man. Có những ngày không có đêm vì mặt trời sáng suốt đêm. Iceland rất nhộn nhịp trong những ngày hè. Nhưng mùa du lịch đích thực là mùa thu, kéo dài từ tháng 9 tới tháng 10. Đây là mùa du lịch nở rộ nhất trong năm. Khí

Anh Lý Thành Cơ với cực quang.

hậu mát mẻ, trời mới chuyển lạnh sơ sơ. Du khách đổ tới săn ngắm cực quang *(aurora)* xuất hiện thường nhất vào cuối tháng 9. Mùa đông từ tháng 11 tới tháng 3 năm sau có những "đặc sản" của du lịch mùa đông. Gọi là Băng Đảo, ai cũng nghĩ tới cái giá buốt của mùa đông nhưng thực sự nhiệt độ ở Iceland vào mùa đông ít khi dưới số không. Kém xa mùa đông ở Canada chúng tôi.

Cực quang là đặc sản nổi bật nhất của Iceland. Tôi không tới vào mùa thu nên không được hưởng thứ đặc sản này. Nghe nói tôi đi Iceland, bạn bè hỏi ngay tới cực quang. Thiệt là cực! Cực nên phải tìm coi xem nó là cái chi chi mà nổi tiếng đến vậy. Cực quang là hiện tượng quang học tạo bởi sự tương tác giữa các hạt tích điện từ mặt trời với lớp trên của bầu khí quyển của hành tinh. Các dải sáng liên tục chuyển động và thay đổi khiến chúng giống như các dải lụa màu trên nền trời. Những nước nằm ở vĩ độ cao như Alaska, miền Bắc các nước Canada, Na Uy, Thụy Điển, Phần Lan và Greenland đều có hiện tượng này. Màu của cực quang đi từ trắng, xanh lục, xanh lam, tới hồng và tím tùy cường độ thấp hay cao. Màu phổ biến nhất là xanh lục hoặc xanh lam. Tuy cực quang xuất hiện tại nhiều nước nhưng cực quang ở Iceland vẫn ăn trùm thế giới vì đất nước này có nhiệt độ mùa đông cao nhất nhờ dòng hải lưu vùng vịnh (*gulf stream*) chảy qua. Cực quang xuất hiện tại Iceland với nhịp độ nhiều hơn các nước khác vì dân cư thưa thớt nên độ ô nhiễm ánh sáng thấp. Ngay tới thành phố cũng có thể coi được cực quang. Một yếu tố khác là gió ở Iceland thuộc hàng mạnh thứ ba trên thế giới nên mây luôn thay đổi khiến trời quang đãng hơn. Chuyện gió ở Iceland, tôi sẽ bàn tới sau. Giờ thì theo chân một anh bạn Việt nam tại Iceland đi ngắm cực quang. Trong bài "Chia sẻ Kinh Nghiệm Săn Cực Quang ở Iceland", tác giả Lý Thành Cơ viết: "*Suốt bốn đêm đầu tiên điều kiện để ngắm cực quang gần như vô vọng với mây phủ, mưa, tuyết các thể loại che đi tầm nhìn và chỉ số KP để xem cực quang cũng chẳng tích cực cho lắm. Tại Reykjavik có những* tour *đi săn cực quang bắt đầu từ 8 giờ tối và kết thúc lúc 10 giờ tối. Chuyến đi săn này đảm bảo cho bạn việc chắc chắn xem được ánh sáng mới thu tiền. Nếu bạn mua* tour *này, họ sẽ thông báo* cancel tour *nếu như thời tiết không khả quan và dời lịch cho bạn qua ngày khác. Nếu như lúc bạn thông báo đi* tour *mà vẫn không thấy thì họ sẽ cho bạn đi thêm một lần nữa vào ngày hôm sau cho tới khi thấy được thì thôi. Nếu bạn phải bay vào hôm sau, bên* tour *sẽ gửi bạn* voucher *vô thời hạn để bất kỳ lúc nào bạn quay lại Iceland cũng có thể đi* tour *này. Đến đêm áp chót, vừa mới lên chuyến xe đi săn thì anh trong đoàn đã nhìn thấy phía bên phải hướng sân bay Keflavik và cả đoàn chạy ngay về phía đó. Cảm giác kỳ diệu lắm, một bầu trời đầy sao, còn cô nàng Cực Quang thì đang vần vũ ở trên kia cùng những "đường cong quyến rũ" của mình. Lúc đó chỉ biết thốt lên "Tôi đang ở xứ cổ tích nào thế này!". À chỉ là câu hỏi tu từ thôi, vì biết là mình đang ở Băng Đảo, một nơi có thật ở trên Trái Đất. Ngày hôm sau, đi khám phá miền Tây Iceland thì tối đó qua nhà một anh người Việt sống tại Iceland chơi, ngồi phải ráng ăn hết một quả đùi cừu Băng Đảo cực to, cực ngon mà chỉ có bốn người. Cừu Băng Đảo là món đặc sản ở đây từ thế kỷ 9 rồi đấy. À mà thôi bàn chuyện cừu, nói tiếp chuyện Cực Quang. Đang ngồi ăn thì anh bạn thấy trời có "triệu chứng" sổ mũi xanh và thế là cả nhóm vội vàng thu xếp quần là, áo lụa lên xe đi săn cô nàng đỏng đảnh này lần nữa. Và anh Đức chở ra hẳn một hồ nước đang đóng băng, với nền là một ngọn núi phủ tuyết từ đằng xa. Trời ơi, kỳ diệu lắm, vì lúc này cực quang còn rõ và đẹp hơn hôm qua, cứ uốn lượn không ngừng và dù trời -9 độ C nhưng* adrenaline *tăng trong người khiến ta quên hết đi cái lạnh ấy. Mà chụp cực quang đâu có dễ, phải phơi sáng là một chuyện, để cho người sáng theo thì phải có kèm cả đèn flash của* iPhone *hỗ trợ, chiếu lên trong 3 tiếng đếm rồi bỏ xuống liền. Còn mẫu – là tôi – phải đứng đơ trong một tư thế đó trong 5-6 giây. Mà bạn nghĩ không di chuyển dễ à? Thử đứng ở đó mà không run cầm cập xem thử trải nghiệm đó đi nhé".*

Chuyến đi Iceland vào mùa xuân của tôi không bắt được cô nàng cực quang đỏng đảnh nhưng tôi bắt được anh chàng gió phũ phàng. Phải nói gió ở Iceland là thứ gió…mất dậy! Gió thổi muốn bay cả người. Tôi đã phải hy sinh một cây dù vì anh chàng du đãng này. Chẳng thâm thù gì hãng hàng không WOW nhưng tôi nghĩ phải nói chuyện về phi trường quốc tế duy nhất của Băng Đảo, phi trường Kefiavik. Đất rộng người thưa nhưng phi trường này quá chật chội. Thực ra phi trường không nhỏ nhưng diện tích dành cho các cửa hàng và tiệm ăn quá nhiều nên lấn chiếm hết phần đất phục vụ hành khách. Cửa lên máy bay san sát nhau chật chội. Tới giờ lên máy bay, hành khách xếp hàng rồng rắn trên lối đi, muốn di chuyển ngang phải vất vả trăm đường. Những xe chuyên chở người yếu đuối bệnh tật đi ngang nhấn còi inh ỏi. Tới được chỗ soát vé ra cửa lên máy bay, hành khách

Giữa gió và biển

Băng hà!

được đưa lên…xe buýt! Chen chúc nhau đông đảo, lễ mễ tay xách hành lý, xe chạy ra chỗ máy bay đậu. Giờ mới khổ vì gió. Leo lên thang máy bay, gió thổi bạt đầu bạt tóc. Có người nghiêng ngửa đứng không vững. Đầu tóc rối mù như tổ quạ. Không hiểu sao phi trường quốc tế duy nhất của một đất nước đón chào mỗi năm cả hai triệu du khách mà lại bê bối như vậy.

Gió còn hành hạ chúng tôi khi tới bờ biển coi băng hà ở *Jokulsárlón Glacial Lagoon*. Gió thổi văng xúc xích. Người nào người nấy cúi đầu tránh gió. Giữa bờ biển mênh mông lấy đâu ra chỗ tránh được những trận cuồng phong hỗn hào. Năm ngoái tôi đã đi tìm băng hà trên Alaska mà chỉ bắt được những cục băng không lớn hơn chiếc bàn khiến tôi thất vọng tràn trề. Năm nay, tôi mới được mục kích những tảng băng

Băng hà tạo hình một chú chim.

hà vạm vỡ đáng gọi là băng hà, tuy chắc không được như cỡ băng hà đã làm chìm tàu Titanic năm xưa. Gió mặc gió, tôi say mê đứng ngắm những tảng băng gần sát ngay bên, tưởng có thể với tay ra nắm được. Bảng cảnh báo trên lối vào đã dặn du khách không được xuống sát bờ biển, không được leo lên băng hà. Nếu té xuống nước, chỉ năm phút sẽ tắt thở vì lạnh. Tôi lo lắng nhìn xuống một cặp tình nhân trẻ tới sát miệng nước chụp hình với nhau. Chỉ một cái trượt chân có thể tiêu ma tuổi trẻ. Khi yêu nhau có lẽ người ta không sợ chết bên nhau nên hai người trẻ loay hoay chụp hết kiểu này tới kiểu khác với chiếc máy hình có chân đứng.

Trên máy bay trở về Montreal, bay qua biển Đại Tây Dương, trời sáng chói chang. Nhìn qua cửa sổ, trên biển chi chít những tảng băng hà, cái lớn cái nhỏ, nhẩn nha xuôi Nam.

Miệng núi lửa đã phun 4000 năm trước ở Snapfellnes

Mặt biển như một nồi đậu hũ trắng ngà. Trái đất đang nóng dần, hiệu ứng nhà kính làm chảy những tảng băng lưu cữu trên Bắc cực từ bao nhiêu thiên niên kỷ qua. Mực nước biển sẽ dâng lên. Biển sẽ cướp dần đất liền. Tôi nhớ tới câu thơ của Tú Xương: *bồng bế nhau lên nó ở non!* Con người trong tương lai sẽ phải bồng bế nhau lên vùng cao, không phải vì sanh đẻ nhiều như ông Tú Vị Xuyên nghĩ, mà vì con người sẽ mất những vùng đất thấp.

Núi lửa trùng trùng điệp điệp vây quanh mỗi dặm đường chúng tôi đi. Làm bạn thân cận với những con quái vật khổng lồ biết phun khói này dĩ nhiên chúng tôi bị lép vế. Núi như đè lên chúng tôi, cả bóng lẫn hình. Làm sao đè được núi nhỉ? Chúng tôi tìm kiếm đường lên núi. Biết thân phận đã lãnh tiền già, chúng tôi chẳng thể như những người trẻ đi *hiking*

Đường lên miệng núi lửa.

trèo đèo lặn suối, ba lô trên vai, gậy trên tay, nên đành tìm những chốn ít đoạn trường mà đi. Chúng tôi trực chỉ Snafellsnes, cách thủ đô Reykjavik 160 cây số, nơi đây có ngọn núi lửa có cầu thang trèo lên tới ngọn. Từ xa, cảnh đoàn người nhỏ xíu đang trèo bên núi khiến chúng tôi khoái chí. Trèo tập thể như vậy vừa vui vừa an toàn trên…núi. An toàn thật vì chiếc cầu thang bằng sắt có màu sơn chống rỉ sét, bậc thang là những vỉ sắt có lỗ giữ cho giầy khỏi trượt. Vừa trèo một ông bạn hổn hển nói: "Giờ mà nó phun lửa thì bỏ bu!". Nghe mà muốn bỏ ngoài tai. Nhưng nghĩ là ngọn núi này đã nằm yên bốn ngàn năm chẳng lẽ lên cơn hộc lửa ngay lúc chúng tôi đang hớn hở leo lên được sao? Có họa là trúng số độc đắc. Nghĩ vậy nhưng bụng vẫn đánh lô tô. Cái miệng ông bạn thiệt ác ôn! Bốn trăm bậc thang có lẻ chúng tôi đã leo được nửa đường, chẳng lẽ bây giờ tụt xuống. Chặc lưỡi bất cần. Leo tiếp. Miệng núi lửa là một cái hố lớn không được tròn trĩnh lắm. Hố lõm tưởng phải đầy nước, vậy mà khô queo. Bốn ngàn năm mưa trút xuống, nước đi đâu? Đang băn khoăn thì lại ông bạn máu tếu có thừa lên tiếng: "Già tới bốn ngàn năm thì phải khô chứ ướt chi được!".

Tôi nhìn sâu vào chiếc…lỗ. Chỉ thấy rong rêu một màu xanh yếu ớt. Nhìn kỹ mới thấy có mấy cây liên đài như một đóa hoa thầm kín bám vào cạnh lỗ. Nếu nói giữa cái bao la của thiên nhiên con người thấy sự nhỏ bé của mình là nói sáo, nhưng quả thật tôi đã thấy hạt bụi nhỏ là thân phận mình giữa cái bao la của tạo hóa.

2.

Cả một hòn đảo rộng 103 ngàn cây số hầu như bị núi lửa ngồn ngang chiếm cứ. Phó phẩm là nguồn nước nóng chảy khắp nơi. Dân chúng nơi đây được dùng nước nóng *free* trong nhà. Nguồn nước nóng là "lợi tức" của Iceland. Họ khai thác triệt để hầu mang lại ngân khoản cho đất nước. Một trong những nơi kiếm tiền khẳm nhất là Blue Lagoon. Chưa đến Blue Lagoon là chưa biết hết về Iceland, quảng cáo du lịch của họ nói vậy. Nghe thấy nhột nên lòng dặn lòng là phải tới coi xem nó là cái chi mà ghê gớm vậy. Theo tài liệu thì Blue Lagoon là một hồ nước nóng được thiết lập vào năm 1974 và ngay lập tức được dân chúng khoái tới bơi lội và ngâm mình trong dung dịch nước đậm chất lưu huỳnh và *silica*. Nước hồ có nhiều khoáng chất này rất tốt cho da. Mãi tới năm 1992,

Blue Lagoon mới được tân trang toàn diện và trở thành điểm du lịch hấp dẫn cho du khách. Blue Lagoon ngày nay ngon lành với đủ loại dịch vụ. Có *massage*, nhà hàng, quán *bar*, quán cà phê, tiệm bán…bùn, các loại mỹ phẩm chăm sóc da và cả một cái khách sạn loại sang cho các du khách muốn qua đêm. Năm 2016, hồ xanh này được xếp hạng là điểm du lịch được nhiều người thăm viếng nhất trong thiên niên kỷ. Xếp thứ nhì là kim tự tháp *Great Pyramids of Giza.* Nếu chỉ tắm không thì hai hoặc ba giờ là đủ. Nhưng nếu muốn vui chơi các mục nơi đây thì mất cả ngày.

Sách hướng dẫn du lịch dọa là không dễ lấy được vé

Blue Lagoon

vào…thiên đường này đâu. Vậy là lo xong vé máy bay là phải lo liền vé vào Blue Lagoon. Vé có nhiều hạng. Hạng "cá kèo" *(standard)* giá 6100 ISK. Quy ra khoảng 81 gia kim. Hạng này chỉ được ngâm nước trong hồ và bôi mặt nạ bùn trắng. Hạng *comfort* giá 8100 ISK, khoảng 108 gia kim, có thêm một khăn tắm và một ly nước hoặc bia. Hạng *premium* 10.200 ISK, khoảng 136 gia kim, được thêm áo khoác và dép. Ngon lành nhất là hạng *luxury*, giá 53.000 ISK, khoảng 700 gia kim. Hạng này công tử hết mức, hưởng được hầu hết mọi dịch vụ. Bàn thảo chán , đường đường du khách Canada mà chơi hạng cá kèo thì mất mặt bầu cua quá, chúng tôi đồng ý nhích lên chút xíu, mua vé hạng *comfort.* Dù sao cũng chỉ áp chót chứ chưa chót.

Phải công nhận là Blue Lagoon được tổ chức rất khoa học. Sau khi dò danh sách đã mua vé trên mạng *internet,* nhân viên phục vụ lịch sự quàng vào cổ tay tôi một chiếc vòng màu xanh có gắn một con *chip*. Con *chip* này vừa là vé vừa là thẻ tiêu tiền. Mình được những thứ gì, con *chip* ghi hết. Quẹt một cái là lấy được một khăn tắm. Để *chip* vào máy đọc là cửa "thiên đàng" rộng mở. Vào phòng để đồ, quẹt một cái là một *locker* mở ra với số của *locker* hiện rõ trên màn hình. Khóa hay mở đều có con số hiện lên, có đãng trí tới đâu cũng không sao, chẳng cần phải nhớ số *locker* của mình cho mệt óc. Qua phòng tắm phải dùng xà bông đàng hoàng là có quyền ra hồ nước nóng. Nhưng vì khoáng chất của hồ có thể làm cứng tóc, khó chải, nên khách được khuyên nên dùng *conditioner* trên tóc trước khi ra hồ. Cởi áo choàng hay khăn tắm, treo lên những móc có đánh số trùng với số *locker* của mỗi người, khách đã sẵn sàng. Những chiếc dốc thoai thoải có tay vịn đưa khách nhúng những bước chân đầu tiên xuống nước nóng. Khi nhúng được cả người vào nước nóng, đã điếu vô cùng. Từ dưới hồ nhìn lên, gió phất phơ thổi vào những giá treo khăn như những chiếc cờ trắng trong một ngày hội. Tôi nghĩ tại sao người ta không dùng khăn tắm đủ màu cho có không khí hội hè! Da dẻ như nở ra khiến tôi cảm thấy sảng khoái. Mặc dù bay đêm, hầu như không ngủ tối hôm trước, nhưng chúng tôi không thấy mệt mỏi chi. Tại một góc hồ có một thác nước đổ xuống ầm ầm. Khách có thể đứng dưới thác, nước dội mạnh xuống người như được *massage* thích thú vô cùng. Vài nhân viên phục vụ cầm những tô bùn trắng phát cho du khách bôi mặt. Mặt người nào người nấy trắng xóa, cứ như đi dự hội *halloween*! Bùn này làm cho da dẻ mịn màng hơn. Tôi nghĩ bôi có vài tiếng thì ăn thua chi, da cóc chắc vẫn hoàn da cóc, nhưng cứ bôi mặt cho sống lại tuổi thơ miễn là đừng "bôi mặt đá nhau" là được! Ngâm một hồi, lội ra quán giải khát bên hồ, giơ chiếc vòng xanh cho nhân viên quẹt vào máy là có quyền lấy một ly uống giải khát. Có đủ thứ sinh tố, mấy bà thông báo cho nhau có cả nước rau má. Cỡ chỉ nhấp chất cay như tôi và mấy ông bạn thì phải một ly bia. Ly bia lạnh trên nước nóng đã điếu chi đâu! Ngoài ly nước hay bia tiêu chuẩn, nếu khách muốn uống thêm hoặc xí xọn ngồi ăn tại quầy bán đồ ăn nằm sát cạnh hồ tắm thì chỉ việc giơ vòng ra cà, họ sẽ tự động xạc tiền vào thẻ tín dụng... Vui đùa, chụp hình, chẳng mấy chốc vài tiếng đồng hồ đã trôi qua, chúng tôi leo lên, choàng khăn trong cái lành lạnh của gió và mưa nhẹ hạt, chạy vội vào

Bôi bùn trắng tại Blue Lagoon.

Vui đùa trong hồ nước nóng Blue Lagoon.

phòng tắm, ra về. Quẹt cổ tay vào máy đọc, cửa mở ra đồng thời với một cái nắp hộp, khách tháo vòng, bỏ trả vào hộp. Vậy là bay đi hơn tám ngàn ISK!

ISK là chữ viết tắt của *Icelandic króna*, đơn vị tiền tệ của Iceland. Tiếng Pháp gọi là *couronne*. Chúng tôi đến từ xứ nói tiếng Pháp, lại vốn có tính lười biếng, nên gọi tắt là "cu" cho tiện. Tỷ lệ hối đoái giữa cu và gia kim là một gia kim ăn 80 cu nhưng thường người ta chỉ đổi với giá 75 cu, sau khi đã tính tiền dịch vụ. Từ tiếng "cu" gợi hình đối với dân mít ta, chúng tôi đã nhiều phen cười nghiêng ngả. Trên đường đi thăm các thắng cảnh, xe dừng lại các điểm nghỉ xả hơi, chúng tôi phải dùng cu. Giá vào phòng vệ sinh từ 100 cu tới 200 cu tùy nơi. Giá đồng đều cho các ông cũng như cho các bà nhưng cánh đàn ông chúng tôi vẫn thấy lỗ. Một ông phàn nàn: "Tại sao chúng ta phải trả tới 101 cu trong khi các bà chỉ trả 100 cu!". Một ông dĩ hòa vi quý: "Thì có sao đâu, các bà có tới trăm cu đâu phải dễ!". Tới các khu mua sắm nơi phố thị thì cứ việc xả cảng tự do, không cu kiếc chi cả. Đang trăm cu răm rắp đau như hoạn mà bỗng phơi phới được tha bổng, mừng hết lớn, các ông cũng như các bà mách bảo nhau: "Lẹ lên, ở đây không có cu!".

Cu là thứ rẻ rúng ở Iceland. Mua chi cũng phải nhiều cu. Ai cũng lắc đầu vì vật giá ở đây tốn cu quá. Mắc hơn bên Montreal khoảng từ hai tới ba lần tùy theo món hàng. Cùng mằng nhất là cái *hotdog* nơi chợ Costco, bên Montreal chúng tôi chỉ một đô rưỡi, bên Iceland là 4 đô. Bánh mì Subway cỡ 12 inches, bên Canada khoảng bảy đô, chúng tôi đã phải móc túi chi ra tới 22 đô. Vào nhà hàng ăn kéo ghế đàng hoàng là chuyện không tưởng. Một anh bạn nghiên cứu bảng giá trước cửa nhà hàng KFC, thấy vẽ ba cái đùi gà chiên và hàng chữ Iceland, phía dưới đề giá 800 ISK. Tính ra khoảng hơn chục đô Canada. OK! Chơi được! Vào kéo ghế vênh râu chờ. Khi lấy hàng, thấy chỉ một cái đùi gà nằm cô đơn trên đĩa mới hỡi ôi. Được hỏi sao không chất vấn tại sao vẽ ba mà đưa ra có một, anh cười xòa: "Kiện cáo chi, mình mù chữ ráng chịu!".

Chữ nghĩa Iceland dân ta bù trất. Khó nhớ vô cùng. Đậu xe tại một góc đường, ráng nhớ tên hai con phố giao nhau mà chịu. Đành phải chụp hình bảng tên đường cho chắc ăn để khi trở về lấy xe không lạc lối. Cái thứ chữ lộn xộn đó tôi lại khoái. Vì chúng có những dấu giống như chữ Việt chúng ta. Dấu sắc đầy rẫy. Tiệm rượu là *vínbúđin.* Hàng bán cá là *fiskbúđin*. Bạn đọc có nhận thấy chi không? Có dấu chữ "đ" tiếng Việt đàng hoàng. Tôi chưa thấy một thứ chữ nào lại có dấu "đ" như tiếng Băng Đảo. Chẳng là một điều khoái lắm ru!

Một lần vào khu mua sắm Viđhlustum, lớn nhất của thủ đô Reykjavik, mắt tôi đụng vào một *búđin*: *blómabúđin Kringlunni.* Hoa từ trong ra ngoài cho biết đây là một tiệm bán hoa. Điều làm tôi chú ý là cô gái Á châu đứng ở trong quầy đang huyên thuyên tiếng Iceland với khách hàng. Nghi là người nước ta, tôi bước vào hỏi cầu may. Đúng là dân mít thực. Cô Thua Nguyễn mừng rỡ khi gặp đồng hương. Chuyện một hồi, thấy cửa hàng đông khách, tôi tính rút cho cô làm việc, nhưng cô níu tôi nán lại. Cô là chủ tiệm. Cô cho biết hôm nay khách đông vì là ngày ra trường của học

Mặt tiền nhà thờ Hallgrímskirkja

Bên trong nhà thờ Hallgrímskirkja

sinh trung học, người ta mua hoa mừng các em. Cô tiếc hùi hụi vì khách đông, không thể bỏ cửa hàng dẫn chúng tôi đi chơi. Theo cô cho biết thì người Việt ở đây khoảng một ngàn người, phần lớn đến từ miền Bắc. Cô là người Hạ Long. Ngày hôm sau, khi vô một tiệm Subway ăn trưa, tôi lại gặp một thanh niên Việt bán hàng tại đây. Anh cũng người miền Bắc, đã ở Đức ba năm mới tới định cư tại Băng Đảo. Anh vui vì được tiếp khách hàng đồng hương. Đúng là người hiếu khách thật vì khi tính tiền anh đã lẳng lặng bớt cho tôi được vài trăm cu. Cỡ hơn chục đô Canada!

Dạo phố ở thủ đô của Iceland, tầm mắt chúng ta luôn có bóng dáng vút cao của một giáo đường có lối kiến trúc độc đáo. Đó là nhà thờ Hallgrímskirkja của đạo tin lành Lutheran. Nằm ở ngay trung tâm thành phố, cao tới 74 thước rưỡi, đây là kiến trúc cao nhất Iceland. Nhìn toàn cảnh phía trước, chiều cao tiến dần từ hai bên vào chính giữa tạo cho người ta cảm giác vun vút như mũi tên lửa nằm trên giàn phóng. Dụng ý của kiến trúc sư Guđjón Samúelsson là mô phỏng theo dáng núi và băng hà là cảnh quan chi phối Iceland. Phải mất tới 41 năm, từ 1945 tới 1986, ngôi thánh đường mới hoàn thành. Thực ra theo sơ đồ nguyên thủy, ngôi nhà thờ không cao như vậy nhưng các giáo sĩ đã thay đổi bắt phải cao hơn. Họ muốn vượt qua mặt ngôi nhà thờ chánh tòa Landakotskirkja của đạo Công Giáo! Chúng tôi đến vào một buổi sáng Chủ Nhật, vào giờ tan lễ nên giáo dân và du khách đông nghẹt trước sân nhà thờ. Sau khi chạy loăng quăng, ngắm bên này bên kia mãi tôi mới tìm được một góc cạnh có thể thu vào máy hình được toàn thể kiến trúc mà không bị

Nhạc sĩ chơi đại phong cầm trong nhà thờ Hallgrímskirkja

nhiều người che lấp.

Bước vào nhà thờ tôi cảm thấy ngay như mình được nhấc lên cao với những mái vòm vun vút kéo lên. Nhà thờ hiện đại nên rất sáng sủa, không có cái âm u của những ngôi giáo đường cổ. Những của sổ bằng những tranh trên kính màu được sử dụng rất hạn chế. Hầu như chỉ để nhắc nhở tới truyền thống tôn giáo. Nhưng cây đại phong cầm thì hết xảy. Cũng như những cây đàn loại khủng của các giáo đường khác, dàn ống cái lớn cái nhỏ đứng bên nhau như toán lính xếp hàng thẳng thớm. Nhưng nếu biết từ chiếc đàn bên dưới, cách xa dàn ống trên gác đàn cả vài trăm thước, người ta đã dùng kỹ thuật điện tử với ứng dụng *remote* bắn tiếng đàn lên ống thì mới thấy cái độc đáo của cây đàn. Cây đàn này được hoàn tất vào năm 1992. Khi chúng tôi tới, giờ lễ vừa xong, nhạc sĩ phong cầm vẫn ngồi đánh đàn nên chúng tôi được thưởng thức tiếng đàn của cây phong cầm nổi tiếng này.

Cũng tại thủ đô Reykjavik có một thứ độc đáo khác mà chúng tôi nhất định phải ghé tới. Đó là *Icelandic Phallological Museum.* Viện bảo tàng thì không có chi lạ nhưng bảo tàng trưng bày các bộ phận sinh dục nam của các loài vật có vú thì phải lạ. Có tất cả 282 cái những nhẵng của 93 loài động vật có vú kể cả con người. Người chỉ có tí chút óc tò mò chắc chắn phải muốn đặt chân tới nơi này. Với chúng tôi thì đây là cơ hội hãn hữu vì đây là bảo tàng viện duy nhất trên thế giới về chủ đề hấp dẫn này. Vé vào cửa là 1500 cu hoặc 14 đô Mỹ. Dân hưu trí có giá đặc biệt chỉ 1000 cu thôi.

Phôn trong Bảo Tàng Viện.

Tay nắm cửa phòng vệ sinh trong Bảo tàng Viện

Tôi phiếm với mấy ông bạn: "Tốn có 1000 cu giấy mà được coi tới 282 cu…thịt, quá rẻ!". Các bà cũng không thể không móc hầu bao ra để mở mang kiến thức. Các bà chiếm tỷ lệ 60% trong số 12 ngàn khách thăm viếng mỗi năm. Trẻ em cũng có thể vào coi. Không những được vào mà còn được ưu đãi vì không phải mua vé nếu dưới 13 tuổi và đi kèm với phụ huynh. Bữa chúng tôi đến thì số em học sinh nam cũng như nữ khá đông. Họ là đám khách ồn ào nhất. Các em trai thì cười hô hố. Các em gái cười với hai gò má đỏ hồng! Những gò má non trẻ này còn hồng hơn khi chạm vào chiếc điện thoại, tay nắm cửa toilet, tất cả đều mang hình dạng của quý của phái nam!

Kể ra con tạo cũng có nhiều sáng tạo. Sinh thực khí nam muôn hình vạn trạng. Có cái xoắn tít như chiếc roi da. Lại có cái vun vút như một đụt măng tre. Có cái chỉ một khúc nhưng cũng có cái dài thậm thượt. Một ông bạn tôi vội đi kiếm của quý của...sư phụ. Tưởng phụ tùng của "ông thầy" phải "hoành tráng" lắm, ai ngờ xoắn tít nho nhỏ như con giun. Tôi đi kiếm loại cho là xịn nhất: hải cẩu, đầu nghĩ tới "tam tinh hải cẩu bổ thận hoàn" của nhà thuốc Võ văn Vân ngày xưa. Cũng thất vọng. Kích thước chẳng bề thế chi. Một ông bạn giải thích: pín của dê và hải cẩu được ngưỡng mộ về phẩm chứ không phải lượng, đừng có thấy nhỏ mà khinh!

Bên của quý của cá voi.

Trong số hiện vật của bảo tàng viện, cá voi chiếm thế thượng phong. Có tới 55 mẫu vật tất cả. Nếu khoái kích thước thì cá voi ăn trùm. Sừng sững đứng giữa phòng là một của quý của cá voi nằm trong một ống thủy tinh. Tôi thử đứng bên cạnh. Chiều cao của tôi thua cái mẩu thừa của cá voi. Đọc bảng chỉ dẫn trên tường, tôi thấy mình thua là phải.

"Hắn" dài tới 2 thước 40, nặng 450 kí, hai viên bi mỗi viên nặng 68 kí! Khiếp! Mấy mụ cá voi làm sao chịu nổi. Nhưng khi hành sự, chỉ một phần ba chiều dài xâm nhập thôi. Vậy cũng đủ để anh đực phun ra 20 lít tinh dịch!

Viện bảo tàng có một không hai trên thế giới này được bắt đầu bởi một trò tinh nghịch. Ông Sigurđur Hjartarson kể lại câu chuyện lý thú này. Từ hồi nhỏ, ông đã được người ta cho một bộ phận sinh dục của một chú bò rừng và ông làm thành một chiếc roi chăn súc vật. Ông rất khoái cái roi đặc biệt này. Năm 1974, lúc 33 tuổi, ông giữ chức Hiệu Trưởng một trường trung học ở Arkanes. Trong dịp hè, có một số giáo sư của trường đi làm thêm tại một xưởng đánh cá voi. Họ có ý trêu đùa khi mang về tặng ông một của quý của cá voi. Ông thấy cũng hay hay nên giữ lại. Và ông nảy ra ý sưu tầm những bộ phận sinh dục của nhiều loại súc vật khác nhau. Sáu năm sau, năm 1980, ông đã có được 13 cái, bốn cái của cá voi và chín cái của những giống vật trên đất liền. Ông vẫn âm thầm sưu tầm và mười năm sau, ông có được 34 cái. Khi có trong tay 62 dương vật của nhiều loài khác nhau, ông có ý muốn phổ biến tới mọi người nên lập ra bảo tàng viện tại thủ đô Reykjavik. Lúc đó là vào năm 1997. Chẳng biết có phải do số xui khi trưng bày những thứ…hạ đẳng này hay không mà năm 2004 ông phải di chuyển bảo tàng viện này về một làng nhỏ ở Húsavik, nơi người ta hay tới ngắm cá voi. Bảy năm sau, năm 2011, ông được 60 tuổi và nghỉ hưu. Con trai ông, Hjortur Gísli Sigurosson, nối nghiệp cha, dời cơ sở về lại thủ đô và đóng đô ở đây cho tới ngày nay.

Của quý của các đấu thủ bóng ném huy chương bạc Thế Vận Hội Bắc Kinh năm 2008.

Thời buổi mà những chuyện trước đây được coi là thầm kín nay là chuyện chẳng có chi bí mật, khách viếng bảo tàng viện có đòi hỏi cao hơn. Tại sao gọi là bảo tàng của quý của loài có vú mà không có mẫu mã của loài có vú cao nhất là con người. Thực ra đã có sinh thực khí của người cổ đại *homo sapiens*, quà tặng hợp pháp mà bảo tàng nhận được. Ngoài ra, bảo tàng đã làm một việc khá khó khăn là đúc khuôn mẫu dương vật của tất cả 15 thành viên của đội bóng ném quốc gia khi đội này đoạt được huy chương bạc tại Thế Vận Hội Bắc Kinh vào năm 2008. Các dương vật của thành viên đội bóng quốc gia này được đúc bằng bạc. Tôi nghĩ nếu họ đoạt huy chương vàng chắc sẽ có của quý bằng vàng! Những của quý bằng bạc này được xếp ngay hành thẳng lối dưới tấm hình chụp toàn đội banh sau khi đoạt huy chương. Tôi đứng phân vân nhìn vào bức hình và mẫu vật đựng trong hộp kính đặt dưới bức hình. Cái nào là của anh nào? Nhưng dễ chi tiết lộ bí mật cá nhân này được. Họ đã cố ý xếp lung tung để khỏi làm bối rối các cô vợ trẻ của các đấu thủ. Nhưng chủ nhân ông của bảo tàng, ông Sigurđur đã tinh quái nói: "Dĩ nhiên các cô vợ của họ sẽ nhận ra ngay thôi!".

Thứ mà khách hàng muốn là thứ thiệt, vàng bạc mà làm chi. Có nhiều ông rất muốn phô trương phần thầm kín của mình. Trong góc một căn phòng nhỏ của bảo tàng, tôi đã thấy hình một ông từ bên Đức qua đứng tụt quần khoe của quý. Tiếc rằng bức hình quá nhỏ nên phần ông muốn khoe không được rõ ràng để có thể đánh giá ông tới cỡ nào. Đó mới chỉ là hình. Quá thường. Trên *internet* thiếu chi ông muốn khoe của. Chủ nhân bảo tàng cũng đã chấp nhận sẽ có thứ của các ông cho người được ngang hàng với loài vật. Tới nay đã có bốn ông ghi danh hiến. Một ông người địa phương, một ông người Đức (tôi nghi chắc là cái ông chụp hình), một ông Mỹ và một ông người Anh. Cuộc so tài chưa khởi sự vì chưa có vật thể của ông nào được thực sự trưng bày. Ông người địa phương là một người có khuynh hướng nghiêng về nữ tính từ khi còn nhỏ. Điều này không hứa hẹn một sự…hoành tráng. Ông mất vào năm 2011, thọ 95 tuổi. Ở tuổi đó, ông vẫn còn ngon lành, của quý vẫn còn thức dậy ngay ngắn. Ông đã đồng ý trước khi nhắm mắt là bác sĩ sẽ cắt dương vật của ông khi xác còn nóng để của quý của ông được trưng bày với…phẩm giá! Nhưng kết quả thật thảm hại. Dù chuyên gia đã khâu dựng cho nó có khí thế nhưng khi ngâm vào *formoldehyde* nó chỉ còn như một nhúm thịt xam xám, chẳng ra sao cả! Bảo tàng của Iceland nên dân Iceland được ưu tiên. Nhất định chiếc dương vật của người được trưng bày đầu tiên phải là của dân địa phương. Khi chưa có ứng viên, ông chủ bảo tàng viện đã xung phong cung hiến sau khi ông ra ma. Nhưng ông dè dặt nói: "Cái đó còn tùy bà xã tôi. Nếu bà ấy chết trước tôi, vật thể của tôi sẽ được trưng bày. Nếu tôi chết trước bà ấy, tôi không biết sẽ ra sao. Có thể bà ấy sẽ nói không!". Nhà văn kiêm diễn viên người Mỹ Jonah Falcon, có tiếng là có của quý thứ dữ, đã được mời hiến khi ông chết. Lời mời đã được ông chấp thuận. Tới lúc đó may ra con người mới đọ sức được với con vật. Nhưng dù thế, đừng mơ tưởng tới chuyện so kích thước với cá voi!

Tôi lan man chuyện bảo tàng viện *Icelandic Phallological Museum* khá dài. Cũng phải thôi vì cái thứ chỉ có độc nhất trên thế giới mà tôi được đặt chân tới nhìn ngắm mãn nhãn là điều chẳng thú vị lắm ru! Nhưng điều thú vị không kém là cái tên Băng Đảo của Iceland. Trong truyện "Cô Gái Đồ Long" của Kim Dung, Băng Đảo là nơi mà các nhân vật Kim Mao Sư Vương Tạ Tốn, Trương Thúy Sơn Và Hân Tố Tố có thời ẩn núp. Ngày nhỏ, tôi vốn không say mê truyện Kim Dung như các ông bạn tôi nên kiến thức về loại truyện kiếm hiệp này rất lỗ mỗ. Tác giả Trần Nguyên Thắng, chủ nhân của một công ty du lịch nổi tiếng ở Nam Cali, coi bộ rành rẽ hơn tôi nhiều. Trong bài "Từ Iceland Đến Băng Hỏa Đảo" ông vi vút: "*Cốt truyện nói về sau khi Tạ Tốn đoạt được thanh Đồ Long Đao, ông đã giết hại tất cả quần hùng võ lâm, những ai biết về chuyện ông đã chiếm đoạt được Đồ Long Đao để giữ kín bí mật này. Tuy nhiên, ông lại tha chết*

Đá và Biển.

cho hai người là Trương Thúy Sơn (đệ tử phái Võ Đang, chính giáo) và Hân Tố Tố (con gái của giáo chủ Thiên Ưng giáo được cho là tà giáo) lý do là vì ông bị thua Trương Thúy Sơn về môn thư pháp chạm khắc vào núi. Nhưng Tạ Tốn buộc hai người phải đi theo ông. Kim Mao Sư Vương muốn tìm một nơi vắng vẻ để suy gẫm về bí mật của thanh Đồ Long Đao. Họ dùng thuyền nhắm ra biển, nhưng không ngờ họ gặp bão tố và bị trôi giạt theo những tảng băng sơn đến một hải đảo lạnh giá phía bắc cực. Đây là một hải đảo có rất nhiều băng tảng to lớn đóng trên đỉnh các núi lửa và có đất đai phì nhiêu. Thời gian trôi giạt tuy dài như thế, nhưng đoàn họ hình như không có ai than phiền về thời gian cả! "Con sư tử bờm vàng" lòng nặng trĩu để hết tâm trí vào sự tìm hiểu ý nghĩa của Đồ Long Đao nên đâu còn biết gì đến thời gian. Hai nhân vật Trương Thúy Sơn - Hân Tố Tố, họ vẫn còn là cặp tình nhân trong thời kỳ trăng mật, cho nên dù thời gian dài đến đâu có lẽ với họ vẫn còn quá ngắn. Cả ba nhân vật đó lưu lại "Băng Hỏa Đảo" có đến mười năm. "Mười năm không gặp" quần hùng giang hồ võ lâm cũng là mười năm bình yên hạnh phúc cho Kim Mao Sư Vương, mười năm hạnh phúc cho "chánh-tà" chung sống. Mười năm đủ để Trương Thúy Sơn - Hân Tố Tố cho ra đời cậu bé Trương Vô Kỵ. Một niềm hạnh phúc lớn cho cả Kim Mao Sư Vương và cặp vợ chồng Thuý Sơn-Hân Tố Tố".

Ông Trần Nguyên Thắng đặt ra giả thuyết: phải chăng Băng Đảo, hòn đảo mà Kim Dung mô tả chỉ có băng sơn và núi lửa, chính là Iceland? Tôi giơ cả hai tay hai chân tán thưởng giả thuyết này. Bởi vì nếu đúng như vậy, tôi có thể vênh mặt hỏi các ông bạn thường kể vanh vách truyện Kim Dung: "Này, các ông đã tới nơi trú ẩn mười năm của Tạ Tốn, Trương Thúy Sơn, Hân Tố Tố và nhất là Trương Vô Kỵ chưa?".

Và tôi sẽ biểu diễn một bộ mặt tỉnh bơ, làm như không có chi quan trọng, nhẹ nhàng nói: "Tôi tới rồi đấy!".

06/2018

KHÚ

"Khú" là chữ Bắc kỳ, vậy mà dân Bắc kỳ như tôi quên khuấy đi mất. Phải nhờ tới ông bác sĩ khoái cầm bút hơn cầm ống chích Đỗ Hồng Ngọc nhắc tôi mới nhớ. Trong bài "Già Khú Đế", ông viết: *"Già khú là giai đoạn một, thêm một bước nữa thì gọi là "già khú...đế". Khú, từ điển tiếng Việt bảo là "để thâm lại và có mùi hôi", thí dụ dưa khú, tức là một thứ dưa để lâu quá, sắp hư. Khú đế là "vua" của khú, hơn hẳn các khú!"*. Dưa đây không phải là trái dưa mà là dưa muối. Ca dao…ca như thế này. *Ai làm cho cải tôi ngồng / Cho dưa tôi khú, cho chồng tôi chê.*

Nếu cứ theo từ điển do ông bác sĩ họ Đỗ hài ra thì già khú là "thâm lại và có mùi hôi chăng"? Bao nhiêu tuổi là "già", bao nhiêu tuổi là "già khú", bao nhiêu tuổi là "già khú đế", tôi e rằng không có ranh giới rõ ràng. Có những cụ ông cụ bà, tuổi "khú đế" mà không thâm lại và có mùi hôi. Lại có những cụ chưa "khú đế" mà không ai dám lại gần. Cái đó tùy tình trạng vệ sinh. Có điều, cái già là một thứ thiếu kiên nhẫn, không biết nhẩn nha. Nó "xồng xộc" tới mà chẳng cần chào hỏi.

Ai ơi chơi lấy kẻo già
Măng mọc có lứa , người ta có thì.
Chơi xuân kẻo hết xuân đi
Cái già xồng xộc nó thì theo sau.

Không ai nhận mình già bởi vì già có chi vui đâu mà vơ vào. Ngày nào cũng nhìn thấy cái bản mặt mình, chúng ta quen dần với những đổi thay, không thấy bước chân hối hả của chúng. Chỉ khi gặp lại những bạn cũ, thấy râu tóc đổi thay, thấy những vết cày của thời gian, ta mới thấy mình cũng…khú như họ. Nhất là khi gặp lại người xưa, còn đâu những thanh xuân, còn đâu những mắt phượng mày ngài, còn đâu những duyên dáng xưa. Nhìn người mà nghĩ tới ta, bỗng thấy mình…khú đế!

Già, khú, khú đế đồng nghĩa với chậm chạp, nhớ trước quên sau, chẳng có chi hấp dẫn. Nghe thấy nản. Vậy làm sao để không già? Ôi, chuyện này ông vua Tần Thủy Hoàng đã có kinh nghiệm. Khoái ngồi trên ngai vàng, ông nôn nao cho người đi tìm thuốc trường sinh. Bới tung lên, đệ tử của ông mới tìm được thứ trái quý giá này ở trên đất Nhật. Đó là trái…*kiwi*. Ngày nay *kiwi* ê hề, ai cũng có thể dễ dàng bỏ ra vài chục xu để…trường sinh. Phải chăng vì vậy ngày nay dân khú đế mới gia tăng dân số. Chúng tôi chỉ chịu quy hàng thần chết khi tới tuổi cổ lai hi. Mở tờ báo, coi mục cáo phó, phân ưu, thấy con số "hưởng thọ" này càng ngày càng nhích lên. Theo trào lưu này thì phải cỡ 80 trở lên mới là con số coi được. Đó là giá rẻ! Con số trên 90, thậm chí chẵn chòi tuổi trăm, hoặc trăm mí không còn là thứ hiếm.

Làm sao mà con người ngày nay lại có thể đánh đu với thời gian một cách ngoạn mục như vậy, người ta có nhiều cách giải đáp. Dĩ nhiên chẳng có cách nào đúng hoàn toàn cả. Ai cũng nghĩ là ngày nay, nhờ các tiến bộ y khoa cũng như ý thức về vệ sinh công cộng nên con người sống lâu hơn. Chuyện này coi bộ đúng phóc. Nhiều ông bạn tôi vô bệnh viện, lật tung lục phủ ngũ tạng, mang cả tim ra ngoài hóng gió, vậy mà xuất viện sống phom phom mạnh khỏe như chưa từng bị vầy vò bụng dạ. Có ông bị cưa đầu, mang cả khối óc ra ngoài tu bổ, xong nhét vào lại, vậy mà vẫn thơ thẩn ngâm nga. Khoa học ngày nay làm được nhiều...phép lạ. Mạng sống con người bám vào khoa học mà ở lại với cuộc đời.

Không thể phủ nhận sự hữu hiệu của khoa học trong việc giữ lại hơi thở cho con người khi thân thể phản bội lại chúng ta. Nhưng làm thế nào để có thể...khú mà không cần héo lánh tới nhà thương. Thường chúng ta nghĩ tới chuyện ăn uống đầu tiên. Thập cẩm ngũ vị, ngày nay cái gì chúng ta cũng có. Ông thần khẩu được chăm sóc hết cỡ. Các cụ xưa đã dậy, trăm bệnh đều vào bằng cửa...khẩu. Cái miệng ham ăn là đầu mối của bệnh tật. Cứ khóa miệng mồm ắt bịt được bệnh tật. Chuyện coi bộ khó. Thực phẩm trần gian ngày nay được chế biến hấp dẫn vô cùng, cách chi mà không bỏ vào miệng được. Vậy mà có nhiều ông bà bạn tôi chí khí ngất trời, nhất định chỉ ăn đủ và ăn lành mạnh. Ăn không phải cho ngon mà ăn cho tốt. Thứ này bổ, thứ này lành. Ai nói ăn cái này, uống cái kia tốt là theo liền. Có ông tới bây giờ vẫn còn nấu canh dưỡng sinh! Tôi rất phục bạn nhưng không theo bạn được. Ăn là phải ngon trước đã! Ăn đâu phải là thuốc mà tính chuyện bổ!

Muốn bám chặt vào cuộc sống, chúng ta rủ nhau vận động thể dục thể thao. Lợi ích của việc múa may này không ai dám phủ nhận. Rất nhiều môn phái vận động. Nào Sa Long Cương, nào Càn Khôn Thập Linh, nào Khí Công, nào Hồng Gia, nhiều lắm, kể không hết. Tây hơn thì có đi *gym*, bơi lội, đánh quần vợt, bóng chuyền, bóng rổ. Tập tành là điều tốt. Tôi vẫn đi bộ bằng *treadmill*, ngày đực ngày cái, nhưng thấy kết quả nhãn tiền. Tập thì cái bụng thót lại, lười tập thì cái bụng phình ra trông rất mất thẩm mỹ và khó khăn khi cài lưng quần!

Tôi vừa đọc được một tài liệu của bà Elizabeth H. Blackburn. Bà sanh năm 1948, là một nhà nghiên cứu sinh học tại Đại Học California ở San Francisco, người Mỹ gốc Úc. Năm 2009, bà được trao giải Nobel về Sinh Lý và Y Khoa cùng với Carol Greider và Jack W. Szostak. Nghiên cứu của một người nặng ký như vậy là thứ không thể làm ngơ được. Bà cho rằng ăn uống lành mạnh hay vận động thân thể đều tốt cho sức khỏe, giúp người ta sống thọ. Nhưng mỗi thứ chỉ chiếm 25% trong vụ sống thọ. Hai thứ chỉ chiếm đúng một nửa. Nửa kia mới quan trọng. Đó là tâm lý cân bằng.

Thế nào là tâm lý cân bằng? Nghĩa là không tốc kê, không mang hỏa ngục trong người, không cà khịa cuộc đời. Bà Blackburn cho biết: một người nổi giận đùng đùng, áp lực *hormone* gia tăng đủ để giết chết một con chuột. Nếu một ông cả ngày bẳn gắt, loay hoay tính kế ăn thua đủ với người khác khiến áp lực *hormone* cao, hệ thống miễn dịch của cơ thể bị ức chế và phá hủy, hệ thống tim mạch hoạt động quá mức trong thời gian dài dẫn đến mệt mỏi, suy yếu khác thường. Một ông bạn tôi diễn giải: vợ chồng già, tối ngày nhìn nhau, nói một câu là chống đối một câu, chiến tranh vừa lạnh vừa nóng triền miên, hại cho sức khỏe là cái cẳng. Vậy thì vợ nói sao cũng cứ ừ hử cho gió thuận mưa hòa là...trăm tuổi như không. Một ông vấn đề lại: tại sao phe ta phải ừ hử trong khi phe bên kia nã đạn, chịu chi nổi. Ông này biết một mà không biết hai: làm chi có chuyện phe ta cãi lại nổi phe địch. Một nhà hiền triết đã dạy rằng: trong một cuộc cãi vã giữa hai vợ chồng, bao giờ các bà cũng là người nói câu cuối cùng. Ở đó mà tị nạnh! Các cụ cũng đã dậy: một sự nhịn là chín sự lành. Câu này các cụ không nói chung chung nhưng là lời khuyên cho phe ta mà thôi. Cái gì tạo hóa đã xếp đặt, con người không nên cãi lại.

Cứ nhịn chút, mất mát chi. Cũng chẳng nên phiền muộn cho hại sức khỏe, bởi vì khi còn trai trẻ, chúng ta đã thiếu viễn kiến nên hân hoan vác nàng về dinh. Tội mình làm mình chịu, đổ cho ai được mà tức khí. Cứ nhịn cho cửa nhà vui vẻ, kiếm được hai chữ "bình an". Khi bình an vui vẻ, não bộ tiết ra *hormone* hưng phấn *dopamine* khiến con người thoải mái, cảm giác vui tươi giúp cho việc điều tiết các cơ quan trong cơ thể được cân bằng, khỏe khoắn. Bệnh tật chẳng nỡ phá vỡ hạnh phúc của chúng ta. Theo y học hiện đại thì các loại ung thư, tim mạch, cao huyết áp, loét hệ tiêu hóa có từ 65%

tới 90% liên quan tới áp lực *hormone* cao. Sách "Hoàng Đế Nội Kinh" của Trung Hoa xưa cũng lý giải bệnh tật tương tự như vậy: *"Bách bệnh sinh ra từ khí. Phẫn nộ thì khí thăng, hoan hỉ thì khí hoãn, bi thương thì khí kết, kinh sợ thì khí loạn, lao lực thì khí hao*". Bà Elizabeth H. Blackburn đã ra giá cho con người phải sống khỏe mạnh quá trăm tuổi mới đúng chỉ tiêu!

Ngày nay con người về hưu trong tình trạng sức khỏe còn khá tốt. Vậy mà có nhiều người cứ nghĩ về hưu là hết xài, thuộc loại hàng quá đát, cất trong kho chờ ngày phế thải. Họ buông xuôi trong khi năng lực sống còn tràn trề. Cái tâm lý lụn bại này làm con người mất hết sinh khí sống. Một số người khác, thức thời hơn, nghỉ hưu một cách tích cực. Họ không chịu ngồi yên chờ ngày về với đất mà tự tạo ra một cuộc sống bận rộn và tươi vui. Những người này chắc hợp ý bà Blackburn. Họ tạo nên một thế giới nhiều tuổi nhưng rộn ràng, nhộn nhịp, tràn đầy tiếng cười.

Ông bạn già của tôi ở San Jose, năm nay chẵn tuổi "cổ lai hy" vẫn cắp sách tới trường Đại học chen chân với đám trẻ. Mấy ông bạn nhậu mai mỉa: học chi nữa, già rồi còn làm được khỉ gì nữa! Mấy ông này nghĩ rằng học là để dùng bằng cấp làm cần câu cơm chứ không nghĩ rằng ông bạn tôi học để vui đời hưu. Tôi hiểu và rất khâm phục "chí lớn" của ông bạn già. Tôi thì chịu. Giờ mà cắp sách tới trường chắc…chết!

Chắc nhiều người trong thế hệ chúng tôi còn nhớ Giáo sư Nguyễn Tá. Tôi vừa có dịp tới thăm ông trong một *nursing home* tại Montreal. Trong phòng ông đầy rẫy những mô hình các kiến trúc nổi tiếng ở Việt Nam được làm rất tỉ mỉ và mỹ thuật. Ông cho biết đã nghiên cứu nhiều cảnh chùa chiền và di tích lịch sử, dùng những vật liệu có trong tầm tay để hoàn tất những mô hình gọi nhớ tới những hình ảnh của quê hương. Ông năm nay đã 96 tuổi, tay đã run, bắt tay tôi một cách khó khăn, nhưng ông đã có một thời gian dài sống với thú vui của ông. Khi thấy tôi lăng xăng chụp hình các công trình mỹ thuật của ông, ông rất cảm động. Những tác phẩm mỹ thuật này đã một thời làm cuộc sống hưu của ông có ý nghĩa.

Soạn giả Nguyễn Phương, cư dân nhà già Rosemont ở Montreal, đang tiến tới tuổi trăm mà vẫn hàng tuần viết những hồi ký về cuộc đời sống với sân khấu ngày xưa của ông. Trí nhớ của ông vẫn còn trung thành với ông.

Dù vui chơi hay học hành bồi bổ thêm kiến thức, đó là những hoạt động của những người đi tìm một tâm lý cân bằng trong những ngày gác kiếm vì tuổi tác. Mỗi hoạt động đều có mục tiêu. Đạt được mục tiêu giúp tâm lý thoải mái, cơ thể khỏe khoắn, não hoạt động, đẩy lùi tuổi già. Những hoạt động này rất đa dạng. Ông bạn Trương Sỹ Thực cặm cụi vẽ tranh, ông Lê Đại Quang vẫn ôm đàn làm ban nhạc *one man band* giúp mọi người giải trí. Tôi vừa viết những điều tôi thấy tận mắt từ những người bạn quanh tôi. Còn biết bao nhiêu người khác có những hoạt động làm lui tuổi già, trong đó có một tầng lớp người mà những người viết chúng tôi rất quý. Đó là những người ham đọc sách để vừa trau dồi kiến thức vừa giải trí cho vui tuổi hưu. Tất cả đều là những người không chịu ngồi yên cho tuổi già hành hạ.

Trên báo The Gazette ở Montreal, ngày 14/8/2017, có

một bài nói về những người về hưu nhưng nhất định không để cho tuổi hưu giết chết cuộc sống của họ. Bài báo của ký giả Sharon Jayson, mang tên *"Far from Farewell"*, còn lâu mới giã từ vũ khí! Đọc xong thấy phấn khởi liền. Làm chi có chuyện khú đế! Cũng tờ báo này, số ngày 3/3/2018, đã mở đầu một loạt bài viết liền tù tì trong một tuần bàn về các khía cạnh trong đời sống của những người khú đế tại Montreal. Thế giới của họ không chậm rãi, không u buồn mà là một thế giới vui tươi, coi anh khú như pha. Như bà Eleanor Robertson, 91 tuổi, vào chiều thứ tư mỗi tuần, vẫn lái xe đón bà bạn hàng xóm 94 tuổi đi đánh *bowling*. Như bà Lisa Gartner, 98 tuổi, vẫn đeo những gọng kính màu mè đi ăn thịt bò xông khói ở tiệm Snowdon Deli. Như bà góa phụ vui vẻ Doris Lerner Schwartz, 102 tuổi, chồng chết năm 2005, vẫn phiếm: "Cần chi một ông bồ!". Và một bà Việt Nam, bà Anh Lan Vu (Vũ Lan Anh?), 89 tuổi, vẫn chơi *Facebook*, vừa *post* những bức hình chụp trong chuyến đi Paris mới đây.

Theo cơ quan Thống Kê Canada thì trong năm 2016, Canada chúng tôi có 750 ngàn con dân trên 85 tuổi. Từ năm 2011 đến 2016, hạng tuổi 100 hay hơn tăng mạnh hơn các hạng tuổi khác. Năm 2016, Canada có 8230 cụ sống trên một thế kỷ. Các cụ ông đừng vội mừng vì, vẫn theo thống kê, cứ sáu cụ đạt tuổi trăm hoặc hơn thì có tới năm cụ bà! Các cụ bà lúc nào cũng chậm bước tới gặp anh thần chết hơn. Vì sao? Vì tuổi tác ngày nay đã thay đổi. Bốn chịch chỉ bằng hai chịch ngày xưa, tám chục chỉ coi như mới sáu chục và trăm tuổi coi như tám chịch thôi! Bỗng nhiên được trẻ đi tới hai chục năm, các cụ bà bám vào cuộc đời này lâu là phải.

Giáo sư David Weiss của Đại học Columbia ở New York nói về những người không chịu khuất phục tuổi tác này: "Họ muốn tách ra khỏi quan điểm tiêu cực về tuổi tác. Những người nghĩ rằng tuổi tác chỉ là một con số là những người nhanh lẹ và có trí nhớ hơn". Xã hội chúng ta sống đã tạo ra một khuôn cách mà mọi người thường tuân theo. Nghĩ mình già sẽ bị kéo vào vòng tuổi tác. Thời tiết chưa đổi, mình đã thấy đau mình đau mẩy, nhức đầu, chóng mặt. Mới đi bộ vài bước đã có cảm tưởng mỏi mệt đi không nổi. Chính chúng ta có thói quen nghe ngóng thân thể, chút xíu là than thở khiến chúng ta tự làm mình già đi. Có tuổi là phải theo khuôn thước của xã hội, rề rà trong mọi động tác, cho người ta khỏi nói nọ nói kia.

Sống theo khả năng của mình là cách sống làm cho tuổi già nhẹ nhàng hơn nhiều. Nhà tâm lý xã hội Becca Levy của *Yale School of Public Health* ở New Haven, tiểu bang Connecticut, đã có nghiên cứu đưa tới kết luận: trong hai thập niên qua, số người thấy mình già cho hợp với khuôn thước xã hội đã gia tăng nhiều. Ít ai được như ông Carl Reiner. Ông là một tác giả có nhiều đầu sách. Qua tuổi 90, ông còn viết tới năm cuốn sách, trong đó có một cuốn có cái tựa rất hách: *"Too Busy to Die"*, quá bận để chết! Đây là cuốn thứ 22 của ông. Ông đã yên chưa? Đời nào! Ông dự tính sẽ cho ra mắt hai cuốn nữa trong năm nay.

Đối thủ của ông có thể là bà Ruth Westheimer. Bà năm nay 89 tuổi. Tôi không dùng chữ "đã 89 tuổi" vì bà không cần biết tới tuổi tác. Ở cái tuổi mà người khác cho mình cái quyền nằm phè cánh nhạn chơi không, bà còn rất hăng say:

"Tôi rất bận rộn. Tôi dậy học ở Đại học Columbia. Năm 2018 này, tôi sẽ cho in ba cuốn sách nữa". Cuộc đời chưa bao giờ ngưng nghỉ của bà khiến bà rong chơi sáu đêm mỗi tuần để ăn uống ở nhà bạn bè và con cháu. Để sống hùng sống mạnh, bà khuyên mọi người ngang tuổi bà "làm càng nhiều việc mình thích càng tốt, đi ăn, đi coi xi nê, đi nghe hát. Đừng bao giờ ngồi ỳ ở nhà và than thở: tôi già rồi không nên lui tới những chỗ đó".

Già hay không là tự mình. Muốn sống khỏe cần phải có cái tâm lành. Không làm điều chi khuất tất, không có chi ân hận, sống với người, sống cho người, đó là cách thế để con người sống khỏe mạnh. Không tức giận, không sanh bệnh. Tâm tĩnh thì thân an, thân an thì khỏe mạnh.

Sống khỏe mạnh, còn chi bằng. Sống như vậy làm chi có già. Anh khú, hoặc khú đế, cũng xéo đi chỗ khác. Để yên cho các người không có tuổi hưởng lộc trời!

03/2018

MẸ

Tôi nghĩ người được nhiều người gọi là mẹ nhất trên thế giới khi còn tại thế phải là mẹ Têrêsa. Con người nhỏ bé, ốm yếu, đứng trong đám đông nào cũng lọt thỏm hầu như mất tích, lại là một trong những con người lớn lao nhất thế giới. Sự lớn lao tạo thành bởi những điều nhỏ bé của mẹ: chăm sóc những người nghiện ngập ma túy, người hấp hối, cô nhi, người vô gia cư, những người bị bỏ rơi. Toàn những loại người bị người đời lánh xa, khinh rẻ, không muốn động tới. Một lần mẹ và một chị nữ tu đang săn sóc vết thương gớm ghiếc cho một người bệnh, một ông nhà giầu bỉ thử: "Có cho tôi một triệu đô để làm việc này, tôi cũng chịu thua!". Mẹ Têrêsa trả lời: "Có cho chúng tôi mười triệu đô để không làm việc này, chúng tôi vẫn làm. Vì tình mến Chúa".

Trong Kinh Thánh có ghi đoạn Chúa nói với những

người công chính: "Ta đói, các ngươi đã cho ta ăn; ta khát, các ngươi đã cho ta uống; ta là khách lạ, các ngươi đã tiếp rước; ta trần truồng, các ngươi đã cho mặc; ta đau yếu, các ngươi đã thăm nom; ta ngồi tù, các ngươi đã thăm viếng". Bấy giờ các người công chính thưa: "Có bao giờ chúng tôi thấy Chúa đói mà cho ăn, khát mà cho uống, có bao giờ thấy Chúa là khách lạ mà tiếp rước hoặc trần truồng mà cho mặc, có bao giờ chúng tôi đã thấy Chúa đau yếu hoặc ngồi tù mà đến thăm đâu?". Chúa đáp lại: "Ta bảo thật cho các ngươi: mỗi lần các ngươi làm như thế cho một trong những anh em bé nhỏ nhất của ta đây, là các ngươi đã làm cho chính ta vậy!". Mẹ Teresa sống đúng với lời Chúa. Mẹ kể lại: *"Một tập sinh đến với chúng tôi từ một nơi xa xôi, từ một gia đình khá giả. Chúng tôi sai chị đến phục vụ trong nhà hấp hối. Trước khi sai đi, tôi dặn chị: "Trong Thánh lễ chị đã thấy linh mục cầm một cách cung kính và nhẹ nhàng Mình Chúa Kitô biến đổi từ tấm bánh trở nên như thế nào, chị hãy làm như vậy trong nhà hấp hối". Ba giờ sau, chị nhà tập trở về, chị đến với tôi, vui vẻ nói: "Thưa Mẹ, con đã chạm đến mình Chúa Kitô trong ba giờ". Tôi hỏi lại: "Làm cách nào chị có thể chạm đến mình Chúa?". Chị nói, chị đã cứu được một người bị sâu bọ gặm hết một nửa thân. Con đã thực sự cảm thấy con đụng đến mình Chúa Kitô, vì Người nói: Khi ta đau yếu... Chị nhà tập trẻ tuổi này là một người biết suy niệm. Chị đã được đụng chạm tới Chúa Kitô trong ba giờ, chị đã dâng tình yêu chị cho Chúa. Muốn làm như chị, cần phải nhận biết những người nghèo. Người nghèo là người vĩ đại. Người nghèo đáng được yêu. Bạn có biết đến những người nghèo đang ở giữa bạn không? Thật là buồn, nếu bạn không nhận ra sự nghèo khó trong nhà bạn. "Tình yêu phải bắt đầu từ trong nhà bạn, sự nghèo khó cũng bắt đầu từ trong nhà bạn. Bạn phải biết ai là người cô đơn, ai không được yêu mến, ai đang bị bỏ quên ngay trong gia đình bạn".*

Mẹ Teresa chỉ làm những việc vụn vặt như vậy mà cả thế giới phải ngưỡng mộ. Năm 1979, Mẹ đã được trao tặng giải Nobel Hòa Bình vì "những hoạt động diễn ra trong sự đấu tranh vượt qua sự nghèo khó và cùng quẫn, là những điều đe dọa hòa bình". Mẹ từ chối bữa tiệc mừng truyền thống khi nhận giải và xin gửi số tiền phí tổn cho bữa tiệc là 192 ngàn đô Mỹ cho người nghèo vì "những phần thưởng trên thế gian chỉ có giá trị khi nào chúng giúp ích cho những người thiếu thốn trên thế giới".

Thế giới chỉ hòa bình khi mọi người yêu thương nhau. Mẹ Teresa kể lại: "Nhiều người đến thăm tôi tại Calcutta và trước khi ra về thường ngỏ ý với tôi: "Xin cho chúng tôi một lời khuyên để chúng tôi sống tốt đẹp hơn". Tôi liền bảo họ: "Quý vị hãy về và hãy ban tặng cho nhau những nụ cười. Một nụ cười cho vợ của ông. Một nụ cười cho chồng của bà. Một nụ cười cho con cái của ông bà. Hãy cười tươi với tất cả mọi người, bất luận người đó là ai. Với những nụ cười tươi như thế quý vị sẽ lớn lên trong tình yêu hỗ tương". Nghe vậy, một người trong nhóm hỏi tôi: "Bà có lập gia đình không?". Tôi gật đầu và nói: "Đôi khi tôi cũng cảm thấy khó nở một nụ cười với vị hôn phu của tôi". Và mẹ Teresa kết luận: "Đúng thế, Chúa Giêsu có thể đòi hỏi rất nhiều. Và chính khi Ngài đòi hỏi như thế thì không gì đẹp cho bằng nở một nụ cười thật tươi với Ngài".

Mẹ Teresa đã giã từ cuộc sống cho tha nhân vào ngày 5 tháng 9 năm 1997 giữa sự bàng hoàng thương tiếc của mọi người. Khi đó hội Thừa Sai Bác Ái của mẹ Teresa đã có bốn ngàn nữ tu hoạt động trong 610 cơ sở từ thiện tại 123 quốc gia. Dòng tu của Mẹ đã được sự hỗ trợ của 300 tu sĩ và 100 ngàn người tình nguyện. Tòa Thánh đã phong chân phước cho mẹ Teresa vào ngày 19 tháng 10 năm 2003 và phong thánh với danh hiệu "Teresa Thành Calcutta" vào ngày 4 tháng 9 năm 2016.

Mẹ Teresa đã thành thánh nhưng vết chân của mẹ ở nơi trần thế này vẫn còn rõ nét. Tôi tình cờ thấy trên *Facebook* một bức hình khắc trên đồng của mẹ Teresa đặt trước một bát nhang chi chít những chân nhang, bên cạnh một chiếc bình có những bó nhang dành cho người tới viếng thắp cho mẹ. Thấy bức hình lạ tôi chú ý đọc lời chú thích mới biết đây là một ban thờ kỷ niệm ngày mẹ tới thăm nơi này. Nơi đó có địa chỉ rõ ràng: 140/4 Võ Thị Sáu, phường 8, quận 3, Sài Gòn. Và ngày tấm hình được *post* lên là ngày 10/4/2018, ngày kỷ niệm tròn 24 năm mẹ Teresa đặt chân tới căn nhà này. Chuyện này làm tôi ngạc nhiên. Người mẹ của thế giới đã tới Việt Nam? Tôi liên lạc với người *post* hình là anh Soi Thomas để hỏi thêm chi tiết. Qua thư trả lời của anh tôi mới biết tháng 4/1994 mẹ Teresa có tới Việt Nam. Và mẹ đã đặt chân tới đất nước chúng ta năm lần tất cả! Anh kể chuyện cơ duyên gặp mẹ Teresa: *"Vợ chồng chúng tôi theo thông lệ tham dự thánh lễ song ngữ Việt - Pháp lúc 10 giờ sáng mỗi Chủ Nhật tại nhà thờ Đức Bà Sài Gòn. Ngay khi vừa dứt thánh lễ ngày Chủ Nhật, 10/4/1994, linh mục chủ sự thánh lễ tên Vương đình Bích (Bề trên dòng Anh Em Đức Mẹ Người Nghèo – AEDMNN--), ngài đã dành đôi phút để thông báo: Mẹ Teresa đang ở thành phố chúng ta, Mẹ có ý tìm một căn nhà trong khu vực bình dân để lập cộng đoàn của Mẹ, dòng Thừa Sai Bác Ái tại Việt Nam, bà con giáo dân có hoặc biết ai có nhà như vậy thì xin liên lạc với văn phòng nhà xứ nhà thờ Đức Bà để nói chuyện với Mẹ".* Anh Soi có căn nhà muốn dành cho mẹ Teresa nên liên lạc ngay với cha Bích sau khi tan lễ. Anh có được cái hẹn với mẹ Teresa và các sơ trong đoàn. *"Đúng 15 giờ rưỡi, tôi và bà xã Yoshii Michiko vào căn nhà ở Bà Huyện Thanh Quan, căn nhà không phải là khách sạn mà dạng như nhà có phòng cho thuê, người tiếp tân chào, nhận ý kiến của chúng tôi xong gọi điện thoại nội bộ báo có chúng tôi đã đến. Đôi phút sau từ trên cầu thang xoắn bằng sắt, Mẹ Teresa vịn tay vào thành cầu thang từ từ chậm chậm bước xuống, một phụ nữ lớn tuổi dáng người thấp nhỏ trong tu phục sari xuất hiện đi theo là một nữ tu cùng dòng, một phụ nữ khác nữa mập mập trong y phục đời thường cùng xuống cầu thang theo Mẹ. Sau khi đón nhận đôi tay nồng ấm và nụ cười hiền dịu của Mẹ, lòng cảm thấy toại nguyện, không ngờ được diện Mẹ mà gặp trong tâm thế như gặp một người thân mà lòng kính trọng từ lâu".*

Mọi người lên xe đi tới căn nhà mà anh Soi muốn hiến. Nói là mọi người vì trong số đó có một bà tên Hương, Trưởng Văn Phòng II của Bộ Lao Động, Thương Binh và Xã Hội. Đại diện cho chính quyền thường có nhiệm vụ theo dõi nhưng dù vậy bà Hương cũng luôn luôn kính cẩn trước

Hình con gái đầu lòng của anh Trần văn Soi được 6 tháng trong tay mẹ Yoshii Michiko và trong mắt mẹ Teresa.

mẹ Teresa. Theo mô tả của anh Soi thì khi đó mẹ Teresa đã 84 tuổi, bước đi chậm rãi nhưng không cần người dìu bên. Duy có tiếng nói nhiều khi không rõ vì yếu mệt, cần có bà Nirmala "phiên dịch" lại. Căn nhà anh hiến mang số 595/29 đường Xô Viết Nghệ Tĩnh, mái tôn, vách tô xi măng, mặt tiền tô đá rửa, được cất từ năm 1974. Nhưng điều mẹ Teresa chú ý không phải là tình trạng vật chất của căn nhà. Anh Trần văn Soi, một người có vợ Nhật, định cư tại Nhật nhưng thường xuyên về Việt Nam làm việc thiện qua việc xây cầu cho dân nghèo và giúp đỡ các trẻ em ngoài đường phố, kể tiếp: *"Câu hỏi đầu tiên mà Mẹ nêu ra, nhà nầy có nằm trong khu vực bình dân không, vì tuy là nhà sập xệ, nhưng có một khuôn viên riêng trên diện tích đất 200 mét vuông. Tôi thưa với Mẹ là bà cụ mẹ tôi mua miếng đất rộng khoảng 2000 m2,*

Tranh phủ đồng tại nhà anh Trần văn Soi ở Sài Gòn ghi dấu ngày mẹ Teresa viếng thăm

sau bán dần chỉ còn lại căn nhà nầy, chung quanh là những người lao động nghèo: thợ hồ, làm rượu giả, nông dân trước đây giờ không còn đất thì tìm việc mưu sinh, ai thuê gì làm *nấy, nhiều người thất chí trở thành con sâu rượu. Đặc biệt căn nhà nằm cách con kinh đào từ thời Pháp độ 80m, còn khá đông người từ miền bắc vào cả nhà 4, 5 người mưu sinh bằng việc đánh cá trên chiếc thuyền bé tý, cuộc sống cơ cực mà vệ sinh không được quan tâm, một môi trường ngoại thành phù hợp để việc phát triển cộng đồng được triển khai".* Điều thứ hai mẹ chú ý là nhà có gần nhà thờ không để các nữ tu có thể dễ dàng dâng lễ hàng ngày. Cũng may nhà thờ Thanh Đa chỉ cách có 300 thước. Mẹ Teresa chấp thuận dùng căn nhà này. Anh Soi muốn ký giấy hiến tặng luôn nhưng luật lệ Việt Nam cấm hiến tặng tài sản cho người ngoại quốc nên chỉ ký cho mượn 10 năm vô điều kiện và có gia hạn.

Chuyện tưởng dễ dàng hóa ra rắc rối. Rắc rối tới mức mẹ Teresa, tuy bận bịu với các cơ sở trên 123 quốc gia, mà phải lặn lội qua Việt Nam tới năm lần tất cả. Lần anh Soi gặp mẹ là lần thứ ba. Lần đầu, mẹ qua vào tháng 9 năm 1991 qua ngả Campuchia, các cơ quan thông tin lớn như *The Telegraph, Herald Journal, AFP* đều loan tin về biến cố này. Mẹ Teresa gặp các nhà lãnh đạo Việt Nam ngỏ ý muốn lập dòng "Thừa Sai Bác Ái" tại Việt Nam để giúp đỡ những người neo đơn, trẻ mồ côi và người nghèo. Ngoài việc gặp giới cầm quyền, trong ba ngày lưu lại Việt Nam, mẹ đã tới thăm cơ sở nuôi người già tại Hà Sơn Bình và một số cơ sở xã hội khác mà chính phủ cho phép.

Lần thứ hai vào cuối năm 1993, mẹ Teresa đã gặp Bộ Trưởng Ngoại Giao Nguyễn Mạnh Cầm và Thứ Trưởng Bộ Lao Động, Thương Binh và Xã Hội Nguyễn Thị Hằng để nhắc lại ý muốn xin phép mở dòng tại Việt Nam. Chính phủ Việt Nam không chấp thuận yêu cầu này mà chỉ cho phép năm nữ tu được mở một ngôi nhà tại Sài Gòn để hoạt động xã hội.

Chỉ một năm sau, tháng 4 năm 1994, mẹ Teresa lại qua một lần nữa. Khi đó Hồng Y Phạm Đình Tụng đang coi sóc giáo phận Hà Nội đã cử cha Giuse Trịnh Hưng Kỷ cùng cô Trần Thị Hường, chuyên viên kinh tế đối ngoại tại Vụ Tài Chánh Kế Toán của Bộ Năng Lượng, ra sân bay đón tiếp.

Cô Hường kể lại: "*Mẹ Teresa mặc một chiếc áo sari vải thô, ba hàng kẻ xanh trên áo nói lên ba lời khấn: khiết tịnh, khó nghèo và vâng phục; mẹ khoác chiếc áo len tím than mỏng đã bạc màu. Chân mẹ đi đôi xăng đan đã cũ và sờn màu, tay cầm theo cỗ tràng hạt*". Mẹ yêu cầu nhưng không được gặp Thủ Tướng Võ văn Kiệt vì Bộ Chính Trị không cho phép. Chính phủ cho phép mở một nhà tình thương nhưng phải để nhà nước quản lý tài chánh. Mẹ trả lời: "Tôi không có tiền và cũng không có trương mục ngân hàng. Ai cho tôi bên tay phải thì tôi cho đi bên tay trái!". Tuy nhiên chính quyền cho phép tám nữ tu của dòng qua Việt Nam hoạt động tại Hà Nội và Ba Vì. Tất cả để chăm sóc các em cô nhi. Trại mồ côi Ba Vì là trại nghèo nàn và tồi tệ nhất miền Bắc. Chỉ sau một tháng hoạt động, các nữ tu đã biến trại thành một nơi sạch sẽ, hết mùi khai và hôi thối. Theo cô Hường kể lại thì mùa đông miền Bắc rất khắc nghiệt và giá rét mà các sơ chỉ đi chân trần làm việc. Thấy vậy, cô mua cho mỗi sơ một đôi tất để giữ ấm chân. Ít ngày sau không thấy các sơ mang tất, cô hỏi và được các sơ trả lời: "Bọn trẻ con còn rét hơn chúng tôi. Chúng tôi cho các em tất rồi!".

Ngày 20/12/1995, mẹ Teresa lại mang cái thân già qua Hà Nội. Mẹ sang Việt Nam lần này vì chính phủ Việt Nam không gia hạn chiếu khán cho các sơ ở lại hoạt động. Mẹ xin chính phủ Việt Nam cho phép các sơ tiếp tục phục vụ người nghèo. Chuyến đi của mẹ thất bại. Các sơ phải rời Việt Nam vào ngày 23/12/1995. Sơ Marie Francoise Hà Thị Thanh Tịnh nhắc lại lời mẹ nói với bà lúc đó: "Chúng ta hãy nhận thánh ý Chúa, tìm hiểu thánh ý Ngài muốn chúng ta làm gì".

Cùng ngày 23/12 đó, mẹ bị sốt nặng phải bay gấp qua nằm bệnh viện tại Singapore. Đó là lần cuối mẹ Teresa qua Việt Nam. Sức khỏe của mẹ suy yếu dần và mất vào ngày 5 tháng 9 năm 1997. Dòng tu của mẹ vẫn không được phép hoạt động tại Việt Nam.

Nhiều năm sau ngày mẹ Teresa qua đời tin vui mới tới. Tháng 6 năm 2006, sơ Nirmala, người kế vị điều khiển dòng tu của mẹ Teresa cùng hai sơ nữa tới Việt Nam. Ngày 9/6/2006 sơ Hà Thị Thanh Tịnh dẫn phái đoàn lên gặp Ban Tôn Giáo Chính Phủ tại Hà Nội. Bấy giờ chính phủ mới sẵn sàng mời hội Thừa Sai Bác Ái của mẹ Teresa sang Việt Nam hoạt động.

Suốt năm năm ròng rã, với năm lần qua Việt Nam, mẹ chỉ chờ nhà nước bật đèn xanh cho hội dòng của mẹ vào giúp đỡ những người cùng khổ tại Việt Nam. Vậy mà tới khi lìa đời, mẹ vẫn không nhìn thấy được ánh đèn đó.

Có một câu chuyện do chính mẹ Teresa kể lại. Tại Úc có một ông già thổ dân sống trong một túp lều tranh tối tăm xiêu vẹo. Lần đầu tới thăm lều của ông, mẹ đề nghị: “Để tôi dọn dẹp nhà và sửa soạn giường chiếu cho ông”. Ông hờ hững đáp: “Tôi đã quen sống như vậy rồi”. Mẹ không nản chí: “Dù sao, ông cũng sẽ cảm thấy dễ chịu hơn với căn nhà sạch sẽ và ngăn nắp”. Ông bằng lòng để mẹ dọn lại nhà cửa. Trong khi dọn, mẹ thấy một cây đèn cũ khá đẹp nhưng phủ đầy bụi. Mẹ hỏi: “Có bao giờ ông thắp đèn này không?”. Ông trả lời với giọng chán ngán: “Thắp đèn cho ai? Có ai bước chân vào nhà này bao giờ đâu!”. Mẹ hỏi lại: “Nếu như các sơ tới thăm ông thường xuyên, ông có bằng lòng thắp đèn lên không?”.

Ông vui vẻ đáp: "Dĩ nhiên rồi!". Từ hôm đó, các sơ thay phiên nhau ghé nhà ông mỗi chiều. Cũng từ bữa đó, căn nhà sáng ánh đèn và được ông dọn dẹp ngăn nắp hơn. Ông sống thêm được hai năm nữa. Trước khi mất, ông nhờ các sơ nhắn với mẹ: "Xin các sơ nhắn với mẹ Teresa, bạn của tôi, rằng ngọn đèn mà mẹ đã thắp lên trong đời tôi vẫn còn chiếu sáng. Đó chỉ là một việc nhỏ, nhưng trong bóng tối cô đơn của đời tôi, một tia sáng đã chiếu lên và vẫn còn tiếp tục sáng mãi".

Ngọn đèn xanh mà mẹ mong ước được nhìn thấy sáng lên tại Việt Nam cuối cùng cũng được thắp lên. Chắc mẹ đã nhìn thấy, từ trời cao.

05/2018

MÒ

Khi tôi bắt đầu viết bài này thì, trên màn hình của các hãng truyền hình lớn, đều đang trực tiếp phát hình bài diễn văn từ chức của dân biểu Trent Franks, đảng Cộng Hòa, đại diện tiểu bang Arizona. Ông này mang tiếng là nói chuyện liên quan tới tính dục với hai nữ nhân viên trong giờ làm việc. Tôi thấy ái ngại cho ông. Chuyện ông nói chỉ là chuyện mang thai hộ mà ông có kinh nghiệm vì chính ông đã có hai đứa con sinh đôi nhờ mang thai hộ. Đây là chuyện phổ biến kiến thức khoa học. Nếu là tôi, tôi cũng sẽ giúp như vậy. Thiệt oan ơi ông địa cho vị dân biểu kỳ cựu này. Ông đã ngồi trong tòa nhà lập pháp này tám nhiệm kỳ. Ông cũng biện minh là ông không bao giờ "dùng cơ thể" để khiêu khích, ép buộc hoặc tìm cách có bất cứ đụng chạm nào mang tính dụ dỗ với bất cứ nhân viên nào của ông. Ông không…mò, vậy mà đồng viện nhất định yêu cầu ông từ chức. Chủ Tịch Hạ Viện Hoa Kỳ, ông Paul Ryan, nghĩ rằng những tố cáo này "nghiêm trọng và phải có hành động".

Trước đó, dân biểu John Conyers thuộc đảng Dân Chủ, đại diện tiểu bang Michigan, dân biểu kỳ cựu nhất của Hạ Viện, năm nay đã 88 tuổi, cũng xin nghỉ hưu. Ông đắc cử lần đầu vào năm 1964 và liên tiếp tái đắc cử. Tính đến nay ông đã ngồi được 53 năm. Ông nói là nghỉ hưu cho đẹp, thực ra ông bị các đồng viện yêu cầu từ chức vì những bê bối tình dục. Ông này…mò thực sự! Một phụ nữ từng làm việc với ông trong hơn một thập niên đã tố cáo ông luồn tay vào váy và sờ soạng đùi bà khi bà ngồi cạnh ông trên hàng ghế đầu trong nhà thờ! Coi bộ ông này coi thường Chúa quá đáng. Ngồi ngay sát cung thánh mà…tội lỗi, tội lỗi quá sức!

Ông dân biểu Matt Dababneth thuộc đảng Dân Chủ, dân biểu quốc hội tiểu bang California, lại có chiêu khác lạ. Ông bị cô Pamela Lopez tố trong một cuộc họp báo là ông đã bám theo cô vào phòng vệ sinh và khoe hàng ngay trước mặt cô. Cô Lopez là một nhà vận động hành lang quốc hội, làm việc cho công ty *K Street Consulting*. Lời tố cáo của cô đã xuất hiện trên hai tờ báo lớn *The Washington Post* và *The New York Times*. Chuyện xảy ra vào tháng giêng năm 2016 khi cô tham dự một đám cưới tại Las Vegas. Lúc cô đi vào phòng vệ sinh thì một "thân hình to lớn" bám theo phía sau cô và đẩy cô vào. Cô kể lại: "Tôi quay lại và nhận thấy đang đối diện với Matt Dababneh và ông nhanh chóng khoe của và bắt đầu thủ dâm. Ông tiến về phía tôi và bảo tôi sờ ông đi. Lúc đó tôi suy nghĩ 'Lạy Chúa tôi, con làm sao bây giờ đây?'. Và tôi nghĩ phải cho ông biết rõ là tôi không muốn ở đây và không có một sự hiểu lầm nào cả. Và tôi nói nhiều lần 'Không, tôi không muốn sờ ông'". Dĩ nhiên ông dân biểu 36 tuổi này chối đây đẩy. Ông ra tuyên bố: "Tôi bác bỏ một cách chắc chắn là chuyện này không bao giờ xảy ra vào bất cứ lúc nào. Tôi rất buồn là nhân vật này tạo ra một sự dối trá và đưa ra những tuyên bố nảy lửa như vậy rõ ràng là để mọi người chú ý tới cô và không quan tâm đến uy tín của người khác. Cá nhân tôi sẽ chứng minh chuyện này". Cô Lopez đã nộp đơn tố cáo tại Hạ Viện California. Luật sư của cô, bà Jean Hyams, đã phản ứng: "Đây là loại chiến thuật thường được đưa ra khi những người đàn ông nắm quyền có nhiều phương tiện biết rằng hành động của họ sẽ bị phơi bày. Phụ nữ thường bị đe dọa nếu kiện sẽ mất thanh danh. Thường thì phụ nữ ngại nói ra những chuyện có thể làm thương tổn danh dự. Tuy nhiên phụ nữ bị tấn công tính dục không nên sợ nói ra mình là nạn nhân!".

Tại tiểu bang Alabama đang có cuộc tranh cử bổ túc vào chức Thượng Nghị Sĩ sẽ được tổ chức vào ngày 12 tháng 12 sắp tới. Ứng cử viên đảng Cộng Hòa là ông Roy Moore đã bị trên 30 phụ nữ tố cáo ông này quấy nhiễu tình dục. Một bà cho biết ông đã bắt bà quan hệ tình dục từ khi bà mới 14 tuổi. Một bà khác tố cáo ông đã quan hệ khi bà mới 16 tuổi. Chuyện tù ti với trẻ vị thành niên là tội nặng nên ông Trump và đảng Cộng Hòa né xa ông này. Nhưng khi thấy các cuộc bỏ phiếu tại Thượng Viện gồm 52 Thượng Nghị Sĩ Cộng Hòa và 48 Thượng Nghị Sĩ Dân Chủ quá khít khao, gây nhiều trở ngại trong việc thông qua các dự thảo luật của đảng, *tonton*

Trump thay đổi lập trường, ủng hộ ông Moore. Chuyện lật qua lật lại không xa lạ gì với ông Trump. Chuyện sách nhiễu tình dục thì ông Trump là tổ sư nên dễ dãi bỏ qua là chuyện không có chi đáng ngạc nhiên. Quyền lợi đảng phái cao hơn chuyện đạo đức vớ vẩn. Dân Alabama không nghĩ vậy. Họ đã đánh văng ứng cử viên sàm sỡ Roy Moore!

Các ông đại diện dân có bàn tay nham nhúa là con số không ít. Tại thủ đô Sacramento của tiểu bang California, 140 phụ nữ gồm các nhà lập pháp, các phụ tá và các nhà vận động hành lang, đã viết thư ngỏ lên tiếng tố cáo bị các ông đại diện dân sàm sỡ. Chiêu của các ông gồm sờ mó, nói chuyện dâm, đề nghị trao đổi *sex* để ban quyền lợi hậu hĩ. Thư tố cáo viết: "Là những phụ nữ hoạt động chính trị tại một tiểu bang nổi tiếng về pháp lý và bình quyền, chắc mọi người tưởng rằng kinh nghiệm của chúng tôi là khác biệt. Không phải vậy. Mỗi người chúng tôi đều đã là nạn nhân, nhân chứng hay đã tiếp xúc phỏng vấn những phụ nữ nạn nhân của những nhân vật quyền lực tại nơi làm việc". Các ông đại diện dân rất quá quắt. Một trong 140 bà ký trên thư tố cáo, bà dân biểu Cristina Garcia, cho biết: "Rất nhiều ông đã sờ mông và ngực của tôi". Can đảm vạch trần những hành vi nhũng nhiễu của các ông nhưng bà cũng không nói đích danh từng ông có bàn tay quờ quạng này. Bà Pamela Lopez, nhân viên của một cơ quan chuyên vận động hành lang tại quốc hội California, cũng đã mạnh dạn kể lại diễn tiến hành vi quấy nhiễu bà đã gặp phải tại một buổi liên hoan giữa các công ty vận động hành lang và các dân biểu tại một quán rượu ở Sacramento. Khi bà Lopez đi vào phòng vệ sinh, một ông theo sát đụng vào phía sau bà. Bà quay lại thì ông này khóa cửa, tụt quần và bảo bà sờ cái của nợ của ông. Bà nói: "Ông tiếp tục giơ ra và bắt đầu thủ dâm trước mặt tôi. Lúc đó tôi không biết mình phải làm gì nhưng cũng không muốn làm lớn chuyện. Tôi nói: 'Không, tôi không thể làm được'. Ông này vẫn tiếp tục thủ dâm, tiến sát tới tôi và năn nỉ: 'Chỉ cần đặt tay lên thôi'. Tôi nói không'". Một bà khác ký tên trên bức thư, bà Karen Skelton, một luật sư của công ty Fortune 500, cần phải gặp làm việc với một dân biểu, kể lại kinh nghiệm: "Ông ta cố đụng chạm tôi như thò tay xuống gầm bàn mò đùi tôi khi cùng ăn trưa, vuốt tóc tôi từ đầu tới vai và gửi *text* cho tôi vào lúc 1 giờ đêm hỏi tôi đang ở đâu. Tôi cảm thấy buồn nôn. Tôi không còn nhỏ nên biết cách đối đầu với những trường hợp này. Nếu tôi 22 tuổi, mới gặp trường hợp này lần đầu, cần làm việc để nuôi gia đình, thì mọi sự sẽ ra sao?". Chủ Tịch Thượng Viện California, ông Kevin de Leon, đã ra tuyên bố cổ võ "lòng can đảm của những phụ nữ làm việc bên trong và bên lề tòa nhà quốc hội đã đứng lên tố cáo để tiếng nói của họ được biết tới".

California không phải là một trường hợp đơn lẻ. Quốc hội ở các tiểu bang khác cũng vậy. Thường các ông dân biểu của mỗi tiểu bang đều tụ tập nhau lại thành "hội trai già" để du hí. Trong các kỳ họp họ phải xa nhà, không người thân thích hay bạn bè bên cạnh, họ lợi dụng những buổi cơm tối hoặc những cuộc nhậu rượu khuya để quấy nhiễu những phụ nữ làm việc với họ. Tại Albany, thủ đô của tiểu bang New York, vào năm 2012, có một vụ nổi đình nổi đám liên quan tới ông dân biểu Vito J. Lopez. Ông gạ gẫm các nữ nhân viên trong văn phòng của ông. Chủ Tịch quốc hội lúc bấy giờ là ông Sheldon Silver đã bao che, dàn xếp và bí mật đền tiền cho các nạn nhân. Ông này bị chỉ trích nặng nề. Phần ông Lopez phải từ chức vào năm 2013. Tại quốc hội tiểu bang Rhode Island, bà Teresa Tanzi tố cáo một dân biểu đã nói với bà "nếu muốn dự luật do bà đệ trình được thông suốt, chỉ có một cách thôi". Bà nói rõ: "Ông này muốn nói nếu tôi thuận ngủ với ông ấy thì dự luật sẽ được thông qua". Rất tiếc bà chỉ đủ can đảm tới đây thôi, bà vẫn không dám nêu đích danh ông này!

Chuyện mấy ông dân cử táy máy đã từ Mỹ vượt biên giới qua Quebec chúng tôi. Tại quốc hội tỉnh bang Quebec có 37 vị nữ lưu. Tất cả đều được báo giới xin phỏng vấn về chuyện quấy nhiễu của các ông đại diện dân, nhưng chỉ có 24 bà thuận trả lời. Khoảng hai phần ba, đúng ra là 63% các nữ dân biểu, công nhận đã bị sách nhiễu tình dục cách này hay cách khác trong khi hành xử nhiệm vụ. Có 42% cho biết đã bị sách nhiễu trước khi được bầu vào quốc hội, trong đó có hai người bị tấn công tình dục. Các món ăn chơi mà các ông đãi các bà đồng viện này gồm: mò mẫm, nói chuyện dâm đãng, phê bình thân hình và nhan sắc, hăm dọa, khoe của và tấn công. Bà dân biểu Karine Valliere bằng lòng khai triển chuyện chính bà là nạn nhân. Bữa đó đơn vị của bà có hội hè, một ông mặc hóa trang xin chụp hình với bà. Bà đồng ý. Khi đứng chụp hình ông này mò phía đằng sau của bà và thủ thỉ bên tai bà: "Em có thể giúp tôi cởi quần áo được không?". Cái thân đại diện dân thiệt khổ! Bị dân hành như vậy, bà Valliere còn bị mấy ông đồng viện quấy nhiễu. Trong một lần họp tiểu ban để thảo luận về một dự luật, một ông đồng viện đã khen bà có thân hình đẹp. Người ta cứ nghĩ rằng nơi quan trên trông xuống, người ta trông vào trang nghiêm như vậy, đồng viện phải kính trọng nhau. Nhưng 67% các bà dân biểu cho biết là nơi này cũng rứa! Tại sao trước đây các bà có gang có thép trong miệng này không lên tiếng? Họ, cũng như các phụ nữ khác, rất ngại việc nói ra những chuyện liên quan đến tính dục. Nhưng ngày nay họ đồng loạt lên tiếng vì được khuyến khích bởi một trào lưu tố cáo chuyện các ông sàm sỡ kể từ khi nhà sản xuất phim ảnh Harvey Weinstein bị tố cáo là con yêu râu xanh trong thế giới điện ảnh Hollywood.

Ông kẹ này cầm đầu nhiều hãng sản xuất phim ảnh nổi tiếng, trong đó có hãng mang tên ông là *The Weinstein Company*, là một con hạm quá quắt. Hầu như tất cả các cô mon men nhờ cậy ông để bước chân vào thế giới hào nhoáng này đều bị ông sàm sỡ. Con số các phụ nữ lên tiếng tố cáo ông là một danh sách dài gồm cả những tên tuổi như Angelina Jolie, Gwyneth Paltrow, Cara Delevingne…Trong suốt ba chục năm có lẻ quấy rối tình dục các phụ nữ, ông chỉ có vài chiêu gồm mời họp tại phòng khách sạn, bận áo choàng tắm khi tiếp phụ nữ, đòi hỏi họ làm *massage* hoặc làm *massage* cho họ, bắt họ coi ông tắm, đòi ôm hôn và cưỡng hiếp. Tôi không thừa giấy để kể ra từng trường hợp quấy nhiễu của ông, chỉ xin kể một trường hợp liên quan đến một nữ diễn viên Việt Nam, cô Vũ Thu Phương.

Năm 2008, Vũ Thu Phương được mời đóng một vai phụ trong bộ phim *Shanghai* gồm cả những diễn viên gạo cội như Củng Lợi và John Cusack. Khi phim được trình chiếu,

Vũ thu Phương chỉ xuất hiện trên màn hình được…2 giây! Cô vô cùng thất vọng. Sau lần ra mắt phim tại Los Angeles, Thu Phương định bỏ về nước nhưng cô được mời tiếp tục tham dự ra mắt phim tại New York và Luân Đôn. Harvey Weinstein hứa giúp cô có một hợp đồng khác. Tối hôm đó, cô được mời vào họp với Weinstein tại phòng khách sạn. Vũ Thu Phương kể trên Facebook: "Mọi thứ sa sầm lại khi tôi thấy ông Harvey Weinstein chỉ quấn một chiếc khăn tắm ngang hông đứng cười nhìn tôi. Trong khi tôi còn đang nóng bừng vì bối rối, ông hỏi: 'Cô đã sẵn sàng để bước chân vào Hollywood chưa?'. Tôi còn chưa kịp trả lời vì miệng cảm thấy đắng nghét thì ông ta hỏi tiếp: 'Cô có sẵn sàng đóng một vài cảnh nóng? Phim mới có một ít cảnh nóng đó, và tôi nghĩ cần dậy cô một chút. Yên tâm đi, bất cứ ai, dù ngôi sao như A hay C, hay rất nhiều người khác, cũng đều từng trải qua chuyện này. Hãy coi như đây là kinh nghiệm cần có để cô có chỗ dựa vững chắc hơn sau này. Không trải qua những chuyện này, cô sẽ rất khó thành danh'. Vũ Thu Phương đứng run bần bật, "đầu tôi căng ra, tôi có cảm giác các dây thần kinh có thể đứt ra ngay lập tức". Trước hoàn cảnh này, ông Weinstein nói: "Tôi không ép buộc, cô có thể về phòng và suy nghĩ, chúng ta có thể ký hợp đồng phim tiếp theo tại Luân Đôn". Vũ Thu Phương đã vội về nước sau đó.

Từ *scandal* kinh hoàng của Harvey Weinstein, một phong trào phụ nữ đứng lên tố cáo nạn sách nhiễu tình dục lan nhanh như một cơn bão. Nhiều tượng đài gục ngã. Như các nhà truyền thông kỳ cựu Charlie Rose của đài truyền hình CBS năm nay đã 70 tuổi, người dẫn chương trình truyền hình *Today* nổi tiếng Matt Lauer của đài NBC từ năm 1997 đến nay với số lương hàng năm lên tới 20 triệu đô. Và còn nhiều người trong nhiều lãnh vực khác.

Nhưng tính tôi chỉ thích chơi với các ông tai to mặt lớn nên chỉ bàn tới chuyện của các quan lớn. Cỡ các nhà truyền thông tôi cho qua. Một quan tòa rất lớn vừa sa vào vòng tục lụy là chánh án Alex Kozinski, 67 tuổi, ngồi tại tòa Phá Án Khu Vực 9. Ông bị sáu phụ nữ từng làm việc dưới quyền ông tố cáo quấy rối tình dục. Bà Heidi Bond, 41 tuổi, làm việc tại văn phòng của ông trong hai năm 2006 và 2007, kể với báo *The Washington Post* là ông đã nhiều lần kêu bà vào phòng cho bà coi các hình ảnh dâm ô trên *computer* và hỏi bà có rạo rực không. Bà kể lại phản ứng của bà: "Tôi bị xúc động và vội thu nhỏ người lại hết sức, khúm núm yên lặng rút lui". Một lần khác, ông đưa cho bà coi một danh sách các phụ nữ đã ngủ với ông và dặn bà đừng nói cho ai biết. Một bà khác, bà Emily Murphy tố cáo khi bà cùng một số nữ đồng nghiệp khác đang tán chuyện với nhau về việc tập thể dục, ông Kozinski đi tới và nói chen ngang vào là các bà nên khỏa thân khi tập. Họ vội đổi đề tài nhưng ông chánh án lại cứ bám lấy đề tài mà ông cho là thú vị để nói tiếp. Bà Murphy nói với báo *The Washington Post*: "Rõ ràng là ông ấy tưởng tượng tôi trần truồng!".

Ban ngày quan lớn như thần / Ban đêm quan lớn tần mần như ma. Quan xưa thua đứt quan nay. Cần chi phải đêm, ban ngày các quan, ngay tại dinh đường, vẫn cứ thản nhiên tần mần. Quan lớn nhất ngày nay là quan Tổng Thống Donald Trump. Ông quan này đã có cả một lịch sử "tần mần" được giới truyền thông phanh phui kể từ khi ông ứng cử. Chuyện tưởng đã qua nhưng bi chừ, do hậu chấn vụ Harvey Weinstein, chuyện "tần mần" của quan lại được hâm nóng lại. Ba phụ nữ là các giai nhân Rachel Crooks, Jessica Leeds và Samantha Holvey đã lại tố cáo ông Trump đè ra hôn môi, nhìn lén khi các thí sinh hoa hậu thay đồ và chụp tay vào ngực. Họ cho biết: "Năm ngoái thật là đau lòng. Chúng tôi là những công dân thường, dám công khai nói cho cả nước Mỹ biết người đàn ông này là ai, ông đối với phụ nữ như thế nào. Thế rồi họ lại nói "chúng tôi không quan tâm. Thật đau lòng!". Bày tôi của ông Trump là phát ngôn viên Sarah Huckabee bác bỏ những tố cáo này và coi như chuyện này đã được giải quyết sau khi ông Trump đắc cử.

Theo tôi, chuyện các ông sàm sỡ với phụ nữ là lỗi của ông trời! Trời đã tạo ra các ông như những nhà chinh phục không biết mệt. Có vậy mới nảy nở ra những con người nối dõi tông đường. Ngày xưa, khi con người chưa hình thành những xã hội có kỷ cương, các ông tha hồ…săn bắn. Ngày nay xã hội văn minh đã hạn chế quyền săn bắn này. Các quan ngã ngựa ngày nay chỉ có một cái tội. Tội mơ ngủ.

Vậy nên mới có quan cựu *tonton* Bush cha, xí quách đi chơi từ khuya, ngồi xe lăn chụp hình, vẫn cứ vắt tay qua phía đàng sau của các nữ nhân đứng bên cạnh mà…mò. Các cụ nói không sai: *cà cuống chết đến đít vẫn còn cay!*

12/2017

MŨI

Không biết khi tạo dựng khuôn mặt con người, con tạo có phải dàn xếp sự tranh dành vị trí giữa các bộ phận không mà chiếc mũi lại chiếm được chỗ sáng nhất. Nó nằm chình ình ngay giữa trung tâm khuôn mặt. Nhìn vào khuôn mặt là thấy ngay chiếc mũi. Vậy nên mũi đẹp thì mặt đẹp, đó là điều ai cũng biết. Khi muốn tu bổ vẻ đẹp của khuôn mặt, người ta nghĩ tới sửa mũi đầu tiên. Mũi có chiều cao và chiều ngang. Chiều cao đập vào mắt người ta hơn. Mũi cao là đẹp, ít nhất dân "da vàng mũi tẹt" chúng ta đều nghĩ vậy. Về điểm này chúng ta đứng giữa. Mũi chúng ta "tẹt" hơn dân da trắng nhưng được coi là cao hơn dân da đen.

Nhưng có phải mũi cao là đẹp không, chưa chắc. Nữ minh tinh nổi tiếng đã ba lần đoạt giải Oscar, tám lần đoạt giải Golden Globe, bà Meryl Streep, là người da trắng, mũi cao, lại tự ti với chiếc mũi của mình. Bà nói: "Tôi đã từng ghét cái mũi của mình kinh khủng nhưng giờ tôi thấy nó cũng OK". Mũi của bà Meryl Streep cao thì có cao nhưng phía chóp mũi lại khoằm vô, thứ mũi mà chúng ta gọi là "mũi dòm mồm"! Bài học từ chiếc mũi của bà được bà tiết lộ trong bài diễn văn nhận bằng Tiến Sĩ Danh Dự tại Đại Học Indiana ở Bloomington vào năm 2014: "Tôi thường tham gia diễn kịch nhưng lại tự ti nghĩ mình không đủ khả năng để trở thành diễn viên. Hơn thế nữa, tôi cho rằng mình quá xấu xí để có thể trở thành diễn viên màn bạc". Bà khuyên các cô gái trẻ đừng lo lắng quá đáng về sắc đẹp nếu muốn trở thành tài tử điện ảnh: "Nhiều bạn đã mất quá nhiều thời gian để nghĩ về chuyện này. Hãy nghĩ rằng sự khác biệt so với người khác là sức mạnh của các bạn. Hiện mỗi người đều cố gắng hướng tới sự hoàn hảo nhưng thực sự những người trông khác biệt với đám đông sẽ là những người được chọn lựa". Chiếc mũi khoằm của bà đã ăn trùm thiên hạ.

Phần lớn chúng ta không có mơ ước làm minh tinh màn bạc nên chẳng cần sự khác biệt. Chúng ta đổ xô nhau đi sửa mũi. Với dân Á Đông chúng ta, mũi đẹp là mũi phải cao. Có một điều ẩn tàng trong thâm tâm chúng ta, rất khó gột bỏ: càng cao hay to càng tốt. Vậy nên khi đi tu sửa sắc đẹp như sửa nhũ hoa chẳng hạn, lớn nhỏ đều một giá, thường các bà chọn cỡ lớn không cần biết cỡ đó có cân bằng với thân hình hay không. Một cô ca sĩ đi nâng ngực, cũng chọn cỡ lớn, tuy thân hình không lấy chi làm lớn. Được ký giả hỏi đây là đồ thật hay đồ tu sửa, cô đáp không cần suy nghĩ: "Trông người như thế này mà được thế này à, khéo hỏi!". Sửa mũi cũng vậy, cùng giá nên chúng ta chơi càng cao càng tốt. Kết quả là chiếc mũi gỗ cao vồng trên mặt như mũi Pinochet!

Sửa mũi là chuyện xảy ra hà rầm quanh chúng ta nhưng ít người biết những đắng cay của trò chơi sắc đẹp này. Chắc ai trong chúng ta cũng muốn coi cái lò đúc mũi cao ra sao. Tôi cũng vậy. Vào *internet*, tôi kiếm được một cô gái dẫn đường. *"Bạn biết không, cách đây hơn mười năm, mình đi nâng mũi chỉ vì nỗi buồn hậu ly hôn. Lúc ấy thẩm mỹ viện nào cũng dùng phương pháp truyền thống là đặt silicone dẻo để nâng cao mũi. Chưa có nâng mũi bằng filler, bằng chỉ, nâng mũi S-line nhiều như bây giờ. Bác sĩ bảo: "Chỉ mười phút biến mũi Á thành mũi Âu, có thể đi làm lại ngay". Nghe vậy nên mình lên "thớt" tự tin lắm. Đúng như bác sĩ nói, ngoài việc khám, xét nghiệm, tất cả các khâu chính thức chỉ diễn ra khoảng mười phút. Chúng bao gồm việc gây tê tại chỗ, rồi rạch một đường nhỏ dọc theo bờ lỗ mũi phía bên trong lỗ mũi và đặt thanh silicone dẻo, trắng đã được cắt gọn cho vừa vặn lên trên xương mũi, kéo dài từ chân mày xuống tận đầu mũi. Sau khi nâng xong, mình soi gương thấy mũi cao hẳn. Mũi cao nhìn mặt cũng sáng sủa và đẹp hơn. Mình liều lĩnh tự đi xe gắn máy về nhà mà chẳng thấy đau. Con trai nhìn thấy mẹ băng bó ở mũi, khóc ré lên: "Mẹ bị làm sao thế?". Thương con quá nhưng mình chẳng nói to được. Cái "đài phát thanh" như bị đông đá, cứng lại và đau nhức. Hình như hết thuốc tê rồi!".*

Sáng hôm sau thức dậy, cái mặt mới ngoe nguẩy với cái mũi. Nó sưng lên. Nhưng chỉ ba ngày sau thì mũi và mặt chung sống hòa bình với nhau. Nhan sắc tăng lên với cái mũi rôm rả. Hứng chí, cô nàng xúi bạn bè đi nâng mũi. Đau có chút xíu mà sự tự tin ở nhan sắc tăng lên gấp bội.

Sáu năm sau, chiếc mũi bắt đầu đổi màu, đầu mũi căng bóng, cứng và đỏ, y như người mắc bệnh mũi đỏ. Hoảng hồn, người có cái mũi từng là mũi đẹp vội tới phòng mạch của bác sĩ đã giải phẫu mũi, bác sỹ phán: "Con người còn có *date* huống hồ là *silicone*!". Thanh *silicone* hết *date* được tháo ra, thay vào một thanh mới. Thanh *silicone* mới coi bộ cũng không bền. Chỉ vài tháng sau, sống mũi và đầu mũi lại đỏ, thanh *silicone* như muốn bung ra. Nhìn thấy chiếc mũi đỏ, bạn bè đã hỏi: "Chị đang bị viêm mũi hả?".

Vậy là không xong. Nghe thấy một thẩm mỹ viện mời được bác sĩ Hàn quốc qua cộng tác, chị vội tìm tới. *"Bằng giọng tiếng Anh khó nghe, bác sĩ bảo: "Da của chị quá mỏng, có thể nhìn rõ mạch máu, nhưng lại được đặt miếng silicone quá dày. Do bị kéo căng, lớp da vùng mũi bên trên sụn độn silicone mỏng dần, không còn đủ sức che phủ mũi. Đó là lý do chất liệu độn lộ rõ dưới da, vùng đầu mũi cứng và đỏ. Một số trường hợp nặng hơn còn làm thủng da vùng đầu mũi". Sau khi kiểm tra, bác sĩ khuyên mình nên làm mũi S-line, vừa giúp nâng chiều cao bằng silicone, vừa điều chỉnh được toàn bộ dáng mũi, lại có bọc sụn ở một phần ba đầu mũi nên cứu được tình trạng đầu mũi cứng và căng bóng. Thời điểm đó, xu hướng S-line đang lên ngôi và phương pháp silicone chỉ còn là...vang bóng một thời".* Vậy là quá tam ba bận, chỉ năm tháng sau lần phẫu thuật thứ hai, chị lại vào phòng giải phẫu để cứu mũi.

Bác sĩ Hàn quốc có khác, dính chút yếu tố ngoại nên lần

mổ xẻ này không những nâng mũi mà còn chỉnh hình cấu trúc mũi bao gồm cắt cánh mũi, chỉnh lại vách ngăn. Công việc phức tạp hơn nên phải chụp thuốc mê. Cuộc chỉnh mũi kéo dài tới hai tiếng. Bác sĩ cho biết hai lần mổ trước đã làm tổn thương sụn đầu mũi và cánh mũi nên đầu mũi bị co rút. Bác sĩ đã phải lấy sụn vách ngăn tạo hình lại đầu mũi. Do sụn vách ngăn không không đủ để đặt ở một phần ba đầu mũi, bác sĩ phải lấy thêm sụn ở vành tai để bù vào phần thiếu hụt. Người ba lần mổ mũi kể tiếp: *"Khó chịu nhất là ngày đầu tiên sau phẫu thuật. Hai miếng mesh đặt vào hai bên lỗ mũi giúp tránh chảy máu từ việc mổ lấy sụn vách ngăn và định hình lỗ mũi khiến mình vừa đau vừa không thể thở nổi. Sau 24 giờ, bác sĩ rút bỏ mesh và vệ sinh mũi, mình tưởng như được sống lại lần nữa. Ngày thứ hai, mình bớt khó thở hơn thì lại thấy ngứa ngáy vì máu trong mũi bắt đầu khô, muốn gãi mà không được phép. Trong hai ngày đầu này mình phải đến bác sĩ làm vệ sinh mũi. Từ ngày thứ ba mình mới tự làm ở nhà theo hướng dẫn. Bảy ngày sau, bác sĩ gỡ dụng cụ cố định mũi ra, cắt chỉ, đau giảm hẳn và mình mới đi làm trở lại"*.

Tôi chưa đi sửa mũi nên thấy lời kể của cô gái này thật mới lạ. Mấy ông bạn tôi cười khẩy: bộ ông cũng tính sửa mũi nữa hay sao? Đúng là mấy ông chậm tiến. Thời buổi này là thời *unisex*, chuyện chi đàn ông hay đàn bà cũng đều làm được cả. Nhưng thôi, bỏ qua mấy ông không theo kịp thời đại này đi, chúng ta nói chuyện khác. Kiến thức về sửa mũi của tôi cho rằng sửa mũi tức là độn miếng *silicone* vào cho mũi cao lên. Nhưng bây giờ, theo nữ nhân ba lần sửa mũi kể lại, lại có cái thứ mới tinh là *S-line*. Tôi vội vào mạng tìm hiểu xem *S-line* là cái chi chi. Và tôi tìm được bài viết của hai bác sĩ Cao Ngọc Bích và Lê Gia Vinh.

S-line được nhị vị bác sĩ giải thích như sau: *"Thời gian gần đây, người ta thường nói đến một trường phái thẩm mỹ Hàn Quốc, trong đó có kỹ thuật "nâng mũi kiểu Hàn". Người ta đặt cho kiểu nâng mũi Hàn Quốc nhiều tên gọi khác nhau như mũi S-line, mũi cấu trúc vì mục đích quảng cáo hoặc vì cạnh tranh kỹ thuật và thương hiệu. Thực chất các kỹ thuật nâng mũi Hàn Quốc hiện nay cũng chỉ bao gồm hai loại phẫu thuật: nâng cao sống mũi bằng chất liệu nhân tạo hoặc bằng sụn tự thân và chỉnh hình mũi kết hợp nâng sống mũi với chỉnh sửa thay đổi cấu trúc mũi. Những kỹ thuật này không phải mới ra đời cũng không phải xuất xứ từ Hàn Quốc mà đã được áp dụng từ hàng trăm năm nay ở Mỹ và khắp thế giới. Tuy nhiên, sự bùng nổ nhu cầu cộng với những thành công ngoạn mục của phẫu thuật thẩm mỹ Hàn Quốc đã tạo một làn sóng dội đến Việt Nam khiến người ta lầm tưởng các kỹ thuật đó xuất xứ từ xứ Hàn. Phải công nhận và khen ngợi các bác sĩ phẫu thuật Hàn Quốc đã thành công trong việc tạo ra một kiểu mũi thời trang cho người Hàn Quốc rất phù hợp với người châu Á, nhưng dù là nâng mũi "kiểu Hàn" tân thời hay tạo hình mũi "kiểu Hoa Kỳ" cổ điển thì bản chất nó cũng là một phẫu thuật chỉnh sửa mũi bằng những kỹ thuật và những chất liệu đã trở thành kinh điển. Vì vậy, ngoài những đặc trưng riêng, nó đều có những nguy cơ, những hệ lụy như mọi phẫu thuật ngoại khoa khác".*

Phẫu thuật là có dao kéo can thiệp, có máu đổ thịt rơi,

nhiều phụ nữ rùng mình e ngại. Các thẩm mỹ gia ngày nay đã có một phương pháp khác, cũng nâng cao mũi nhưng không máu đổ chi cả. Đó là phương pháp dùng chỉ sinh học để độn cao mũi. Chỉ sinh học là những sợi chỉ mảnh hơn sợi tóc, được cấu tạo bằng *protein* và *collagen* tự nhiên, có độ đàn hồi cao. Chúng được cấy vào sống mũi bằng một chiếc ống chuyên dụng.Thời gian cấy khoảng một tiếng. Sau đó chỉ phát huy tác dụng tạo thành một hệ thống trục cấu trúc và định hình dáng mũi. Theo thời gian, chỉ có thể tự tiêu nhưng vẫn tiếp tục kích thích cơ thể sản sinh *collagen* nhằm duy trì sống mũi cao, đẹp trong một thời gian dài. Phương pháp này không gây đau đớn, không chảy máu, không để lại vết sẹo. Tôi nghe sao viết vậy, chưa được tiếp xúc với nữ nhân nào đã thử nâng mũi bằng chỉ sinh học nên chẳng dám có ý kiến. Bạn nào muốn biết cứ việc giơ mũi ra cho người ta sỏ chỉ.

Tại sao ông trời bất công khi nặn ra dân Mít ta có chiếc mũi tẹt, ngắn, đầu mũi to, cánh mũi rộng, chẳng được thanh tú như mũi tây? Thực ra, khi tạo dựng con người, cái ông ở tít trên cao này cũng đã có nghĩ tới chuyện thẩm mỹ của chiếc mũi, không tin chúng ta cứ thử nhìn mũi của loài đười ươi, hoặc mũi trâu, mũi bò, mũi heo coi. Vậy là ông cũng đã chơi điệu với con người rồi. Nhưng sao cùng kiếp con người, ông lại cho tụi tây đầm chiếc mũi thon thả, cao ráo hơn lũ Á đông chúng tôi. Bất công chứ! Chúng ta chỉ nghĩ tới chuyện đẹp xấu nhưng ông trời nhìn sự vật khác chúng ta. Ông cho con người ở mỗi miền khác nhau những chiếc mũi thích hợp với khí hậu của nơi con người cư ngụ. Người dân ở vùng khí hậu lạnh, ông cho chiếc mũi cao, hẹp, lỗ mũi kín nhằm tránh ảnh hưởng của không khí lạnh. Dân Mít ta thuộc vùng khí hậu nóng, ẩm, ông cho chiếc mũi thấp, lỗ mũi dầy và to để thuận lợi cho việc hô hấp. Vậy là đúng chỉ số. Chúng ta thích có chiếc mũi như mũi tây, đó là ý thích của chúng ta, nhưng đó là điều trái với ý trời! Suy ra thì việc chúng ta di tản từ xứ nóng qua xứ lạnh là chuyện chẳng đặng đừng với chiếc mũi. Mũi chúng ta được cấu tạo cho xứ nóng nay phải sống nơi xứ lạnh dĩ nhiên phải vất vả hơn. Có lẽ vì vậy mà chúng ta chịu đựng cái lạnh của mùa đông dở hơn dân địa phương chăng?

Con người khoái cái đẹp và đặt cái đẹp lên trên hết. Các cụ xưa cũng đã từng khoái mũi cao mà các cụ gọi là mũi dọc dừa. Đó là chiếc mũi được thơ văn ca tụng khiến chúng ta nhập tâm. Ông bạn Võ Kỳ Điền của tôi, khi vượt biên vào năm 1980, thuyền đã dạt vào một hòn đảo chỉ có toàn dừa ở Mã Lai. Nhìn dừa, chuyện sống chết, gian khổ trước mắt ông không tính, lại tính ngay tới chiếc mũi! *"Tôi lẩn thẩn nhìn cái tàu dừa trước mặt, cái sống dừa nổi cao chạy tới cuống bẹ u tròn. A, thì ra người ta thường ví von cái sống mũi đẹp có hình giống cái dọc dừa, cái mũi dọc dừa. Phải rồi, người đẹp có có cái sống mũi cao cao thanh tú, đầu mũi nở nang. Cũng không biết tại sao tôi cứ nghĩ tới nàng hoài!"*. Nàng đây là cô nàng trắng muốt ngọc ngà có chiếc mũi thon thon xuất hiện từ trong rừng dừa làm mê mẩn lũ đàn ông, trong đó có ông bạn tôi. Chuyện khá ly kỳ, muốn biết ly kỳ tới cỡ nào, xin tìm đọc cuốn hồi ký "Pulau Bidong, Miền Đất Lạ"!

Mũi dọc dừa là thứ mũi các bà các cô mong ước có được trên mặt. Vừa đẹp, vừa tốt tướng. Đẹp thì khỏi bàn tới vì hầu như mọi người đều công nhận chiếc mũi cao, thẳng, thon gọn, cân đối, không quá dài mà cũng không quá ngắn, lỗ mũi không lộ, có hình hạt chanh, ẩn vào bên trong đầu mũi, là thứ mũi...hoàng hậu, ăn trùm thiên hạ. Ngoài vẻ đẹp, mũi dọc dừa còn có tướng tốt. Theo tướng số, người có mũi dọc dừa thường đôn hậu, thân thiện, dễ hòa đồng, dễ gần gũi. Trong cuộc sống, những người này thường gặp may mắn, ít lo nghĩ, phiền muộn, vô lo vô ưu, sắc mặt hồng hào, giữ được vẻ tươi trẻ.

Đó là loại mũi lợi đơn lợi kép, đã ưa nhìn lại tốt tướng. Ông nào vớ được bà vợ có mũi dọc dừa là người chắc đã tu nhiều kiếp. Tôi không tin ông bạn Quan Dương có khả năng tu nhiều kiếp vì ông là người làm thơ ưa cà giỡn. Chuyện gì cũng không thể nghiêm trang được nói chi chuyện tu hành. Mũi dọc dừa là thứ mũi...nhà trời không ai dám bất kính. Mũi dọc dừa nhân tạo, thứ *man made,* lại càng cần phải tôn trọng hơn vì nếu sơ ý mạnh tay nịnh yêu một chút có thể làm hư hao rất tốn tiền tu sửa. Tóm lại, dù là thứ thiệt hay thứ nhân tạo, cần phải nương tay khi đụng tới. Vậy mà ông Quan Dương chơi trò vũ phu.

Trèo lên sóng mũi dọc dừa
Tôi trợt chân té xuống bờ môi em
Mới hay ở chỗ trăm năm
Màu môi em tím dấu bầm tịch liêu.

Tôi chưa hề thấy ai leo trèo dại dột như vậy. Chắc bạn tôi vẫn còn sót lại tính nghịch ngợm và ngây thơ từ lúc còn nhỏ nên chưa biết sợ. Té là cái chắc. May mà không dập...mũi!

03/2018

NGƠ

Tỷ phú Bill Gates vừa tặng 50 triệu đô để giúp nghiên cứu tìm ra thuốc chữa bệnh quên. Bệnh quên, *Alzheimer*, là một bệnh phổ biến nơi những người có tuổi.Tới nay vẫn chưa có thuốc chữa. Điều đáng quý nơi ông Gates là có tiền và có tình. Hai ông bà đã lập ra quỹ từ thiện *Bill & Melinda Gates Foundation* giúp cho nhiều nơi nghèo đói trên khắp thế giới. Được thành lập từ năm 2000, tính đến cuối năm 2014, Quỹ đã chi 44.3 tỷ đô, trở thành quỹ từ thiện của tư nhân lớn nhất thế giới. Cái đáng quý của vợ chồng nhà tỷ phú này là số tiền 50 triệu đô hiến tặng kỳ này là tiền túi của họ, không lấy trong Quỹ! Tổ chức *Dementia Discovery Fund* có trụ sở tại Luân Đôn nhận số tiền hiến tặng này. Đây là một tổ chức tư nhân được tài trợ bởi chính phủ Anh, các hội thiện và các dược phòng để nghiên cứu chế ra thuốc cho bệnh quên. Khi trao tặng tiền, ông Gates mong ước nay đã tới lúc phải có thuốc chữa cho chứng bệnh ngày càng phát triển này. Ông nói: "Đây là một vấn nạn lớn đang gia tăng, và mức độ thê thảm, ngay cả đối với những người sống sót, là rất đáng ngại".

Ông Gates cũng cho biết là ngay trong gia đình ông cũng có nhiều người đang mắc chứng bệnh này. Bệnh quên hầu như bị...quên tuy số người dính bệnh ngày càng gia tăng. Nhà ông Gates có người bệnh, chung quanh tôi cũng Alzheimer đầy ra. Ít nhất tôi có hai anh bạn văn, một ở Santa Ana, một ở Hoa Thịnh Đốn, đang vất vả với hai bà vợ ngơ ngơ ngác ngác giữa cuộc đời. Mới đây, qua bài viết "Thầm Lặng" của Kim Khánh, ái nữ của nhà văn Doãn Quốc Sỹ, tôi mới được biết bà Doãn Quốc Sỹ, nhũ danh Hồ Thị Thảo, cũng bị căn bệnh quên này hỏi thăm. Không biết có cần phải nhắc lại bà là con của nhà thơ Tú Mỡ, một thành viên của Tự Lực Văn Đoàn, nhưng sau này lại đứng bên hàng ngũ của phía bên kia. Ở phía bên này, nhà văn Doãn Quốc Sỹ lại là một cây viết chống Cộng nổi tiếng qua các tác phẩm của ông. Ông say sưa theo nghề văn lại bận bịu nghề dạy học, bà âm thầm lo việc nhà cửa cho ông yên tâm bay nhảy. Khi cuộc chiến tàn, ông và bạn bè văn chương bị bên thắng cuộc xô vào vòng tù tội. Kim Khánh viết: *"Thế rồi chính sự miền Nam đến hồi kết thúc. Con người không chính trị của bố lại một lần nữa ê chề. Ngày công an đến bắt bố đi, mẹ con bàng hoàng nhìn nhau. Các con chưa đứa nào đến tuổi kiếm tiền. Mẹ xưa nay thầm lặng trong vai "nội tướng", giờ miễn cưỡng ra quân. Tiền dành dụm của gia đình không đáng kể.*

Có tám miệng để nuôi, có bố nhục nhằn trong lao tù đợi tiếp tế. Mẹ vụng về tìm kế sinh nhai". Cuộc tranh sống những năm đầu dưới sự cai trị oan nghiệt của cộng sản khiến toàn dân miền Nam nhợt nhạt như những bóng ma. Người dân thường khổ một thì những gia đình có người tù tội khổ mười. Mà có mấy gia đình không có người bị nhốt vào những trại tù gọi là "cải tạo" được thiết lập đầy rẫy từ Bắc tới Nam. Bà Doãn Quốc Sỹ phải ra lề đường bán khoai mì, bán thuốc lá lẻ, giặt thuê, giữ trẻ. Cho tới ngày ông được thả về. *"Ngày bố được thả về đợt một, nhà trẻ của "bà giáo" vẫn còn hoạt động. Mẹ hướng dẫn bố đu võng khi các bé ngủ. Mẹ cũng dặn bố thường xuyên lau chùi gác và bỏ giặt tã dơ. Bố một mực nghe lời. Tưởng như cờ đã chuyển sang mẹ một cách êm thắm... Tuy nhiên mẹ không thể ngăn được bố lân la cầm lại cây bút. Thời gian này là lúc họ hàng ngoài Bắc vào chơi nhiều. Bên ngoại có cậu tôi làm đến chức thứ trưởng; cậu kể rằng lúc còn sống, ông ngoại phiền lòng về sự nghiệp văn chương của thằng con rể. Bên nội có chú tôi – một nhạc sĩ cách mạng – chú biết ngòi bút đang thôi thúc bố và đã từng rít lên giữa hai hàm răng; "Trời ạ! Đã chửi vào mặt người ta, không xin lỗi thì chớ, lại còn nhổ thêm một bãi nước bọt! Lần này mà vào tù nữa thì mọt gông!". Mấy mẹ con chết lặng trước viễn tượng "mọt gông". Bố không màng đến điều này, vẫn miệt mài gõ máy đánh chữ. Đêm khuya thanh vắng tiếng gõ càng vang mồn một. Vài lần mẹ can ngăn, có lần mẹ giận dữ buộc tội: "Ông chỉ biết lý tưởng của mình, không biết thương vợ con". Vài tuần sau, chị hàng xóm đối diện nhà chạy sang xì xào với mẹ: "Công an đặt người ở bên nhà con đó bác. Họ theo dõi bác trai!".* Rồi chuyện phải đến đã đến. Ông bị bắt lần thứ hai vào năm 1984. Công an ập vào nhà lục soát rồi chụp hình ông với những tang chứng. *"Trong hình bố ngẩng cao đầu trông rất ngạo nghễ. Nhiều năm sau bố vẫn còn được nhắc tới với hình ảnh này".* Lần này ông bị kết án 10 năm tù. Ông ra tù *"bình an như một thiền sư".* Những khổ nạn nặng trên hai vai bà chỉ chấm dứt khi hai ông bà qua Houston đoàn tụ với con trai vào năm 1995. Được chừng mười năm thì bà ngã bệnh. *"Hôm nay, ở giai đoạn cuối của căn bệnh Alzheimer, mẹ nằm bất động một chỗ và không nói được nữa. Nhưng mẹ vẫn đưa mắt nhìn bố mỗi lần bố ra vào trong phòng. Hôm nào bố vắng nhà vài ngày thì mẹ nhìn con trai, mắt dò hỏi lo lắng. Khi bố về thì mẹ vẫn nhìn bố, ánh mắt yên tâm hơn. Mẹ thầm lặng hơn bao giờ hết. Dưới mắt bố con chúng tôi, sự thầm lặng ấy càng ngày càng tỏa sáng".*

Mười năm sau ngày ông tới Mỹ, tôi gặp ông tại Houston, ông vẫn ít nói như xưa. Nụ cười hiền hòa của một nhân cách lớn vẫn còn đó. Trong một bài viết, nhà văn Nguyễn Mộng Giác cho biết là năm 1975, Doãn Quốc Sỹ đã chọn ở lại một cách ung dung điềm tĩnh vì "không thể rời bỏ quê hương được". Nguyễn Mộng Giác kể lại: *"Ông nói ông không thể rời bỏ quê hương được. Tôi nhớ ông nói nếu có gặp hoạn nạn vì những gì đã viết thì cũng đành chịu, vì không khác được. Ông phải viết những điều cần viết, và sẽ ráng viết tiếp những điều cần viết. Không nói ra, nhưng chúng tôi biết ông ngầm cho rằng muốn có chất liệu viết được những điều sẽ viết, ông phải ở lại. Không hối tiếc, không hớn hở...Tôi hỏi thăm ông về những năm tháng ở trại Gia Trung, nhân tiện hỏi hư thực về tin đồn bên ngoài bảo rằng: từ khi bị bắt, Doãn Quốc Sỹ cương quyết quay mặt vào tường, tọa thiền diện bích, từ chối không trả lời những câu hỏi của cán bộ chấp pháp. Ông cười, rồi nói: "Anh em ở ngoài vì thương nên đồn đãi như vậy. Mình ở trong tay họ, làm vậy có ích gì! Cái cốt yếu là giữ được tư cách dù ở trong tay họ".*

Vài năm sau lần gặp ở Houston, tôi gặp lại ông ở quận Cam, ông đã thay đổi nhiều. Vẫn ít nói nhưng hình như sự khó khăn diễn tả đã làm thui chột những ý nghĩ muốn bày tỏ của ông. Cầu mong ông không lọt vào vòng ngơ ngác của căn bệnh quái ác đã cướp đi đời bà.

Hai ông bà chỉ là hai trường hợp khác trong muôn vàn trường hợp của bệnh Alzheimer. Tại Hoa Kỳ, trong một thập niên qua, số người bị Alzheimer đã tăng từ 2 triệu lên tới 4 triệu người. Giới hữu trách ước tính tới giữa thế kỷ này, số người mắc bệnh không phải chỉ tăng gấp đôi mà sẽ tăng gấp 5 lần! Người ta gọi đó là một "cơn dịch lặng lẽ" hoặc "căn bệnh của thế kỷ 21". Tại Đức, có trên 600 ngàn người dính, chiếm tỷ lệ 0,75% dân số. Vậy mà mỗi năm bệnh quên lãng này lại mộ thêm được 50 ngàn người bổ sung vào con số trên. Thống kê năm 2006 cho biết có 26 triệu 600 ngàn người dính bệnh. Theo dự đoán của Tổ Chức Quốc Tế Alzheimer thì bệnh sẽ ảnh hưởng tới 131 triệu người vào năm 2050. Tổ chức Y Tế Thế Giới (WHO) đã xếp bệnh Alzheimer "là một trong những vấn đề y tế hàng đầu của thế giới ngày nay".

Bệnh do Giáo Sư Alois Alzheimer (1864-1915) tìm ra vào giai đoạn cuối thế kỷ 19 đầu thế kỷ 20. Nhưng sau đó chính nó bị…quên, không một ai tiếp tục công trình của vị giáo sư người Đức này. Mãi cho tới sau cái chết của minh tinh màn bạc Rita Hayworth vào năm 1987, giới nghiên cứu mới nhớ tới bệnh này. Thế hệ tôi hầu như ai cũng biết và mến mộ Rita Hayworth. Những ngày cuối đời bà là một chuỗi thời gian bi thảm. Sau khi nổi tiếng với khoảng 60 cuốn phim đã đưa tên tuổi bà trở thành "nữ hoàng tình yêu", Rita tới phim trường với dáng vẻ xộc xệch. Có lúc bà đứng ngây người không biết làm gì, có lúc bà quên tiệt lời đối thoại. Khi được đạo diễn nhắc nhở, bà giận dữ phản ứng lại bằng những cử chỉ "đáng sợ và vô học" mà một diễn viên gạo cội như bà thường không bao giờ hành động như vậy. Tới năm 1971 thì bà bắt buộc phải rời bỏ điện ảnh. Tinh thần suy sụp, bà tìm đến chất cay. Bà đã nhiều lần say sưa ném những vỏ chai rỗng sang nhà tài tử Glenn Ford, hàng xóm của bà. Bà thường hay lang thang ngoài đường với mảnh giấy ghi địa chỉ nhà trong túi. Giữa những ngày hè nóng nực của tháng 6 của miền nam California, bà mặc áo lông thú, đứng thẫn thờ trước cánh cửa quay của tòa khách sạn chọc trời Wilshire Grand ở Los Angeles, vừa gật đầu với người gác cửa vừa hỏi: "Lối vào ở đâu". Tới mùa hè năm 1981, bà không còn nhớ nổi tên của mình! Bà mất vào năm 1987 tại New York. Kết luận của bác sĩ xác nhận chết vì Alzheimer. Báo chí tường thuật đầy đủ chi tiết về những ngày cuối đời của nữ minh tinh Rita Hayworth khiến người ta lưu tâm hơn về căn bệnh này.

Bệnh Alzheimer còn có một thân chủ danh tiếng khác là Tổng Thống Ronald Reagan, Tổng Thống thứ 40 của Mỹ, nắm quyền từ 1981 đến 1989. Tháng 8 năm 1994, khi ông được 83 tuổi, bệnh Alzheimer tìm tới ông. Tháng 11 cùng năm, ông can đảm viết một bức thư tay gửi dân chúng Hoa Kỳ, thông báo về bệnh tình. Một trích đoạn bức thư như sau: "Tôi vừa được biết tôi là một trong hàng triệu người Mỹ nhuốm bệnh Alzheimer…Hiện giờ tôi cảm thấy yên ổn. Tôi định sẽ sống những năm còn lại mà Thượng Đế ban cho tôi để làm những việc mà tôi vẫn làm… Bây giờ tôi bắt đầu cuộc hành trình dẫn tôi tới hoàng hôn của đời tôi. Tôi biết là nước Mỹ vẫn có trước mặt ánh bình minh rạng rỡ. Cám ơn các bạn. Xin Thượng Đế ban phước lành cho toàn thể các bạn".

Bức thư được viết năm 1994 nhưng dư luận cho biết là không phải tới năm 1994 cựu Tổng Thống Reagan mới bị Alzheimer mà bị từ trước, khi ông đang còn là Tổng Thống. Họ kể ra những lần ông nhầm lẫn chuyện nọ ra chuyện kia, không nhớ tên người quen hoặc ngủ trong cuộc họp nội các. Trong cuốn hồi ký có tựa đề *"My Father at 100"*, xuất bản vào năm 2011 nhân sinh nhật trăm năm của vị cựu Tổng Thống đã phá sụp chế độ cộng sản, Ron Reagan, con trai út của Tổng Thống, đã tiết lộ cha ông đã có dấu hiệu của bệnh Alzheimer ngay trong nhiệm kỳ đầu. Ông đặt câu hỏi: "Có phải ông muốn rút lui khỏi nhiệm vụ vì được chẩn đoán bệnh vào năm 1987? Tôi tin là như thế". Ron Reagan cũng đã viết trong cuốn hồi ký việc ông đã lờ mờ nhìn thấy những dấu hiệu của sự lẫn lộn trí nhớ của Tổng Thống trong cuộc tranh cử năm 1984 và một lần khác vào năm 1986. Lần này Ron cho biết là Tổng Thống đã không nhớ được tên những hẻm núi quen thuộc ở California lúc bay ngang qua. Ông khẳng định: *"Vấn đề cha tôi có mắc bệnh Alzheimer giai đoạn đầu khi đang giữ chức Tổng Thống hay không thì tự thân nó đã có câu trả lời"*. Bốn bác sĩ đã từng chăm sóc sức khỏe của Tổng Thống bác bỏ luận điệu này. Họ công nhận là Tổng thống có những lẫn lộn sự việc và tên người nhưng những triệu chứng của bệnh Alzheimer chỉ xuất hiện vào cuối năm 1992, đầu năm 1993, khi ông đã rời tòa Bạch Ốc.

Theo Bác Sĩ Hồ Ngọc Minh (tôi rất khoái những bài viết của ông Đốc trẻ này!) thì việc mất trí nhớ *(dementia)* có nhiều nguyên do. Alzheimer chỉ là một trong những nguyên do đó. *"Căn nguyên của bệnh Alzheimer là do những vẩy (plaque) chung quanh tế bào não, tương tự như vẩy đóng trong mạch máu. Khác với vẩy cholesterol trong máu, những vẩy trong não này được tạo thành bởi chất protein. Những vẩy protein như những chất cách điện, hệ quả là những tín hiệu được truyền đi từ một tế bào thần kinh này đến tế bào khác bị ngăn chặn. Hiện tượng cách ly này không chỉ xảy ra giữa tế bào này với tế bào khác mà còn ở ngay trong tế bào thần kinh, như những chùm tơ nhện, gọi là* "tangles of Tau protein". *Ngoài việc cách ly sóng điện, những vẩy protein còn tiết ra chất độc để hủy diệt tế bào thần kinh, vì thế não bộ dần dần teo nhỏ lại...Như thế, sự suy yếu xảy ra một cách toàn bộ, từ trí nhớ, đến suy yếu thị giác và khả năng giữ thăng bằng. Khi bệnh càng nặng, người bệnh sẽ mất khả năng tư duy, không còn nhận biết người quen, không nhớ những chuyện mới xảy ra gần như tức thì. Họ sẽ có vấn đề hiểu câu hỏi, xử dụng từ ngữ để diễn tả hay tốn nhiều thời giờ để trả lời một câu hỏi có khi rất đơn giản. Khuôn mặt như khờ đi, không biểu lộ được cảm xúc. Họ mất khái niệm về thời gian và không gian.*

Tâm tính của người mất trí nhớ cũng thay đổi, có khi họ trở nên trầm cảm, cô đơn, nhưng có lúc hung dữ, bướng bỉnh vì trong tư duy hạn hẹp, không ai hiểu được họ. Cuối cùng là mất luôn khả năng vệ sinh cá nhân như tiểu tiện và đại tiện. Người bệnh chỉ nhận biết được một vài người thân săn sóc cho họ. Khi thiếu những người này, hay khi phải rời xa môi trường quen thuộc, thường sẽ bị kích động những cơn sợ khủng hoảng tinh thần, gọi là panic attacks, *làm cho họ cứng người đi, càng dễ bị té ngã thêm".*

Khi tôi đang viết bài này, một anh bạn lâu ngày không gặp, điện thoại tới cho biết sức khỏe rất sa sút. Nói năng dài dòng cho một việc đơn giản, không nhớ tên con cháu, nói đi nói lại nhiều lần một sự việc, quên lẫn thường xuyên. Anh biết mình đang đi vào chốn ngơ ngác với cuộc đời. Tôi khuyên anh phải đi bác sĩ ngay để chữa trị, anh buồn bã nói đi làm chi, anh không muốn sống phiền phức tới người thân, sống tới tuổi thất tuần là đủ rồi!

Biết là bạn bi quan trong bước đầu của Alzheimer nhưng đó cũng là một lối thoát, lối thoát tiêu cực. Anh không muốn kéo dài cơn bệnh phiền phức tới người khác khi bệnh chưa có thuốc chữa. Liệu 50 triệu đô của vợ chồng tỷ phú Bill và Melinda Gates để nghiên cứu thuốc chữa bệnh Alzheimer có kịp cứu được những người như anh bạn tôi không?

01/2018

NHƯỜNG

Chuyện đắm tàu Titanic vào năm 1912 chắc ai cũng đã rành rẽ. Người ta đã viết nhiều, nói nhiều về đủ mọi khía cạnh của vụ đắm tàu lịch sử này. Tôi đã coi phim Titanic. Cũng đã coi một *show* rất hay ở Las Vegas diễn tả lúc con tàu chìm. Bài hát "*My Heart Will Go On*" do Celine Dion hát tôi đã thuộc lòng. Cô ca sĩ lừng danh thế giới này là dân Montreal chúng tôi. Vậy mà có những chuyện thương tâm và cảm động khi con tàu từ từ chìm xuống biển sâu mà tôi chưa biết. Mới đây, tôi đọc được một bài viết về những chuyện đau lòng này. Bài viết cho biết những chuyện này do Phó Thuyền Trưởng Charles Lightoller, là người cuối cùng lên thuyền cứu sinh và là người có chức vụ cao nhất trên tàu còn sống sót, kể lại. Khi Titanic chìm vào năm 1912 thì ông Lightoller đã 38 tuổi. Tính tới nay tàu đã chìm được 106 năm và, nếu còn sống, ông Lightoller đã 144 tuổi! Tài liệu cho biết ông này tiết lộ những chuyện xảy ra trong giờ phút cuối trên tàu Titanic trong 17 trang viết lúc ông sắp giã từ cõi thế. Nếu những gì chúng ta biết qua các sách báo hay phim ảnh liên quan tới vụ đắm tàu này chỉ như những hình ảnh nhìn từ xa thì những tiết lộ của ông Lightoller như những cận cảnh quay gần.

Con số người chết và mất tích trong vụ chìm tàu này là 1514 người. Chỉ có 710 người sống sót. Ông Thuyền Trưởng John Phillip nhận được điện thúc giục ông rời tàu vào lúc 2 giờ sáng nhưng ông vẫn bám đài chỉ huy để phát tín hiệu cầu cứu. Trước đó, ông đã phổ biến thông báo là phụ nữ và trẻ em được ưu tiên xuống thuyền cứu sinh. Lệnh này làm nhiều người lo ngại vì họ không muốn gia đình bị tách rời. Ông Lightoller nhớ lại khi đó ông đã hét lớn cho mọi người nghe thấy: "Tất cả phụ nữ và trẻ em tới đây". Nhiều phụ nữ và trẻ em không nghe lời ông. Khi chiếc thuyền cứu hộ thứ nhất được hạ xuống, ông nói với một phụ nữ đứng bên ông: "Bà có muốn lên chiếc xuồng cứu nạn kia cùng với tôi không?". Bà lắc đầu đáp: "Không, tôi thấy ở trên tàu tốt hơn". Ông chồng bà vội hỏi: "Sao em không lên thuyền?". Bà này mỉm cười nói với chồng: "Không, em muốn ở bên anh!". Họ đều chìm theo tàu sau đó.

Nếu bạn ở trên tàu, biết con tàu đang chìm, được dành cho một chỗ trên tàu cứu sinh, bạn có nhường cho người khác không? Theo bản năng, chắc chúng ta phải cố dành được một cơ hội sống. Cái chết kề cận bên cạnh, ai không sợ chết, nhất là người còn có một cuộc sống tốt đẹp trước mặt.

Ông John Jacob Astor IV là người giầu có nhất thế giới vào đầu thế kỷ 20 cũng có mặt trên tàu. Tài sản của ông có thể mua được chục con tàu cỡ tàu Titanic. Ông đưa người vợ đang mang thai được năm tháng lên thuyền cứu sinh. Ông Lightoller đề nghị ông lên tàu cùng vợ. Ông từ chối vì nghĩ việc cho các trẻ em và phụ nữ ưu tiên xuống thuyền là "giải pháp hợp lý nhất". Ông nhường chỗ của ông cho một bé gái người Ái Nhĩ Lan. Từng chiếc thuyền rời tàu mang đi những phụ nữ và trẻ em may mắn. Ông John Jacob thản nhiên hút xì gà bên chú chó cưng đứng nhìn theo. Vài ngày sau, đoàn cứu nạn đã tìm thấy thi thể ông. Đầu của ông bị biến dạng vì ống khói của con tàu đè vào.

Ông trùm ngân hàng nức tiếng một thời Guggenheim cũng là một hành khách trên chiếc tàu lâm nạn. Trong bức thư viết vội cho vợ trước khi con tàu vùi mình dưới biển sâu, ông viết: "Anh sẽ không chiếm bất kỳ một chỗ nào của trẻ em và phụ nữ trên những con thuyền cứu sinh. Anh sẽ không chết như một con vật mà chết cho đáng mặt nam nhi".

Cũng có mặt trên tàu là người giàu thứ hai trên thế giới. Đó không ai khác hơn là ông Isidor Straus, người sáng lập ra chuỗi cửa hàng bách hóa Macy's. Khi chiếc thuyền cứu sinh thứ tám đón người xuống, ông bảo vợ là bà Ida xuống trước. Bà nhất định không rời ông. Bạn ông là Đại Tá Archibald Gracie IV đứng đó vội hỏi xin viên sĩ quan chỉ huy cho cả hai người xuống thuyền. Ông Isidor nói với ông bạn Đại Tá: "Tôi sẽ không xuống thuyền trước những quý ông khác". Bà Ida cũng nhất định không rời ông chồng. Bà nhường chỗ của bà cho cô tớ gái Ellen Bird. Bà đưa cho cô này chiếc áo lông bà đang mặc và nói là bà sẽ không cần nữa: "Tôi không thể rời chồng tôi. Chúng tôi đã cùng sống thì sẽ cùng chết". Ông già 67 tuổi dắt bà vợ 63 tuổi tới ngồi xuống một chiếc ghế dài trên boong tàu. Họ cùng chết vào lúc 2 giờ 20 phút sáng hôm 15 tháng 4. Chiếc tàu cứu cấp Mackay-Bennett đã tìm được xác ông và mang về Halifax, Canada. Mộ ông hiện nay ở trong nghĩa trang Woodlawn ở hạt Bronx, Nữu ước. Người ta không tìm ra xác bà Ida. Gia đình đã múc một bình nước tại chỗ tàu chìm mang về đặt bên mộ ông. Nơi đây có khắc một câu trong ca từ "Khúc Hát của Salomon" trong Cựu Ước: "Bao nhiêu nước không dập tắt được tình yêu, giông bão cũng không đánh chìm được nó". Ngày nay vẫn còn tấm bảng tưởng niệm được đặt tại tầng chính của cửa hàng Macy's ở Manhattan, Nữu ước.

Tai nạn đắm tàu đã vô tình trở thành thước đo tình chồng vợ. Hai vợ chồng ông bà chủ Macy's đã vậy. Cặp vợ chồng trẻ Astrid Pasi và Reta Pasi là một chuyện khác. Họ mới cưới và đi du lịch trên tàu Titanic để hưởng tuần trăng mật. Reta được đưa xuống thuyền cứu sinh nhưng cô ôm chặt chồng không chịu rời xa. Nói sao cũng không được, anh Astrid phải thẳng tay đánh cô vợ trẻ tới ngất xỉu và ôm vợ xuống thuyền. Khi tỉnh lại, biết được sự thể, cô khóc hết nước mắt. Sau đó cô sống góa bụa suốt đời, nhất định không tái hôn.

Một bà tên Smith kể lại: "Tôi đưa được hai con lên thuyền cứu sinh. Vì thuyền quá đông, tôi không còn chỗ. Một phụ nữ đã đứng dậy nhường chỗ và giúp tôi xuống thuyền. Bà nói: "Bà xuống đi, bọn trẻ không thể không có mẹ". Và bà ở lại tàu". Bà Smith ân hận vì không biết tên người nhường chỗ cho bà. Bà chỉ có thể dựng một tấm bảng kỷ niệm để ghi nhớ tấm lòng cao thượng của người phụ nữ vô danh.

Cũng vào năm 1912, người ta dựng một đài tưởng niệm những người đã chết theo Titanic. Đại diện công ty vận tải biển *White Star Line*, chủ nhân của chiếc tàu, đã nói trước tượng đài: "Không có bất kỳ luật lệ nào ép buộc những người đàn ông phải có những hy sinh lớn lao như vậy. Hành động của họ xuất phát từ sự kiên định mà phái mạnh dành để bảo vệ phái yếu. Đó chính là lựa chọn của họ". Phái mạnh nghe mà mát lòng. Mấy ông bạn tôi thuộc phái mạnh đứt đuôi. Ông nào cũng con đàn cháu đống. Tôi hỏi mấy ông nếu đặt mình vào hoàn cảnh đó, các ông có…hy sinh không? Mặt ông nào cũng đăm chiêu, đầu gật gà gật gù, nhưng chẳng có ông nào mở miệng. Chuyện khó dàn trời!

Trong tác phẩm "Unsinkable", tác giả Danielle Allen Butler cũng viết: "Trách nhiệm quan trọng hơn so với mọi thứ khác. Đó chính là điều mà họ được thụ hưởng bởi nền giáo dục ngay từ khi còn nhỏ". Quả thật chúng tôi có được giáo dục ngay từ nhỏ về sự nhường nhịn và chúng tôi cũng đã áp dụng chúng trong cuộc sống. Nhưng nhường nhịn vào lúc nước leo tới chân như các quý ông trên tàu Titanic thì chưa có ai có kinh nghiệm. Tôi nghĩ lúc đó bản năng sinh tồn nổi dậy rất mãnh liệt. Khi con thú này đã xổ lồng, biết sao phản ứng của con người. Nhìn vào bảng liệt kê số hành khách tử nạn trên tàu được phân chia theo giới tính, chúng ta mới thấy kính phục các ông thời đó. Tổng cộng số hành khách trên tàu là 2224 người trong đó có tới 1690 nam. Chỉ có 338 ông thoát chết. Số chìm theo tàu là 1352, tỷ lệ 75,9%.

Trong khi đó tỷ lệ tử vong của các bà là 19,1% và trẻ em chỉ có 4,9%. Người quân tử thời xưa coi bộ ngon hơn lũ đực rựa chúng ta ngày nay.

Bậc chính nhân quân tử là người học rộng, hiểu nhiều nhưng luôn khiêm nhượng, nhường nhịn người khác. Sách Tả Truyện viết: "Nhường là đứng đầu trong lễ". Sách Lễ Ký lại viết: "Người quân tử cung kính, tiết kiệm, thoái nhường bởi vì thấu hiểu lễ". Sách Tự Hối ghi: "Tiên nhân hậu kỷ vị chi nhượng". Người trước, mình sau, được gọi là nhường. Muốn nhường nhịn thì phải hạ mình xuống, dù mình đạo cao đức trọng, học giỏi hoặc thông minh hơn người. Nếu lúc nào cái mặt cũng vác lên, coi thiên hạ như nơ-pa thì không thể nào biết nhường nhịn được. Khi còn trẻ, ông Benjamin Franklin, người chúng ta quen mặt trên đồng 100 đô Mỹ, tới thăm một vị tiền bối. Ông là người tài giỏi và rất tự phụ. Ông bước những bước dài và chững chạc, đầu ngẩng cao. Khi ông bước qua cửa, đầu bị va vào thanh ngang trên cửa đau điếng. Ông ôm đầu suýt soa, nhìn một cách giận dữ vào cái khung cửa thấp. Vị tiền bối bước ra, nhìn thấy cảnh tượng, nhẹ nhàng nói: "Đau lắm phải không? Nhưng đây có lẽ là kết quả to lớn nhất trong chuyến thăm ta ngày hôm nay của cậu. Một người muốn sống đúng đắn trên đời lúc nào cũng phải ghi nhớ: "Lúc cần cúi đầu thì phải cúi đầu!"

Thường thì người trên nhường người dưới. Đó là bao dung. Tổng Thống thứ 16 của Mỹ Abraham Lincoln là con một ông thợ đóng giầy. Ông được dân bầu vào lúc mà xã hội còn trọng những người xuất thân từ gia đình quyền quý. Các chính khách Mỹ thời gian đó thường là những cành vàng lá ngọc, con cháu các gia đình vọng tộc. Khi Tổng Thống phát biểu trong buổi lễ nhậm chức, một Thượng Nghị Sĩ nói lớn: "Thưa Ngài Lincoln, đừng quên rằng cha Ngài thường đóng giầy cho gia đình tôi!". Hội trường ồn ào những tiếng cười đồng tình. Họ muốn biến ông tân Tổng Thống không gốc gác thành một tên hề giữa chốn nghị trường. Đợi tới lúc tiếng cười ồn ào chấm dứt, ông đáp lại: "Thưa Ngài, tôi biết rằng cha tôi đã đóng giầy cho gia đình Ngài, cũng như nhiều gia đình các vị khác. Cha tôi đã để hết cả tâm hồn khi đóng một đôi giầy. Tôi muốn hỏi các Ngài rằng, có ai phàn nàn về đôi giầy ông đóng chưa? Tôi chưa bao giờ thấy. Ông là một nhà sáng tạo và tôi tự hào về cha tôi!". Toàn thể các nghị sĩ nín lặng. Sau này có người khuyên Tổng Thống Lincoln trả đũa ông thượng nghị sĩ nhưng Tổng Thống chỉ nói: "Khi chúng ta coi như bạn thì không còn đối thủ!".

Nhà thơ nổi tiếng Khalil Gibran, người gốc Liban, nói: "Một con người vĩ đại có hai trái tim: một trái tim chuyển máu và một trái tim bao dung". Khổng Tử cũng từng nói: "Khoan dung thì được lòng mọi người". Văn hào Victor Hugo của Pháp cũng đã ngôn: "Thứ rộng lớn nhất trên trái đất là đại dương, nhưng thứ rộng lớn hơn lại là bầu trời, mà thứ còn rộng hơn bầu trời chính là lòng người".

"Trên kính, dưới nhường" như các cụ vẫn dậy. Nhưng cũng có khi dưới phải nhường trên. Như khi chúng ta đi tầu đi xe phải nhường ghế cho người già cả, yếu đuối. Chuyện nhường từ dưới lên trên này, tôi nghĩ là vì lý do…sức khỏe. Nhà văn Khiêm Đỗ là một người thích đùa. Tôi với ông chưa bao giờ gặp nhau nhưng hay đùa với nhau trên Facebook. Mới ngày hôm qua, ông post trên *facebook* như thế này: *"Một cô 25 tuổi trên tàu điện nhìn mình cười, lấy tay chỉ lên đùi cô. Mình tưởng cô mời ngồi trên đùi cô, còn đang cân nhắc có nên không thì cô đứng dậy chỉ vào ghế. Hóa ra cô thấy mình tóc bạc da mồi nên cô kính lão dzô dziên. Giờ mình đi nhuộm tóc nhe!"*. Được nhường đâu có phải lúc nào cũng vui!

Thời buổi bi chừ, chuyện nhường nhịn coi bộ không vui. Cứ vác chiếc xe ra xa lộ là biết liền. Tôi đã gặp nhiều tình huống muốn bá ngọ cuộc đời. Hình như thời buổi này con người có nhiều oọc-môn *testosterone* hơn thì phải. Xe nào xe nấy chạy như muốn chồm lên xe khác. Có xe dí sát mũi vào đuôi xe tôi để đuổi tôi tránh đường cho họ...phi. Tôi vẫn rất cứng tay lái, chạy với tốc độ tối đa cho phép trên xa lộ, vậy mà cũng phải nhường cho khỏe cái đầu. Có xe xẹt qua đầu xe mình như muốn mắng vào mặt. Tức thì có tức nhưng biết mình không bằng người nên nhịn cho lành. Có một lần tôi nhớ mãi. Tôi đổi *lane* trên xa lộ, xe trước cũng muốn đổi. Không biết họ có chớp đèn quẹo không, tôi không thấy. Tôi xích xe qua *lane*. Xe trước hùng hổ xích theo, đuôi xe muốn quệt vào xe tôi. Tôi nhường, ép mình chạy theo xe đó. Vậy mà tài xế xe trên tức khí, vừa chạy trước xe tôi vừa thắng gấp chặn. Hành động nguy hiểm này được lập đi lập lại trên cả cây số. Cuối cùng, tôi hết chịu nổi, nhấn còi liên tục làm mọi người chú ý. Lúc đó tôi mới được buông tha.

Con người ngày nay năng nổ một cách thái quá, ít ai chịu nhường người khác. Người nào cũng tất bật không nhìn thấy người chung quanh. Trong một nhà ga xe điện ngầm tại Tokyo bên Nhật, thanh niên thiếu nữ di chuyển như những con *robot* vội vã. Một chàng thanh niên húc vào tôi xém té, tôi gượng đứng vững được chưa lăn ra sàn. Vậy mà anh chàng không một chút quay lại, cứ đường ta ta cứ đi, coi như không có chuyện chi xảy ra.

Trên *facebook* không thiếu những cảnh máu đổ thịt rơi ngoài đường phố của quê hương chúng ta. Cảnh đụng xe gắn máy nhẹ dẫn tới đập nhau thừa sống thiếu chết. Cảnh công an đánh đập người bán hàng rong. Cảnh hàng xóm xáp lá cà chỉ vì mớ rác trước cửa. Cảnh các em học sinh gái lột quần lột áo nhau. Và còn nhiều chuyện nhỏ nhít đã khiến người ta lao vào nhau quần thảo. tất cả là cảnh thường ngày trên đất nước ta. Con người không còn biết tương nhượng nhau. Nhưng làm sao có thể đòi hỏi con người sống tử tế với nhau khi một bày quan quân lớn nhỏ chỉ biết ra oai tác quái những nhiễu dân đen, khi nơi trường học người ta không dậy con trẻ những điều đạo đức thông thường, khi cuộc sống vất vả khiến con người quên tha nhân.

Buồn tình, tôi giở những trang Quốc Văn Giáo Khoa Thư thời…Pháp thuộc ra đọc chơi: *"Bác hỏi tôi đi học để làm gì. Tôi xin nói bác nghe. Tôi đi học để biết đọc những thư từ người ta gửi cho tôi và viết những thư từ tôi gửi cho người ta. Tôi đi học để biết đọc sách, đọc nhật báo, thấy điều gì hay thì bắt chước. Tôi đi học để biết tính toán, biết mọi sự vật và biết phép vệ sinh mà giữ thân thể cho khỏe mạnh. Nhưng tôi đi học cốt nhất là biết luân lý, cho hiểu cách ăn ở để thành được người con hiếu thảo và người dân lương thiện"*.

04/2018

NUÔI

Nhà vật lý học lừng danh thế giới Stephen Hawking vừa giã từ cõi thế vào ngày 14 tháng 3 năm 2018 ở tuổi 76. Cả thế giới đã quen với hình ảnh một con người bị bệnh tật hành hạ phải sống cuộc đời hoàn toàn phụ thuộc vào chiếc xe lăn. Con người bất toàn về hình hài đó đã dạy cho chúng ta một bài học về sức mạnh của ý chí con người. Nhiều tài liệu đã nói đầy đủ về những đóng góp của ông cho khoa học qua hai cuốn sách nổi tiếng: "Lược Sử Thời Gian" và "Học Thuyết Vạn Vật". Người ta đặt ông ngang hàng với nhà bác học Albert Einstein. Nhiều người còn đặt ông ở vị trí trên trước cha đẻ của thuyết tương đối. Thi hài ông được nằm tại Westminster Abbey là nơi chôn cất những vĩ nhân của nước Anh. Isaac Newton đã yên nghỉ tại đây vào năm 1727 và Charles Darwin vào năm 1882.

Stephen Hawking là một con người siêu việt hơn người thường. Đó là một người được đặt trên bệ cao để người ta ngưỡng mộ. Tôi muốn nhìn ông gần hơn. Một người như mọi người.

Ông có vợ con. Căn bệnh quái ác ASL làm bắp thịt của ông teo lại đã tới với ông rất sớm, từ năm ông mới 21 tuổi. Các bác sĩ chẩn đoán ông không thọ được quá 25 tuổi. Nhưng tình yêu của cô sinh viên đam mê văn chương tên Jane Wilde đã cứu ông. Năm 1965, đúng năm ông được 23 tuổi, họ kết hôn. Nhìn bức hình cưới, tôi thấy ông lúc đó đã phải chống gậy. Chính cuộc hôn nhân này đã giúp ông vượt qua trầm cảm, yêu đời trở lại. Ông nói: "Jane Wilde và tình yêu thương không điều kiện của cô ta đã thay đổi cuộc đời tôi. Nó đã cho tôi nguồn sức mạnh để tiếp tục sống". Ba đứa con ra đời là bằng chứng của sức mạnh tình yêu đã níu ông lại cuộc đời để cung cấp cho nhân loại những kiến thức làm thay đổi cuộc sống con người.

Tiểu sử ghi ông có ba con nhưng thực ra ông có tới bốn con. Đứa con thứ tư là một cô bé người Việt tên Nguyễn Thị Thu Nhàn. Dĩ nhiên là con nuôi. Năm 1989, cha mẹ của Thu Nhàn qua đời sau tai nạn lật thuyền. Cô bé được đưa vào làng trẻ em mồ côi SOS ở Hà Nội. SOS là một tổ chức của Áo chuyên nuôi trẻ mồ côi theo một phương cách mới. Họ không nuôi trẻ theo lối xưa là lập các viện mồ côi để tập trung trẻ theo lứa tuổi mà nuôi theo kiểu gia đình. Trong khuôn viên của Viện, họ xây những căn nhà biệt lập cho một gia đình, tìm một cặp vợ chồng, trả lương để làm chủ gia đình đó. Gia đình thường gồm khoảng dưới chục em thuộc nhiều lứa tuổi khác nhau, coi như anh chị em trong nhà. Tổ chức như vậy khiến các em không bị mặc cảm là trẻ mồ côi trong viện mồ côi mà như có một gia đình hẳn hoi. Mỗi gia đình sinh hoạt biệt lập, nấu ăn lấy, tạo thành một gia đình êm ấm như các gia đình bình thường khác. Các em được đi học tại các trường chung với các trẻ có cha mẹ khác. Khi cơ quan *SOS Kindergartens* của Áo muốn vào hoạt động tại Việt Nam vào năm 1967, tôi là người thương thảo hợp đồng để chính phủ Việt Nam ký thỏa ước cho hoạt động. Người đại diện của SOS thương thảo với tôi là ông Helmut Kutin, Chủ Tịch của *"SOS Children's Villages"* ở Việt Nam. Cơ sở SOS đầu tiên tọa lạc tại Gò Vấp. Sau năm 1975, SOS ngưng hoạt động và chỉ trở lại Việt Nam vào năm 1987. Ngày nay SOS đã có 17 địa điểm trải dài từ Bắc tới Nam Việt Nam.

Hồ sơ của các em sống tại các làng SOS được chuyển về trụ sở chính ở Áo và được cung cấp cho những ai muốn nhận con nuôi. Stephen Hawking đã chọn Thu Nhàn một cách tình cờ. Nhận nuôi có nghĩa là chu cấp và liên lạc chứ không phải mang con nuôi về với gia đình mình. Thu Nhàn viết thư liên lạc đều đều với bố nuôi. Năm 1997, Stephen Hawking đã bí mật qua Việt Nam để thăm con nuôi. Đi cùng ông là bà vợ sau tên Elaine Mason. Tôi đã định phớt lờ chuyện không hay xảy ra trong gia đình của nhà vật lý học nhưng nhắc tới bà Elaine, đành phải đụng vào sự thật không vui này. Năm 1977, bà Jane quen ông Jonathan Hellyer khi bà hát trong ca đoàn nhà thờ. Ông Jonathan là người đánh đàn cho ca đoàn. Ông Jonathan trở thành bạn của cả gia đình nhà vật lý học. Ít năm sau, bà Jane và ông Jonathan nảy nở một mối tình lãng mạn. Theo bà Jane thì ông Stephen Hawking chấp nhận chuyện này khi ông "không chống đối miễn là bà còn yêu ông". Với thời gian, cuộc sống làm người vợ của một nhà vật lý quá nổi tiếng khiến bà mệt mỏi. Thêm vào là những người lạ tới săn sóc bệnh tình của chồng càng lúc càng nặng thêm làm cuộc sống gia đình loãng đi. Rồi quan điểm tôn giáo khác nhau: bà là người rất mộ đạo trong khi ông đặt nghi vấn về sự hiện diện của Thượng Đế làm hai người không thuận thảo. Tất cả đã đè nặng trên cuộc sống khiến gia đình không còn là nơi chốn bình an cho mọi người. Chỉ ít năm sau, ông Hawking đã gắn bó với một trong những y tá tới chăm sóc ông. Đó chính là bà Elaine Mason đã cùng ông về Việt Nam. Ông rời nhà ra sống với bà này vào tháng 2 năm 1990. Họ kết hôn vào tháng 9 năm 1995 sau khi ông ly dị bà Jane. Chỉ được hơn chục năm. Năm 2006, ông lại phải ly dị bà Elaine vì bà này hành hạ thể xác ông. Vào thời gian này, bà Jane và ông Jonathan đã tỉnh ngộ và chỉ coi nhau như bạn. Con đường mở rộng cho ông trở về mái nhà xưa. Họ sống an bình với nhau tới ngày ông mất.

Trở lại chuyến đi thăm con nuôi Thu Nhàn ở Việt Nam vào năm 1997, ông bố nuôi chỉ lưu lại có ba ngày nhưng là ba ngày hai cha con gắn bó với nhau. Dù tay bị biến dạng vì liệt, ông vẫn luôn luôn nắm tay Thu Nhàn. Ông cho biết tuy nhận Thu Nhàn làm con nuôi do một sự ngẫu nhiên nhưng ông rất yêu quý cô con nuôi Việt Nam này. Cuộc gặp gỡ người cha nuôi nổi tiếng đã để lại dấu ấn khó phai trong tâm khảm Thu Nhàn. Em nói: "Mọi người nói tôi thật may mắn khi một nhà bác học nổi tiếng như vậy nhận làm con nuôi, nhưng tôi cũng thấy bình thường thôi. Vì các bạn trong làng ai cũng có bố mẹ đỡ đầu. Tuy nhiên, khi được gặp bố, thấy bố phải ngồi trên xe lăn, mọi hoạt động của bố rất khó khăn, nhưng bố vẫn luôn tỏ ra vui vẻ, lạc quan khiến em thấy thương bố lắm".

Ba năm sau, tháng 7 năm 2000, ông đưa Thu Nhàn qua Anh chơi trong một tháng. Ông đã xin nghỉ phép trong thời gian này để dành thời giờ cho con nuôi. Ông xin cho cô học tiếng Anh tại Oxford và luôn giúp cô làm bài mỗi tối. Ngoài những buổi đi chơi, cắm trại cùng gia đình, Thu Nhàn còn được ông đích thân đưa đi mua sắm áo quần. Cuộc xuất ngoại đầu tiên đã được Thu Nhàn nhớ lại: "Tôi nhớ thời tiết bên Anh lúc đó rất lạnh. Lần đầu tiên xuất ngoại nên không thể tránh được những bỡ ngỡ. Nhưng rất may, tại sân bay mọi người đều biết mình là con nuôi của Stephen Hawking nên được giúp đỡ rất nhiều".

Thu Nhàn là một con nuôi không sống với gia đình cha mẹ nuôi. Cô vẫn sống với gia đình của cô tại làng cô nhi SOS. Đó là một trường hợp đặc biệt. Thường thì khi nhận nuôi các em mồ côi Việt Nam, cha mẹ nuôi luôn mang về với gia đình. Đã có nhiều trẻ em được mang ra ngoại quốc nhưng số trẻ em được các gia đình nổi tiếng nhận nuôi không nhiều. Đó là các em có số đẻ bọc điều. Rộn ràng nhất là các em được các tài tử và ca sĩ nhận nuôi. Rơi vào vùng thừa mứa ánh sáng của những dàn đèn pha, cuộc sống của các em này được các báo đề cập đầy đủ. Em bé may mắn mà mọi người đều biết là em Phạm Quang Sáng, được vợ chồng tài tử nổi tiếng Brad Pitt và Angelina Jolie nhận nuôi. Họ đổi tên em thành Pax Thiên, có nghĩa là "bầu trời bình yên". Chắc chẳng cần nói nhiều đến em bé quá ồn ào trên báo chí này vì mọi người đã biết hầu hết mọi chuyện liên quan tới em. Sau khi Brad và Angelina ly dị, Pax Thiên sống với mẹ. Em đã đóng vài vai ít quan trọng trong các cuốn phim của bố mẹ nhưng ước vọng của em là theo nghề DJ.

Huyền thoại nhạc rock của Pháp Johnny Hallyday cũng nuôi con nuôi Việt Nam. Ông này quá nổi tiếng, thính giả Việt Nam thế hệ chúng tôi ai cũng đều biết tên tuổi ông. Ông có nhiều đĩa nhạc và cũng có nhiều vợ. Ông kết hôn năm lần tất cả nhưng chỉ có bốn vợ. Lý do là ông kết hôn với bà Adeline Blondieau hai lần, lần đầu từ năm 1990 tới 1992 và tiếp theo ngay sau đó, lần hai từ 1994 đến 1995. Người vợ đầu tiên của ông là nữ ca sĩ ngày nhỏ tôi đã say mê, cô Sylvie Vartan, người Pháp, của *La Plus Belle Pour Aller Danser* và *Quand Le Film Est Triste.* Ông sống với cô được 15 năm, từ 1965 đến 1980. Họ có với nhau một con trai tên David, sanh năm 1966. Lần kết hôn thứ hai với cô Babeth Etienne là một thất bại. Họ sống với nhau vẻn vẹn có 65 ngày! Lần thứ ba với tài tử Nathalie Baye kéo dài được bốn năm và ông có thêm một con gái tên Laura vào năm 1983. Người vợ cuối cùng là Laeticia Boudou cưới năm 1996. Ông mất vào ngày 5 tháng 12 năm 2017 vì ung thư phổi. Đám tang được cử hành tại Paris vào hai ngày sau, có tới 800 ngàn người đứng dọc hai bên đường đưa tiễn. Trong số quan khách có mặt trong nhà thờ Madeleine có tới ba Tổng Thống Pháp: đương kim Tổng Thống Macron và hai vị tiền nhiệm của ông.

Johnny Hallyday nuôi hai cô con nuôi Việt Nam. Điều

đặc biệt là ông nuôi trong hai lần khác nhau. Lần đầu vào tháng 11 năm 2004, ông xin nuôi em Bùi Thị Hòa, sanh vào tháng 8 năm 2004. Như vậy ông nuôi em Hòa khi em mới có ba tháng tuổi. Hòa được ông đổi tên thành Jade Odette Désiree. Không biết có phải vì hứng thú với con nuôi Việt Nam khi nuôi em Hòa không mà bốn năm sau, tháng 12 năm 2008, ông nuôi thêm em Mai Hương. Em sinh ngày 27 tháng 7 năm 2008. Như vậy khi em Mai Hương trở thành bé Joy, em mới được bốn tháng. Ông rất thú vị với hai cô con nuôi này: "Tôi và nhà tôi có hai cô con gái người Việt tuyệt vời và rất hạnh phúc. Hai đứa trẻ cần tình yêu thương và vợ chồng tôi trao cho chúng điều đó. Tôi không thấy có khác biệt gì giữa con đẻ và con nuôi".

Tương tự như Johnny Hallyday, minh tinh người Anh Julie Andrews cùng chồng là đạo diễn Blake Edwards, cũng nuôi hai cô con gái người Việt vào năm 1975. Amy và Joanna đều là những trẻ mồ côi ở Sài Gòn và khi về với gia đình mới cũng chỉ mới có vài tháng tuổi. Bà Andrews có cơ hội tiếp xúc nhiều với các trẻ mồ côi Việt Nam khi tham gia hội từ thiện *Committee of Responsibility.* Bà cho biết: "Tôi và Blake từng là thành viên của *Committee of Responsibility,* một tổ chức từ thiện chuyên đưa trẻ em Việt Nam, những nạn nhân chiến tranh, sang Mỹ để điều trị. Hàng trăm em đã được đưa tới Mỹ chăm sóc rồi trở về Việt Nam. Chúng tôi có cơ hội tiếp xúc với các em bé này. Và những đứa trẻ Việt khiến chúng tôi say mê. Ngoài ra, chúng tôi cũng có những người bạn từng nhận trẻ Việt Nam làm con nuôi. Chúng rất ngoan ngoãn, dễ thương. Vì vậy, vợ chồng tôi đã liên lạc với các tổ chức hữu quan ở Sài Gòn để tìm con nuôi". Được báo chí hỏi tại sao lại chọn con nuôi Việt Nam, bà gắt gỏng: "Suy cho cùng, trẻ con là trẻ con, bất luận chúng sinh ra ở đâu. Còn tình yêu là tình yêu, không có gì giải thích nổi". Tình yêu của bà với hai con nuôi đã khiến bà quyết định từ bỏ sự nghiệp để có thời giờ chăm sóc chúng.

Nữ diễn viên Hollywood nổi tiếng Mia Farrow cùng chồng là Andre Previn, vào năm 1973, cũng đã nhận nuôi một bé gái Việt Nam và đặt tên là Lark Previn. Cô bé này từng gây tai tiếng vào năm 1991 khi bị bắt về tội ăn cắp vặt. Lark mất vào năm 2008 ở tuổi 35 khi đã có hai con gái.

Làm con nuôi các tài tử màn ảnh đã sướng, làm con nuôi...Tổng Thống có sướng hơn không? Tổng Thống đây là Tổng thống Jacques Chirac của Pháp. Nhưng khi gặp em Anh Đào, ông mới chỉ là Đô Trưởng thủ đô Paris thôi. Tháng 7 năm 1979, Anh Đào, vừa tròn hai chục tuổi, tới sân bay Roissy, không biết một chữ tiếng Pháp. Tài liệu không ghi tại sao cô một thân một mình tới Pháp như vậy. Tủi thân giữa khung cảnh và con người xa lạ, cô ngồi khóc ngon lành ở phi trường. Một người đàn ông thấy cảnh mủi lòng, bước tới an ủi: "Đừng khóc nữa, cô bé! Từ nay cô bé có thể tới ở nhà chúng tôi". Anh Đào ngơ ngác không hiểu ông này nói chi. Một người Việt đi cùng chuyến máy bay giải thích cho cô biết: ông này là Đô Trưởng Paris. Bà Bernadette Chirac xúc động, vội chạy tới ôm cô. Và cô trở thành một thành viên trong gia đình Chirac với cái tên mới: Anh Đào Traxel. Nhiều năm sau, cô thổ lộ: chuyện xảy ra như trong một giấc mơ. Bà Bernadette đã dậy cô tiếng Pháp. Buổi tối, sau bữa ăn, gia đình quây quần, ông Chirac thường đọc to ít trang sách cho Anh Đào nghe. Ngày đầu tiên Anh Đào đi trường học tiếng Pháp, chính ông đã chuẩn bị sách vở và cặp sách cho cô con gái nuôi. Cô tâm sự: "Tôi luôn xem ông bà Jacques và Bernadette Chirac như bố mẹ thứ hai của mình. Tôi biết họ sẽ luôn ở bên tôi. Cô đã vào làm thư ký ở tòa Đô Chính Paris trong 18 năm trời. Cô lập gia đình với một sĩ quan cảnh sát Pháp và có ba con. Tất cả ba cháu đều mang tên riêng của ông bà Chirac và hai cô con gái của họ ghép lại: Bernard Jacques, Laurence-Claude và Jacques. Hiện Anh Đào làm việc cho sở Du Lịch Pháp.

Được những người nổi tiếng nhận làm con nuôi và đưa ra khỏi nước là trúng số độc đắc cá cặp. Vừa thoát khỏi cảnh mồ côi nghèo khó, vừa được sống trong giới thượng lưu nước ngoài. Nhưng Canada chúng tôi có một người con nuôi đi ngược lại con đường dễ dàng này. Em chỉ được một gia đình nông dân nhận nuôi nhưng đã tự mình vươn lên nổi tiếng. Đó là Thái Thị Lạc. Năm 1972, khi mới 2 tuổi, em được một gia đình ở tỉnh bang Quebec chúng tôi nhận nuôi và đặt cho một tên mới: Ève Marie Thai Thi Lac. Lớn lên, Thái Thị Lạc có ý thức tự lập rất lớn và nghiêng về hoạt động cộng đồng. Năm 17 tuổi, cô là thành viên hội đồng quản trị quỹ thiện nguyện vùng Acton, Quebec. Năm 22 tuổi, cô gia nhập đảng Bloc Quebecois. Chỉ một năm sau, cô trở thành người phụ trách vận động gây quỹ cho đảng tại vùng Saint-Hyacinthe. Được dân chúng địa phương ủng hộ, cô ứng cử dân biểu Liên Bang Canada và đắc cử, trở thành người Việt Nam đầu tiên ngồi trong Quốc Hội Liên Bang tại thủ đô Ottawa. Khi đó cô mới 35 tuổi. Nhưng cái quý của cô dân biểu này là cái tình đối với cộng đồng Việt Nam ở Canada. Cô là người Việt gốc Chàm, sinh ra tại Quy Nhơn, rời quê hương khi mới hai tuổi, nhưng rất có tình với quê cha đất tổ. Cô tự hào: "Tôi là dân Quebec gốc Việt nhưng tôi hãnh diện mà nói rằng tôi là người gốc Việt từ trong máu. Tôi không bao giờ quên nguồn cội của mình". Cô đắc cử dân biểu hai lần. Lần đầu trong kỳ bầu cử bổ túc vào năm 2007 và lần hai trong kỳ bầu cử dân biểu liên bang năm 2008, đạt được 47% số phiếu của cử tri trong vùng.

Những con nuôi của những gia đình nổi tiếng là những em sa chĩnh gạo đầy may mắn, cô Thái thị Lạc mới đích thực là con nuôi tự thân trở thành nổi tiếng. Tôi khoái cô này hơn dù không có cảm tình với đảng Bloc Quebecois chủ trương tách Quebec ra khỏi Canada!

03/2018

RỂ

Nước Mỹ sẽ có một chàng rể hoàng gia vào tháng 5 năm tới, 2018. Tôi rất kỵ nói tới hoàng gia Anh nhưng anh chàng hoàng tử Harry thì khác. Tôi khoái anh này. Con vua cháu chúa mà cứ toan bứt xiềng xích để hành động như một anh dân dả bình thường. Đã có lần anh cởi tuốt, tú-nuy nhảy nhót với bạn bè như ngầm bảo hoàng tử tui chẳng có chi giấu giếm cả. Anh vừa đính hôn với một tài tử màn ảnh Hollywood, cô Meghan Markle. Là tài tử màn ảnh Mỹ nhưng cô này sống tại Toronto, thuộc Canada chúng tôi. Cô này thua trong mọi tiêu chuẩn của một cuộc hôn nhân hoàng phái. Không phải con dân của Nữ Hoàng, lớn tuổi hơn chàng Harry, đã một lần ly dị, theo đạo Công Giáo, lai da đen. Toàn những điểm trừ. Vậy mà Harry vác về...dinh! Hoàng gia chịu nép một bề với anh hoàng tử chịu chơi này. Ngay Nữ Hoàng Elizabeth, người cầm trịch cho những giá trị bất biến của hoàng gia, cũng vui vẻ gật đầu. Bà vua đã trên chín chục tuổi được cậu cháu Harry ca ngợi hết mình. Trong dịp lễ kỷ niệm 60 năm trị vì của Nữ Hoàng, chàng Harry đã tung hô bà nội: "Bà đã cố gắng để hoàng gia bắt kịp với thời đại. Tôi nghĩ đó là một điều vô cùng quan trọng. Bạn không thể cứ mắc kẹt trong những hoàn cảnh xưa cũ khi mà mọi thứ chung quanh bạn thay đổi".

Chỉ mới tám chục năm trước, nếu chàng Harry hành động như bây giờ thì còn khuya mới được vợ. Thời đó, Hoàng tử Edward yêu mê mệt nữ nhân Wallis Simpson, người Mỹ, ly dị. Bà này chỉ có hai điểm thua, so với năm điểm thua của cô nàng Meghan. Tháng giêng năm 1936, hoàng tử Edward lên ngôi trở thành vua Edward VIII. Triều đình nhất định không cho ông cưới bà Simpson. Tình hình căng thẳng khi Thủ Tướng Anh phản đối, tạo ra một cuộc khủng hoảng hiến pháp. Vua Edward VIII đành phải thoái vị. Ông tuyên cáo: "Tôi cảm thấy mình không thể mang gánh nặng trách nhiệm lớn lao và hoàn thành nghĩa vụ của mình với tư cách một nhà vua như tôi mong muốn khi thiếu sự giúp đỡ và ủng hộ từ người phụ nữ tôi yêu".

Trai nước này lấy gái nước nọ, thiếu chi. Nhưng cuộc hôn nhân của Harry và Meghan là một cuộc hôn nhân dị chủng loại đặc biệt. Dù có che chắn bằng những loại tường thép có vẽ biểu hiệu của hoàng gia thì tình yêu vẫn xuyên thủng được như thường. Ngày nay chuyện pha màu da là chuyện hiển nhiên, chẳng ai thấy có chi cấn cái cả. Nhưng ngày xưa, ngay tại một nước văn minh tân tiến như nước Mỹ, chuyện léng phéng giữa hai người khác chủng tộc là chuyện trái luật pháp. Nói ngày xưa cho xa xôi chứ chuyện chỉ mới xảy ra vào năm 1967. Chuyện đã được quay thành phim vào năm 2016 dưới tựa đề "Loving", một trong những bộ phim được chú ý nhất trong Đại Hội Phim Ảnh Cannes năm ngoái.

Richard Loving và Mildred Jeter sống tại hạt Caroline thuộc tiểu bang Virginia trong nhiều thế hệ. Chàng da trắng, nàng da đen. Họ học chung trường và quen nhau khi Richard 17 tuổi và Mildred mới chỉ 11 tuổi. Mildred mang bầu khi vừa tròn 18 tuổi. Tác giả của cái bầu oan nghiệt này là chàng Richard. Theo luật "Toàn Vẹn Chủng Tộc" ban hành vào năm 1924 của tiểu bang Virginia, hôn nhân giữa người da trắng và da màu bị cấm. Lúc đó tại Mỹ còn 16 tiểu bang không chấp nhận hôn nhân dị chủng. Ngày 11/7/1958, họ lên thủ đô Washington, nơi không có luật cấm, để kết hôn. Sau đó họ trở về lại Virginia. Năm tuần lễ sau, viên cảnh sát trưởng địa phương dẫn lính ập vào nhà cặp vợ chồng trẻ vào lúc 2 giờ sáng. Họ tiến vào phòng ngủ, rọi đèn pin vào mắt hai người và hỏi Richard bằng giọng đe dọa: "Anh đang ngủ với người đàn bà nào đây?". Mildred tức tối trả lời: "Tôi là vợ anh ấy!". Richard chỉ lên tờ giấy kết hôn treo trên tường cho họ thấy. Viên cảnh sát trưởng gạt đi: "Nơi đây không công nhận giấy này". Họ bắt giam anh Richard một đêm nhưng người vợ da đen Mildred bị giữ lâu hơn, tới vài đêm. Hai người bị kết tội vi phạm luật "Toàn Vẹn Chủng Tộc" của Virginia. Quan tòa Leon M. Bazile cho rằng Chúa sinh ra con người có màu da khác nhau cho thấy "Ngài không định hòa trộn các chủng tộc". Họ được chọn lựa hình phạt:

hoặc ở tù một năm hoặc rời Virginia 25 năm mà không được trở về cùng nhau hoặc cùng một lúc. Cặp vợ chồng dị chủng chọn hình phạt thứ hai sau khi đóng án phí mỗi người 36,29 đô. Họ rời Virginia đi Washington. Richard làm thợ nề và đi đi về về giữa hai nơi trong khi Mildred nuôi con ở Washington. Thỉnh thoảng họ mang con trở về thăm gia đình tại Virginia nhưng không về cùng một lúc. Năm 1965, hai người liều trở về cùng nhau và bị bắt ngay. Họ được thả sau khi đóng tiền phạt. Trước sự bất công phi lý, họ viết đơn trình bộ Tư Pháp do ông Robert F. Kennedy làm Bộ Trưởng. Ông Kennedy xác nhận không có luật nào cấm họ như vậy và giới thiệu họ tiếp xúc với Liên Đoàn Tự Do Dân Sự Mỹ *American Civil Liberties Union* (ACLU) để được giúp đỡ pháp lý. Lúc đó ACLU cũng đang muốn tranh đấu để bãi bỏ những luật phi lý này nên chớp ngay cơ hội. Luật đã từng có tại 41 tiểu bang, lúc đó còn hiện hữu tại 16 tiểu bang. ACLU kháng bản án của quan tòa Bazile lên tòa Phúc Thẩm của tiểu bang. Tòa này y án. Họ tiếp tục kháng án lên Tối Cao Pháp Viện. Ngày 12/6/1967, Tối Cao Pháp Viện bác phán quyết của tòa Virginia. Đài truyền hình NCB loan báo: "Tối Cao Pháp Viện đã quyết định rằng hôn nhân giữa người da trắng và người da màu là hợp pháp và không tiểu bang nào có thể ngăn cản họ". Vậy là tất cả các đạo luật kỳ thị của 16 tiểu bang đều bị vô hiệu. Ương ngạnh nhất là tiểu bang Alabama, mãi tới năm 2000 tiểu bang này mới bãi bỏ luật này. Sau phán quyết của Tối Cao Pháp Viện, tên tuổi hai vợ chồng Richard và Mildred nổi như cồn nhưng họ không lợi dụng chuyện này để tham gia chính trị. Richard nhũn nhặn nói: "Chúng tôi làm điều này chỉ vì chúng tôi, vì chúng tôi muốn sống ở Virginia". Richard mất trong một tai nạn xe hơi vào năm 1975. Mildred cũng bị mù sau tai nạn nhưng sống tới năm 2008. Ngày 12/6 trở thành ngày "Loving", được một số tổ chức kỷ niệm hàng năm!

Từ 1967 tới nay, đúng nửa thế kỷ, người dân Mỹ đã thay đổi nhiều. Theo một nghiên cứu của Trung Tâm Nghiên Cứu PEW thì trong vòng ba thập niên gần đây, có tới 5 triệu cuộc hôn nhân dị chủng. Tăng gấp đôi so với thời thập niên 1980. Tính theo tỷ lệ thì cứ 12 đám cưới có một đám cưới dị chủng, so với năm 1980 tỷ lệ này là 1 trên 30. Tác giả bản nghiên cứu, Tiến Sĩ Wendy Wang, giải thích: " Nghiên cứu của chúng tôi cho thấy nguyên nhân dẫn đến khuynh hướng này là một tổng hợp của nhiều yếu tố, bao gồm việc gia tăng người nhập cư vào Mỹ trong thời gian qua, thêm vào đó là sự thay đổi về quan niệm và thái độ của người Mỹ đối với hôn nhân dị chủng. Các số liệu nghiên cứu của chúng tôi cho thấy có hơn hai phần ba số người Mỹ cho là họ không thấy có vấn đề gì nếu một thành viên trong gia đình họ kết hôn với người thuộc chủng tộc khác. Trên thực tế có hơn một phần ba số người được phỏng vấn cho biết trong gia đình họ đã có người kết hôn dị chủng".

Theo thống kê tại Mỹ thì người Mễ và người Á châu là những người dễ kết hôn với người da trắng nhất. Cô Trang Đài, một người gốc Việt, chỉ mới tới Mỹ vào năm 1994, sống ở quận Cam, phần lớn sinh hoạt với người Việt, không bao giờ nghĩ mình sẽ lấy chồng Mỹ, vậy mà cũng dính hôn nhân dị chủng. Cô quen anh chàng Mỹ khi theo học tại Đại học Stanford và kết hôn sau đó. Cô cho biết: "Không phải là cùng một sắc tộc thì vợ chồng hòa hợp hơn với nhau, cũng không hẳn vậy. Với vợ chồng Trang Đài, dù khác văn hóa, ngôn ngữ, nhưng cũng có những tương đồng như cả hai đứa đều yêu đọc sách, có những điểm nhỏ như vậy mà tạo sự gắn bó rất lớn. Hoặc mình yêu thơ, thì khi anh đọc thơ, thì mình đã bị dụ rồi. Trong khi một người Việt Nam khác mà không yêu thơ thì nếu có muốn chinh phục Trang Đài thì chắc cũng khó." Vợ chồng không cùng màu da, khác văn hóa, dĩ nhiên có nhiều va chạm hơn, nhưng cũng tùy người, tùy hoàn cảnh. Cô Trang Đài cũng cho đây là một thách thức: "Thách thức nhiều lắm. Mình là người Việt, mình lấy người Việt mà mình sống ở Mỹ thì chuyện giữ gìn tiếng Việt, văn hóa Việt đã khó rồi. Giờ mình có hôn nhân dị chủng và có một đứa con lai nữa. Khi mình cưới một người không phải người Việt, thì mình cũng ý thức được là mình phải giữ văn hóa của mình. Cái thứ hai là làm sao mình cũng gây dựng được vốn văn hóa Việt cho người bạn đời của mình. Theo Trang Đài, để một hôn nhân đi đến thăng hoa, hoàn hảo, thì hai bên phải thông cảm, tôn trọng văn hóa của người kia."

Cô Trang Đài chỉ tới Mỹ vào năm 1994, không rõ khi đó cô bao nhiêu tuổi. Con em chúng ta được sinh ra tại Mỹ, hoặc tới Mỹ từ khi còn rất nhỏ, có những suy nghĩ thông thoáng hơn. Chuyện rước một chàng rể khác màu da là chuyện đâu có chi mà ầm ĩ! Họ cùng lớn lên trên cùng một địa bàn, sống trong cùng một xã hội, học chung một ngôn ngữ, được đào tạo như nhau, chuyện khác tí chút màu sắc chỉ là một dị biệt nho nhỏ chẳng đang quan tâm. Anh Matt Koranda, chuẩn chú rể, sắp sửa kết hôn với cô bạn người Việt học chung trường, giãi bày: "Tôi không cảm thấy sự khác biệt nào cả. Hai chúng tôi lớn lên ở cùng một thành phố và cùng học chung một trường. Tôi yêu cô ấy vì con người của cô ấy, những tính cách và suy nghĩ của cô ấy làm tôi rung động. Tôi chưa bao giờ quan tâm là cô ấy không phải người da trắng. Màu da không phải là điều con người ta quan tâm nhất khi người ta yêu nhau".

Chuyện đi làm cô dâu Hàn quốc của các cô gái Việt không phải là chuyện tình yêu. Đó là chuyện…kinh tế. Họ muốn thoát khỏi cuộc sống nghèo khổ khốn cùng bằng cách liều trao cuộc đời cho những người xa lạ. Sự liều lĩnh này đã mang tới rất nhiều hậu quả tồi tệ, có khi mất mạng sống. Qua báo chí, chúng ta đã biết thân phận của những cô gái đáng thương này. Chuyện nhà cầm quyền xuất cảng cô dâu qua Đại Hàn, Đài Loan, Trung Quốc là "chuyện dài nhân dân tự vệ". Ai cũng đã tỏ tường, chẳng cần nhắc lại nơi đây. Nhưng có một chuyện chúng ta ít nghe thấy là chuyện Việt Nam đã xuất cảng chú rể qua Hàn quốc với số lượng đủ trở thành một chuyện thời sự. Theo báo Tuổi Trẻ cho biết thì trong năm 2016, Việt Nam đứng thứ ba về tổng số các chú rể tại Hàn, chỉ sau Trung Quốc và Mỹ! Việt Nam chiếm 2,6% tổng số, Trung Quốc 9,9% và Mỹ 6,4%.

Tin này làm dựng lông mày tôi. Từ trước chỉ nghe thấy chuyện cô dâu Hàn quốc chứ có bao giờ biết có chuyện… ngược ngạo như vậy. Chuyện các thiếu nữ nước ta chịu nhục nhã cho mấy anh Hàn quốc săm soi là chuyện ai cũng đã biết. Chẳng vậy mà số cô dâu Việt Nam ở Hàn đứng hạng nhất về số lượng với tỷ lệ 27,9%. Ăn đứt cả Trung Quốc lẫn Phi Luật Tân, hai quốc gia mà phụ nữ chỉ thích lấy chồng ngoại. Tôi đã có thời theo học ở Manila khá lâu, vào khoảng năm 1972-1973, đủ để thấy mình có giá với các cô gái Phi. Họ muốn đổi đời vì nghĩ rằng nơi nào cũng khá hơn nơi họ đang sống. Hồi đó các cô gái Việt Nam chung thủy với đất mẹ hơn. Lấy chồng ngoại quốc đồng nghĩa với việc tự hạ mình xuống trong mắt người chung quanh. Chỉ có thời sau 1975, người người muốn thoát khỏi đất mẹ bằng mọi cách, nên chuyện lấy chồng xứ người mới nở rộ và xuống cấp hết mức.

Chuyện chú rể Việt Nam tại Hàn quốc được tiết lộ trong dịp lễ hội (lại lễ hội!) giao lưu (sic!) thương mại và văn hóa Việt-Hàn được tổ chức tại Sài Gòn từ ngày 30/11 đến 3/12 vừa qua. Với tình trạng kết hôn qua lại này, ông Ku Ja-hee, Trưởng Ban Phân phối Nông Sản và Thực Phẩm tỉnh Gueongsangbuk, hãnh diện nói là mối quan hệ giữa hai nước có thể xem như mối quan hệ thông gia khi số lượng cô dâu cũng như chú rể Việt ở Nam Hàn ngày càng gia tăng. Theo hãng thông tấn AFP tiết lộ vào tháng 10 vừa qua thì số lượng cô dâu Việt tại Hàn quốc khoảng 40 ngàn cô. Số chú rể Việt Nam không rõ bao nhiêu.

Do đâu mà các chú rể Việt Nam có thể cắm dùi được tại Đại Hàn, không thấy báo chí đề cập tới. Tôi không nghĩ là các thiếu nữ Hàn quốc qua Việt Nam tìm chồng. Có lẽ số chú rể này là những sinh viên Việt du học tại Hàn quốc hoặc các thanh niên được nhà nước Việt Nam xuất cảng lao động. Tại Nam Hàn, các cô gái cũng thích lấy chồng ngoại. Có nhiều lý do. Lý do nổi cộm nhất là vì các đấng mày râu xứ kim chi được tiếng là những người sống theo kiểu chồng chúa vợ tôi. Trong gia đình, đàn ông là...vua! Tư tưởng trọng nam khinh nữ rất nặng nề. Các bà vợ là những người lệ thuộc trăm phần trăm, phải phục vụ các ông chồng gia trưởng tới bến. Phụ nữ là người phải sống trong khuôn khổ của gia đình, việc giao du với những người ngoài rất khó khăn và bị kiểm soát chặt chẽ.

Tại Canada, thành phố Vancouver có rất nhiều cư dân Hàn. Trong những lần lui tới thành phố bên bờ tây Canada này, tôi thấy có nhiều tiệm ăn Hàn quốc rất ngon, nhất là trên đường Broadway W., một trong những con đường xương sống của thành phố. Tôi vốn khoái các món ăn có vị kim chi nên rất thích lui tới thành phố này. Ngoài tiệm ăn, tôi còn thấy rất nhiều thiếu nữ Hàn dung dăng dung dẻ với các chàng trai không phải người Hàn.

Hoàng tử Harry làm rể Mỹ nhưng tìm được vợ ở Canada. Chàng tới Toronto chứ không tới Vancouver. Nếu cơn gió thổi Harry qua Vancouver thay vì Toronto, biết đâu chàng đã chẳng làm rể xứ kim chi, cay phải biết!

01/2018

RỤNG

Vướng vào anh chàng ung là một đại nạn. Khổ nỗi anh chàng khó ưa này đang tung hoành ngang dọc, chẳng biết trên đầu có ai. Vậy nên số người bị chụp khá đông. Muốn đuổi anh chàng này đi, y khoa ngày nay dùng phương pháp hóa trị đánh cho chàng chạy xất bất xang bang. Nhưng thứ vũ khí của y khoa này có một đường kiếm ngược làm mớ tóc trên đầu cũng đi chơi theo bước chân trốn chạy của chàng ung.

Cái tóc là góc con người. Cái đầu thiếu tóc coi bộ ít người ưa. Mất hẳn đi một nét rạng rỡ. Với các ông, chuyện không trầm trọng bằng đối với các bà. Cùng lắm chúng ta cải trang thành chàng Yul Brynner thì có sao đâu. Hoặc chơi một cái mũ nồi cho ra dáng văn nhân cũng đặng. Khi bị chàng ung hỏi thăm, ông Từ Công Phụng nói với tôi là sờ tay lên đầu thì cả nhúm tóc theo nhau rụng như nhổ mạ. Tóc muốn chu du, cho nó chu du luôn, ông chụp chiếc mũ nồi trên đầu, có chết con ma nào đâu! Ông Đinh Cường la cà khắp nơi khắp chốn với cái đầu chẳng có một lọn tóc. Trông vẫn ra dáng ông Đinh Cường họa sĩ lừng danh.

Nhưng đối với các bà, chuyện xa lìa mái tóc không thể chấp nhận được. Đây là chuyện quan trọng, quan trọng hơn chính căn bệnh có thể lấy mất cuộc sống của các bà. Bà Deborah Walters, một cư dân tại thành phố Montreal chúng tôi, là một người như vậy. Bà nói với nhà báo: "Bị dính vào một trọng bệnh đã vất vả, nhưng phụ nữ chúng tôi còn mất đi phẩm giá khi tóc bị rụng, tôi nghĩ là không ai trong chúng tôi có thể chịu đựng chuyện này được. Dù đó chỉ là chuyện nhỏ nhặt nhất nhưng nó làm tinh thần chúng tôi vững mạnh hơn". Bà Walters nay đã sáu chục tuổi, đúng một hoa giáp, nên không thể đại diện cho các phụ nữ trẻ. Một số những nạn nhân trẻ của căn bệnh khó ưa này không coi trọng mái tóc như vậy. Nhiều cô cũng ngang nhiên phô bày cái đầu bình vôi trước mắt mọi người. Cũng có nét đẹp vậy.

Muốn khỏi mất tinh thần như bà Walters, phần đông các bà chụp lên đầu mái tóc giả. Với việc làm đẹp này các bà đã giơ tay cứu vớt nền kinh tế của Ấn Độ. Phụ nữ Ấn Độ nổi tiếng là có những mái tóc dài, dày và mượt. Đó là những mái tóc nguyên thủy, không ngậm hóa chất.

Tại Ấn các thiếu nữ có nghi lễ cạo đầu hiến tóc. Trước các đền thờ, từ sáng tinh mơ tới khi tắt mặt trời, từng hàng thiếu nữ dài dằng dặc tới chờ hiến tóc để cầu xin tài lộc. Trước đây, những mớ tóc hiến tế này được thả xuống sông nhưng ngày nay người ta đã thu gom lại bán cho những người làm tóc giả. Thứ tóc được gọi là "tóc trinh nữ" này được coi như một thứ vàng đen, thu về mỗi năm nhiều triệu đô Mỹ. Họ có kỹ nghệ làm tóc bán cho ngoại quốc. Đầu tiên, tóc được gỡ rối, gội sạch, sau đó được tẩy, nhuộm màu và sấy khô. Khách hàng của họ nằm rải rác trên khắp thế giới, nhiều nhất là tại Âu châu. Tiền thu được, chủ nhân của các mái tóc không được hưởng xu nào. Họ hiến khơi khơi như một cách cám ơn thần thánh. Một cô gái nghèo, khi được phóng viên báo chí hỏi, đã trả lời: "Tôi hiến tóc vì tôi muốn cảm ơn tới Thượng Đế và tôi không cần biết họ sẽ làm gì với mái tóc tôi đã hiến dâng".

Đội tóc giả chỉ là một phương cách, bà Deborah Walters không thích chuyện đội mái tóc của người khác trên đầu. Bà muốn mái tóc nguyên vẹn sau khi hóa trị. Điều này khó xảy ra. Bởi vì hóa trị có tác dụng làm tiêu diệt những tế bào có khả năng sinh sản nhanh. Tế bào ung thư có đặc tính này. Những tế bào biểu bì của da như nang lông cũng có độ tăng trưởng tương đối nhanh trong cơ thể con người. Vậy nên những tế bào này cũng lãnh đủ khiến tóc bị rụng. Rụng ít hay nhiều còn tùy vào nhiều yếu tố: loại thuốc dùng để hóa trị, liều lượng sử dụng và cơ thể người bệnh.

Chuyện vướng phải anh chàng ung của bà Walters bắt đầu vào mùa hè năm 2016. Bà thấy ngày càng tăng cân. Bà nhịn ăn nhưng tình hình vẫn...tròn. Bà nhịn thêm các món tráng miệng hấp dẫn. Vẫn cứ tròn vo. Bà thường mặc quần *size* 10 nhưng *size* quần bà cứ lừng lững đi lên. Tới *size* 16! Muốn cúi xuống buộc giây giầy cũng khó khăn vất vả. Lên vài bực thang đã thở dốc. Bà tới bác sĩ gia đình. Rồi bác sĩ chuyên khoa phụ nữ. Cuối cùng tới bệnh viện *Jewish General Hospital* mà dân Việt ở Montreal thường gọi là bệnh viện Do Thái. Họ đưa bà vào phòng khám khẩn cấp và làm sinh thiết ngay. Kết quả: ung thư buồng trứng giai đoạn 3C. Bác sĩ cho biết nếu bà không mau tới kịp thì chỉ tới khoảng Giáng Sinh là bà không còn trên cõi đời này nữa. Nếu chữa trị ngay bà có thể kéo dài cuộc sống thêm từ 2 năm tới 5 năm. Chu trình điều trị sẽ là 12 tuần hóa trị, giải phẫu, và tiếp tục 12 tuần hóa trị nữa. Như vậy có nghĩa là bà phải *bye bye* mái tóc thân yêu.

Bà Walters không muốn rụng tóc khi hóa trị. Tuy không còn trẻ, bà Walters lại khoái chơi tóc. Tóc bà thuộc loại xanh đỏ, có lúc bà phết lên tới bảy màu, vậy nên làm sao bà chấp nhận được chuyện…*no hair*. Bà cũng rất khoái chơi mạng xã hội nên hình bà để lên trang mạng là hình xưa, ba năm trước, tóc xanh đỏ tím vàng.

Chuyện tưởng khó khăn nhưng may cho bà là bệnh viện đang có chương trình thí nghiệm một loại mũ làm giảm thiểu việc rụng tóc khi hóa trị. Bà gật đầu tham gia liền. Đây là thứ mới, bà mù tịt. Chồng bà, ông Bouchard, cũng mù tịt luôn. Ông không phải là dân chơi *internet* nhưng ông cũng cố vào tìm hiểu coi cái mũ này là cái chi chi trước khi bà đội thử. Ông cho bà biết mũ là một cái máy làm lạnh đầu để giảm thiểu lưu thông máu khiến có thể ngăn cản chất thuốc hóa trị làm tổn hại tới các tế bào tóc. Nếu cần một so sánh về độ lạnh của mũ thì cái lạnh sẽ ở khoảng giữa sự đông lạnh và bước ra ngoài trời không đội mũ trong một ngày băng giá.

Bà thấy cũng không ghê gớm lắm, có thể chịu được. Trong vài buổi hóa trị đầu tiên, ông được nhân viên bệnh viện huấn luyện thực tập đội mũ cho bà để khi cần, như bà muốn đi vệ sinh chẳng hạn, ông có thể gỡ mũ ra và đội lại cho đúng cách. Trong 24 lần hóa trị, kéo dài trong 8 tháng, ông luôn ở bên phụ giúp bà, điều khiển máy, tháo mũ khi cần, đắp mền khi bà quá lạnh, đặt gối cho bà gác chân. Việc chăm sóc tóc trong thời gian hóa trị phải cẩn thận: chỉ dùng thuốc gội đầu của trẻ sơ sinh, không dùng hóa chất làm mềm tóc, không gội đầu trong 48 tiếng sau khi hóa trị, chỉ chải tóc nhẹ nhàng bằng lược, tránh dùng bàn chải tóc, không cột tóc, không cuốn tóc, không sấy tóc. Kết quả là tóc của bà Walters không rụng từng nắm tuy lông mày và lông mi trụi lủi hết. Nhà thương Do Thái ở Montreal mới chỉ có một máy chống rụng tóc. Bác sĩ Susie Lau, chuyên gia về ung thư phụ khoa cho biết máy đã được dùng thử nghiệm từ 2 năm nay và chỉ dùng cho bệnh nhân ung thư buồng trứng và tử cung. Vẫn còn cần phải thử nghiệm một thời gian nữa mới hoàn tất. Sau bà Walters, đã có khoảng hơn chục bệnh nhân khác dùng máy này và phần lớn đã giữ được mái tóc sau hóa trị.

Ông Bouchard đã là một "chuyên viên" điều khiển máy trong hoàn cảnh bệnh viện thiếu nhân viên. Ông vẫn phải dậy sớm, lái xe từ Chateauguay lên Montreal tuần hai ngày để giúp đỡ những bệnh nhân khác đội mũ. Ông là người rất lạc quan. Ông thường nói với bà: "Nếu bà nghĩ là bà chỉ sống được 5 năm nữa thì bà chỉ sống được 5 năm nữa. Nhưng nếu bà tin là bà sẽ sống còn thì bà sẽ sống còn". Ông đoan chắc với vợ là bà sẽ chết khỏe mạnh cùng với ông! Vườn trước nhà ông là đất sỏi đá, rất cứng, khó trồng trọt. Ngày hai người dọn tới ở, bà Walters muốn trồng một cây đào. Ông bác bỏ vì thấy không thể trồng được. Nhưng một tuần sau khi bà Walters hóa trị lần đầu tiên, ông đã cố công đào đất trồng cho bằng được cây đào mà bà mong muốn. Cây đào còi cọt phải chống bằng hai khúc cây nhưng vẫn sống. Giáng Sinh năm nay, bà đã trang hoàng cây bằng những bóng đèn màu. Ông trù là phải 5 năm nữa mới có trái. Bà tin là bà sẽ phải sống để nếm trái đầu tiên!

Trên trang mạng xã hội, bà Walters hãnh diện để thêm hình chụp mới đây, sau khi đã trải qua 24 lần hóa trị. Hình này không còn xanh đỏ trên tóc nhưng mái tóc vẫn còn đó, hoa râm và hơi giòn. Nhưng điều quan trọng là mái tóc thân yêu của bà vẫn còn đó.

Montreal chúng tôi không phải là nơi duy nhất có hai chiếc mũ thần kỳ này. Viết tới đây tôi vẫn chưa hài tên chiếc mũ…hạnh phúc này ra kể là một bất cẩn. Phải tuyên dương tên tuổi ngay. Tên chiếc mũ là *DigniCap* do hãng Dignitna sản xuất. *DigniCap* có thể dịch ra tiếngViệt là chiếc "mũ phẩm giá"! Thiệt hay. Nhưng ngoài chiếc mũ phẩm giá này còn có nhiều chiếc mũ tương tự do các hãng khác sản xuất như: *Arctic Cold Caps, Chemo Cold Caps, Penguin Cold Caps và Wishcaps.* Tôi thấy cái tên sau cùng *Wishcaps* này còn tàm tạm được, còn những tên khác quá nôm na và thường tình. Nhưng cái tên không phải là điều quan trọng. Tốt hay không mới đáng kể.

Tại bệnh viện *Oncology Specialists of Charlotte*, tiểu bang North Carolina, người ta cũng dùng *Dignicap.* Và cũng chỉ có hai chiếc như bệnh viện Do Thái ở Montreal. Khác một điều là ở Charlotte bệnh nhân phải trả tiền khi muốn dùng mũ. Người bỏ tiền ra dùng chiếc mũ này là bà Joelle Smith, 51 tuổi. Bà này kinh nghiệm hơn bà Walters. Năm 2002, bà đã bị ung thư vú và tóc bà đã rụng vào ngày thứ 14 của hóa trị. Khi bà gội đầu, từng mớ tóc rụng xuống trước cặp mắt thất vọng của bà. Chồng bà đã vội gọt trọc đầu bà cho tiện việc sổ sách. Bà tiếc nuối: "Tôi cảm thấy như mình bị lột trần, thú nhận là một bệnh nhân ung thư ra trước mắt thiên hạ". Mười năm sau, ung thư tái phát tới giai đoạn 4 và bà lại bị hóa trị. Nhưng lần này bà giữ được tóc nhờ chiếc mũ *DigniCap* mà bệnh viện vừa được trang bị vào tháng 3 năm 2017 này. Chiếc máy thứ hai được đặt tại *Wake Forest Baptist Health Comprehensive Center* ở Winston-Salem. Biết là tốt nhưng nhiều bệnh nhân không rớ tới được vì khá tốn tiền. Mỗi lần giá 400 đô. Bà Joelle Smith trả cho 8 lần điều trị hết 3200 đô. Bà nói: "Nhưng đáng tiền lắm!". Phát ngôn viên của hãng sản xuất Dignitana, bà Melissa Bourestom, cho biết: "Tuy các hãng bảo hiểm sức khỏe chưa chịu trả phí tổn dùng mũ *DigniCap*, chúng tôi đang vận động để thay đổi điều này".

Một trong những kết quả đáng khích lệ là hiệp hội bất vụ lợi *HairToStay* (lại một cái tên hay nữa: *GiữTócLại!*) nhận tài trợ một phần phí tổn cho những bệnh nhân có lợi tức thấp. Họ trợ cấp tối đa là một ngàn đô cho mỗi người. Lợi tức thấp, theo hiệp hội này, là lợi tức hàng năm của một người dưới 36,180 đô, và của một gia đình bốn người dưới 73,800 đô.

Cơ quan kiểm soát thực và dược phẩm Mỹ FDA đã thử

làm một thống kê về chuyện dùng mũ chống rụng tóc. Trong 101 bà dùng mũ thì có 33% bị rụng chưa tới một nửa mái tóc. Có lẽ còn phải chờ thêm thử nghiệm mới quyết định chấp nhận được chăng?

Bà Smith, kinh nghiệm cùng mình, kể lại đoạn đường chiến binh bà phải trải qua trong mỗi lần hóa trị kéo dài 4 tiếng đồng hồ. Độ lạnh lưu thông trong chiếc mũ chỉ nhích trên độ đông lạnh một chút. Chịu lạnh như vậy là một khổ hình ngay cả trong những tháng hè. "Tôi phải chạy ngay ra xe khi chấm dứt mỗi lần hóa trị. Nhiệt độ trong xe là 100 độ F, vậy mà tôi phải quay kín kính xe, đóng hết cửa gió trong suốt 20 phút trên đường về nhà. Cứ như là trong lò nướng bánh nhưng tôi cảm thấy rất dễ chịu".

Bác sĩ Dipika Misra, chuyên viên về ung thư tại Charlotte cho biết, ngoài việc chống rụng tóc, mũ *DigniCap* còn làm cho tóc mau mọc sau đó. Thứ tóc quý giá giữ được sau hóa trị là thứ tóc cưng quý, bà Smith cho biết phải giữ tóc như giữ con cưng. Gội đầu, chải tóc phải nhẹ nhàng, không uốn ép, không nhuộm thường xuyên.

Chiếc mũ *DigniCap* và các loại mũ tương tự đã giữ được mái tóc sau hóa trị. Nhưng có những bệnh nhân cũng hóa trị, không mũ mãng chi cả mà vẫn giữ được mái tóc. Hơn nữa tóc còn tốt hơn trước khi hóa trị nữa! Chuyện tưởng khó tin nhưng có thật!

Mới đây, giới y khoa Tây Ban Nha đã bất ngờ phát hiện tóc của một số bệnh nhân ung thư phổi không bị rụng sau khi hóa trị mà, trái lại, còn chuyển từ hoa râm sang đen! Thuốc hóa trị họ dùng cho các bệnh nhân này là một loại thuốc mới, đang trong vòng thí nghiệm. Thuốc do Đại học Autonomous ở Barcelona sáng chế ra. Tất cả có ba loại thuốc mới được dùng để nghiên cứu: *Keytruda, Opdivo* và *Tecentrip*. Có 52 bệnh nhân tham gia cuộc thí nghiệm này. Tiến sĩ Noelia Rivera, chuyên gia về da liễu ngạc nhiên khi thấy tóc của bệnh nhân đầu tiên chuyển màu. Nhưng, với tính thận trọng của một nhà nghiên cứu, ông nghĩ đây là một trường hợp cá biệt. Nhưng ông vẫn cho các bệnh nhân chụp hình mái tóc trước khi hóa trị để có dữ liệu so sánh. Sau đó, có 13 bệnh nhân khác cũng có mái tóc chuyển thành màu nâu đậm hoặc màu đen. Tình trạng bệnh của họ tiến triển tốt hơn bình thường. Vậy là trúng mánh tới hai lần, vừa tốt cho căn bệnh vừa tốt cho tóc. Nhóm nghiên cứu công nhận đây là một bước tiến lớn trong việc điều trị bệnh ung thư nhưng cần phải nghiên cứu thêm. Kết quả này còn có một *bonus*: họ đang nghiên cứu các hóa chất của thứ thuốc mới này hầu có thể chế tạo ra được thứ thuốc chống bạc tóc!

Có nhiều thứ thuốc làm thay đổi cuộc đời con người được tìm thấy một cách bất ngờ. Như viên thần dược Viagra làm cọng bún trở thành cây đinh, được phát hiện ra từ một hiệu ứng phụ trong việc điều chế thuốc cao huyết áp. Bạc tóc cũng là mối lo ngại thiết thân của nhiều người, nhất là giới phụ nữ. Một mai khi có thứ giữ được mái tóc không bạc mà chẳng cần nhuộm lích kích, chắc các bà khoái chí tử. Không biết cái khoái này có bằng cái khoái của các ông khi có Viagra không?

01/2018

SẠCH

Cuối năm, đi chợ Việt, cô nhân viên thu tiền vừa bỏ đồ vào túi nhựa vừa nhắc nhở: "Tuần sau bà nhớ mang túi đi nhé. Không còn túi nhựa nữa đâu". Cô giữ két này đã thi hành đúng luật. Luật cấm dùng túi nhựa tại thành phố Montreal chúng tôi có hiệu lực từ ngày đầu năm 2018. Montreal là thành phố lớn đầu tiên của Canada có lệnh cấm này. Dân Montreal chúng tôi có thể ngẩng cao đầu hãnh diện vì đi tiên phong trong việc giữ sạch môi trường. Tưởng là ngon nhưng không ngon chút nào. Nếu chỉ tính ở Canada thì tiên phuông đó, nhưng nếu kể trên khắp thế giới thì vẫn là chậm chân. Các nước Pháp, Ý và Rwanda đã cấm dùng túi nhựa trên toàn quốc từ lâu. Tại Mỹ, có hai tiểu bang đã nói không với túi nhựa là Hawaii và California. Tại Canada đã có những thị xã nhỏ cấm dùng túi nhựa như Brossard và Deux-Montagnes ở tỉnh bang Quebec hay Wood Buffalo ở Alberta.

Brossard ở ngay sát nách thành phố Montreal và là một thị xã của Montreal đã thi hành lệnh cấm từ đầu năm 2016. Nơi đây có xa xôi chi, từ Montreal chỉ qua một cây cầu hay một chuyến *metro* là với tới. Bạn bè tôi ở bên đó thiếu giống chi nhưng chẳng thấy ai nói năng chi về vụ cấm bao nhựa này. Chắc chiếc bao nho nhỏ này chẳng có chi đáng nói. Một cư dân Brossard, ông Mizan Chowdhury, vừa từ chợ ra, đang xếp đồ lên xe, đã trả lời câu hỏi của một phóng viên báo The Gazette: "Lệnh cấm này là một nhắc nhở cho mọi người về một môi trường sạch mà túi nhựa là một thứ cần phải cấm. Đó là một quyết định tốt!". Dân Brossard hình như đều giơ hai tay tán thành như ông Chowdhury này. Chẳng thế mà người cầm đầu cơ quan kế hoạch đô thị của Brossard, ông Éric Boutet, đã sung sướng cho biết là cho tới nay chưa có một ca vi phạm nào tại thị xã cả: "Các cửa hàng muốn tôn trọng các nhu cầu và đòi hỏi của khách hàng, và khách hàng ủng hộ quyết định này đã tạo áp lực lên các cửa hàng. Tất cả muốn tạo ra một hình ảnh cộng tác tích cực".

Những ngày đầu năm mới, tôi đi mua hàng ở ngay các cửa tiệm "tây" như La Baie, Marshall thì họ vẫn cung cấp túi nhựa cho khách hàng như thường lệ. Vậy là sao? Chẳng sao cả. Tuy lệnh cấm có hiệu lực ngay từ ngày đầu năm nhưng thành phố đã cho một thời gian "ân xá" 6 tháng để các nhà buôn điều chỉnh công việc. Ngày rốt ráo thi hành luật sẽ là ngày 5 tháng 6 tới, đúng vào ngày "Môi Trường". Sau ngày này, nếu lơ mơ là ăn quả phạt ngay lập tức. Cá nhân vi phạm sẽ đóng từ 200 đô đến 1000 đô cho lần vi phạm đầu và từ 300 đô đến 2000 đô cho các lần sau. Nhà buôn vi phạm sẽ nộp từ 400 đô đến 2000 đô cho lần đầu và từ 500 đến 4000 đô cho các lần kế tiếp.

Những loại túi nào nằm trong danh sách "tội phạm"? Đó là loại túi mỏng dưới 50 *microns,* tức 0.05 *milimetres.* Nói rõ hơn đó là những loại túi mà nhà hàng đựng đồ cho chúng ta khi đi chợ hoặc mua sắm. Nằm trong danh sách cấm còn có những túi phân hủy sinh học (*biodegradable)* vì những túi này có thể làm ô nhiễm hệ thống tái chế và chỉ có thể phân hủy dưới những điều kiện đặc biệt. Một vài loại túi sinh học thường còn bị tiêu hủy lâu hơn những túi nhựa thông thường.

Không bị chỉ danh điểm mặt là các loại túi dùng trong chuyên chở thực phẩm hoặc dùng để cách ly các loại thực phẩm vì lý do vệ sinh. Có một điều ngộ là luật chỉ áp dụng cho các tiệm bán lẻ, còn các nhà hàng ăn vẫn tha hồ gói ghém cho thực khách đồ ăn mang về bằng túi nhựa!

Đang phây phây tay không đi chợ, nay phải bồng bế một đống túi từ nhà đi, nhiều người chắc khó chịu. Khách hàng khó chịu thì chủ chợ cũng ít vui, nhưng vì môi trường, mỗi người phải chịu khó một chút. Trong thùng xe của tôi bao giờ cũng có một đống túi to nhỏ. Xách cổ chúng khi đi chợ chẳng khó khăn chi nhưng vượt qua khó khăn này cũng không phải dễ. Cứ quên hoài. Đóng cửa xe xong là lơn tơn đút tay vào túi quần thơ thới đi chợ. Rất nhiều lần tôi đã phải trở ra xe để lấy túi. Thiệt ngại, nhất là mùa đông giá lạnh, tuyết rơi mù trời, ngại ơi là ngại! Có khi chợ nằm trong một *shopping center*, muốn thả bộ đi chúi mũi vào tủ kính các cửa tiệm trước khi làm bổn phận nhàm chán đi chợ hàng tuần, chẳng lẽ con người hào hoa phong nhã lại kè kè mấy chiếc túi kẹp nách phom phom đi vào các tiệm sang trọng đèn đuốc sáng trưng. Cũng ốt dột chứ!

Thôi thì, để làm người văn minh biết tôn trọng môi trường chung của mọi người cũng như cho tương lai của con cháu, chúng ta phải tập thói quen kè kè chiếc túi bên người vậy. Đây là một thói quen khó tập, nhất là với những người cao tuổi đầu óc hay bay lên mây, nhưng phải ráng. Chuyện chi cũng cần có thời gian. Vậy nên nhà nước mới cho chúng ta sáu tháng để tập dượt!

Chuyện chiếc túi nhựa đi chợ chỉ là một trong nhiều cách mà chúng ta phải làm để giữ sạch môi trường. Ngày nay rác không phải chỉ là rác như trước đây. Hàng tuần chúng ta phải chia rác ra làm ba loại, bỏ vào ba loại thùng khác nhau: thùng màu xanh cho rác có thể tái chế, màu nâu cho phế phẩm của bếp núc (*compost)* và màu đen hoặc bao đen cho rác đúng là rác. Lôi thôi dữ! Lúc đầu cũng ngại nhưng rồi quen đi, nhất là khi nhà nước dọa đút tay vào túi quần chúng ta để móc tí tiền phạt cho chúng ta khỏi ngại.

Rác chính danh và phế phẩm của bếp núc thì dễ biết nhưng thứ tái chế coi bộ lý lịch không rõ ràng. Tỷ như giấy là thứ tái chế được nhưng không phải giấy nào cũng là giấy. Trong dịp lễ cuối năm vừa qua, chúng ta có tục lệ tặng quà cho nhau. Quà phải gói cho đẹp bằng nhiều loại giấy hoa hòe hoa sói. Tại các *shopping center* người ta còn có những quầy gói quà với đủ loại giấy , ruy-băng và nơ thắt rất bắt mắt. Nhiều khi giấy gói lại mắc tiền hơn quà! Nhưng cầm một gói quà đẹp, chưa cần biết bên trong có chi, chỉ nhìn đã thấy sướng mắt. Nhận quà, xé toạc giấy gói ra, vứt vào thùng rác tái chế (giấy mà!), chúng ta không phải nghĩ ngợi chi cho mất thời giờ. Thời giờ dùng để săm soi thứ quà vừa lộ hình đã con mắt hơn. Hành động tưởng như bình thường đó có khi là "tội lỗi" với môi trường.

Zéro Waste Canada, một hiệp hội giúp bảo vệ môi trường, trụ sở chính ở thành phố Vancouver, ước lượng là người dân Canada, trong những ngày lễ, xả ra 25% rác nhiều hơn ngày thường. Lý do là chúng ta đã mua 3 ngàn tấn giấy nhôm, 2 tỷ 600 triệu tấm thiệp Giáng Sinh và 6 triệu cuộn băng keo dùng để gói quà! Tổng cộng là 540 ngàn tấn giấy gói quà và các phụ tùng được vứt vào thùng rác tái chế.

Chúng ta nghĩ đó là giấy, tái chế là đúng. Nhưng túi đựng quà, băng keo và ruy-băng và ngay cả giấy gói quà không phải là những thứ tái chế được. Loại giấy gói có kim nhũ hay mạ nhôm không tái chế được. Ngay loại thuốc màu quá đậm đặc dùng để in trên giấy gói quà cũng không tái chế được. Màu in trên giấy là một vấn đề lớn cho thành phố. Hoặc không thể tẩy được hoặc phí tổn để tẩy màu quá cao không cách chi chịu nổi. Vậy nên tỉnh bang Winnipeg không chấp nhận bất cứ một thứ giấy gói quà nào được bỏ vào thùng xanh tái chế. Cho tiện việc sổ sách!

Làm bẩn môi trường không chỉ có rác mà còn có khói. Thứ này cũng rất ác ôn côn đồ. Thủ phạm thả khói là các xưởng kỹ nghệ. Khói là tiền của họ, không thể bỗng nhiên cắt cái túi làm giầu cho cá nhân cũng như cho đất nước. Nhưng họ được thanh tra kiểm soát nên họ thả khói có mức độ và chỉ tiêu. Chuyện thả khói của họ là chẳng đặng đừng.

Khói tôi muốn đề cập tới ở đây là khói của dân chúng xả ra. Dân chúng chỉ có cái lò sưởi đốt bằng than củi nhả khói. Muốn nhả khói phải là những nhà có lò sưởi, có ống khói cao ngất trên mái nhà. Sưởi bằng củi có cái thú rất ấm cúng. Gia đình tụ họp, ngồi lê la trên sàn nhà, cạnh lò sưởi. Ngọn lửa tí tách reo vang. Cha đọc sách, mẹ đan lát, các con ngồi chơi. Đó là cái thú của thời xa xưa, khi cuộc sống còn đơn giản. Rồi dân Montreal chúng tôi không còn được hưởng cái thú ấm áp như vậy. Từ tháng 8 năm 2015, thành phố đã cấm dùng củi để đốt lò sưởi và cấm luôn việc làm thêm các lò sưởi đốt bằng củi.

Nhiều người còn luyến lưu cái lò sưởi nên cũng vẫn làm nhưng củi thì đi chỗ khác chơi. Họ đốt lò bằng *gaz* hoặc bằng điện. Ngày nay đốt lò sưởi bằng điện cũng vẫn có ngọn lửa nhảy lên nhảy xuống, cũng thơ mộng phát khiếp, và cũng có hơi nóng bốc ra. Muốn có tí thơ mộng thì vẫn có nhưng khói thì không. Dĩ nhiên trên mái nhà không có cái ống khói nhô cao. Chuyện này làm trở ngại cho ông già Noel. Người ta bít hết lối xuống phòng khách từng gia đình của ông. Mấy chiếc tất xanh đỏ treo toòng teng trên lò sưởi sẽ vĩnh viễn há miệng chờ quà sao? Đâu có bi quan như vậy! Mỗi mùa Giáng Sinh, người lớn trẻ em vẫn có quà được gói ghém đẹp đẽ. Chắc ông già Noel thời nay đã biến thành ma nên có tài xuất quỷ nhập thần, đi băng qua tường vào nhà!

Lơ ông già Noel thần thoại đi, chúng ta nói chuyện đời thường của chúng ta. Kể từ ngày 1 tháng 10 năm 2018 này, trên toàn thành phố Montreal, tất cả các lò đốt thải ra trên 2 *grams* rưỡi bụi than trong một giờ sẽ phải phạt. Tiền phạt từ 100 đô tới 500 đô cho lần vi phạm đầu tiên, 500 đến 1000 đô cho lần thứ hai và từ 1000 đến 2000 đô cho các lần kế tiếp. Tất cả các lò sưởi trước năm 2009 hầu như chắc chắn thải ra đủ số bụi than trên! Muốn dùng lò sưởi mà khỏi phải đóng phạt, người ta có thể cải biến để dùng gaz hoặc điện. Theo ước tính, tại Montreal còn có khoảng 50 ngàn lò sưởi…cổ kính này.

Với con số khá lớn này, ai cũng nghĩ là các hãng chuyên về lò sưởi sẽ bận rộn lắm. Nhưng theo bà Connie Romeo, quản lý hãng *Foyers Lambert* ở khu Notre-Dame-de-Grâce, thì công việc chỉ hơi bận rộn hơn một chút. "Chúng tôi thấy khách hàng đã bắt đầu tính tới chuyện này nhưng rất chậm chạp". Có lẽ vì việc canh tân một lò sưởi không rẻ. Khách phải chi từ 3000 đến 5000 đô tiền vật liệu, cộng thêm từ 1000 đến 1600 tiền công tùy theo chiều cao của ống khói.

Nhưng cũng có những cư dân còn lưu luyến tới việc đốt lò sưởi bằng củi. Họ thích mùi gỗ cháy lẫn vào cái ấm cúng thứ thiệt như ngày xưa thân ái. Chuyện có thể làm được tuy hơi đắt. Ông Charles Hamel, đồng chủ nhân của *Poêles et Foyers Rosemont,* cho biết hãng của ông có thể đặt lò sưởi đốt bằng củi, chỉ thải ra bụi than dưới mức cho phép của thành phố, với giá 6.900 đô, cộng thêm một ngàn đô tiền công dỡ bỏ lò cũ và lắp đặt lò mới. Vậy là yên chí lớn, không phải móc tiền ra nộp phạt. Chỉ phải móc gần 8 ngàn đô tiền lắp đặt!

Muốn thi hành luật phải có người đi kiểm soát và biên giấy phạt. Ông Andre Belisle, Chủ Tịch hội người Quebec chống lại việc ô nhiễm môi trường (*Association Quebecoise de Lutte Contre la Pollution Atmospherique),* nhắc nhở: "Chúng tôi đồng ý với đạo luật và chúng tôi hoàn toàn ủng hộ. Nhưng cũng cần nhắc nhở thành phố: luật không có ích chi nếu không áp đặt thi hành được". Thành phố biết khu nào, nhà nào có lò sưởi khi tới định giá căn nhà nhưng vẫn yêu cầu chủ nhân các căn nhà này làm đơn khai. Sở Môi Trường của thành phố chỉ có tám thanh tra ăn lương, họ phải phụ trách một đống công việc, từ vấn đề nước sạch tới khí thải môi trường và cả những hoạt động của các nhà máy. Muốn hoạt động hữu hiệu, họ phải trông nhờ vào dân chúng báo động cho họ biết khi có bụi than từ ống khói lò sưởi bay ra.

Nhà tôi không có lò sưởi nên tưởng là luật này chẳng ăn nhậu chi tới mình. Vậy mà không phải. Vẫn cứ dính như thường. Với luật mới tinh này, các nhà hàng có lò đốt bằng than cũng phải đóng lò. Thỉnh thoảng, tôi có ghé ăn nơi những nhà hàng nướng thịt hay nướng *pizza* bằng lò than. Chỉ cần nhìn qua cái cửa tò vò của lò, thấy than đỏ rực bên trong, đã thấy mê. Thịt hay *pizza* nướng bằng lò than ăn đã miệng hơn hẳn thứ nướng bằng lò điện. Từ nay *bye bye* thứ thịt và *pizza* loại hầu này!

Môi trường không phải là của một thành phố hay một quốc gia. Đó là thứ bao phủ cả trái đất. Muốn có một bầu không khí sạch cho trái đất, mọi người dân, mọi thành phố và mọi quốc gia đều phải quan tâm giữ gìn. Chuyện bảo nhau như vậy không dễ. Thả khí độc hại ra môi trường mà thu về được tiền bạc như các nước kỹ nghệ đang nhởn nhơ phun khói thì dại chi mà ngưng. Không ngưng thì chết cả nút. Băng hà trên Bắc cực đã tan chảy, nước biển đã dâng cao, thời tiết đã thay đổi, tai ương đã cấp tập tới, Liên Hiệp Quốc đâu có thể khoanh tay làm ngơ. Một hội nghị thảo luận về biến đổi khí hậu đã được tổ chức tại thủ đô Paris của Pháp từ ngày 30 tháng 11 đến 12 tháng 12 năm 2015, đưa tới việc ký kết một thỏa hiệp chung. Mục tiêu của thỏa hiệp quốc tế này là sẽ hạ xuống khoảng 2 độ C nhiệt độ so với thời tiền công nghiệp. Mục tiêu này sẽ phải đạt được vào năm 2100.

Thế giới này bao gồm nhiều quốc gia khác biệt nhau, mức độ thải khí khác nhau nên tuy thỏa hiệp có đó nhưng nước nào cũng muốn chiếm phần lợi hơn. Hai anh khổng lồ thải nhiều khí thải nhất là Mỹ và Trung Quốc. Trong năm 2015, Mỹ thải ra 1 triệu kilotons CO2, cao gấp đôi Ấn Độ, gấp bốn lần Nhật Bản, gấp 15 lần Pháp và gấp…1007 lần Iceland. Anh Trung Quốc thì khỏi nói. Bắc Kinh đã có những ngày mù mịt khói, không còn nhìn được mặt nhau!

Nếu ví các nước trên thế giới như anh em cùng một nhà thì…*anh em như thể tay chân,* phải giúp đỡ nhau thực hiện việc làm sạch môi trường. Thỏa Hiệp Paris có quy định các nước giầu sẽ tài trợ các nước nghèo, được gọi văn hoa là các nước "đang phát triển", để họ có phương tiện thi hành thỏa hiệp. Số tiền các anh giầu phải tài trợ cho các anh nghèo được quy định là 100 tỷ đô từ nay đến năm 2025. Sau đó sẽ quy định lại. Có điều lấn cấn là năm 1992, Liên Hiệp Quốc đã mập mờ về việc quy định thế nào là các nước "đang phát triển" khiến hiện nay có 6 trên 10 nước giầu nhất thế giới được xếp vào loại "đang phát triển", trong đó có hai anh

Trung Quốc và Ấn Độ!

Mỹ vào thời Tổng Thống Obama đã ký tham gia Thỏa Hiệp, nay ông Trump quyết định rút ra vì cho rằng Mỹ bị thiệt tiền bạc. Với phương châm lo cho nước Mỹ trước, ông *tonton* có máu con buôn này chỉ tính lợi hại cho cái túi tiền hơn là vai trò của Mỹ trong cộng đồng thế giới.

Cha chung không ai khóc! Các cụ xưa đã phán như vậy. Ngày nay câu này vẫn còn đúng phong phóc!

01/2018

SỢ

Nói quách ngay ra cái "sợ" nói tới ở đây là sợ vợ. Sợ vợ là một thứ sợ có một không hai trên đời này vì nó gồm tới hai thứ sợ lận. Sợ vợ là một, sợ người ta biết mình sợ vợ là hai. Thứ sợ "đúp" như vậy nên không ai muốn nhận mình sợ vợ.

Vợ có chi mà sợ? Ông bạn tôi lập cập nói: "Sợ chứ sao không cha nội! Đó là thứ…phù thủy!". Nghe có phần khiên cưỡng nhưng ông bạn tôi giải thích khá trơn tru. Này nhé, khi ta yêu, người yêu của ta dễ thương như một chú mèo xinh xinh, vậy mà vừa xỏ được chiếc nhẫn vào tay, con mèo biến thành con sư tử, chẳng là phù thủy thì là cái quái gì! Ngẫm ra ông này không phải là không có lý. Sợ là chuyện dĩ nhiên.

Nỗi sợ có đó nhưng là một thứ không thể chấp nhận được,

vậy mới cơ khổ. Khổ nên mới phải tưởng tượng. Anh chồng đứng giữa nhà, tay chống nạnh rất hùng dũng, miệng quát ầm ầm: "Cô không bỏ thói bắt nạt chồng thì tôi đuổi về nhà ngoại ngay đấy, rõ chưa?" Tiếng cô vợ nhỏ nhẹ: "Dạ". Hàng xóm nghe tiếp giọng hoạnh họe của anh chồng: "Ngay từ tối nay tôi sẽ thường xuyên đi nhậu với bạn bè, khi về tôi có say thì cũng không được cằn nhằn, nghe chưa?". "Dạ!". Tiếng anh chồng sang sảng: "Tiền lương của tôi, tôi muốn đưa bao nhiêu thì đưa, không đưa cũng không được mặt xưng mày xỉa, nghe chưa?". Lại có tiếng của vợ: "Dạ!". Giọng trịch thượng của ông chồng: "Còn việc nhà thì cô phải…". Ông chồng chưa nói hết câu thì bỗng có tiếng gào ngoài sân: "Anh ở nhà làm cái quái gì mà để quần áo đang phơi bay hết xuống đất thế này? Được ngày Chủ Nhật lại nằm ườn ra đấy phải không?". Anh chồng hoảng hốt, nhào tới cái máy *cassette*, tháo cuộn băng ghi toàn tiếng "dạ" của vợ, nhét xuống gầm giường, miệng thì thào: "Sao sư tử về sớm thế!". Thiệt tội! Sợ vợ thì có sao đâu mà phải tự sướng như vậy?

Lý giải về chuyện *sovo,* nhà văn Đào Hiếu viết: *"Lái một chiếc Dream bạn phải nâng niu, cẩn trọng, sợ bị va quẹt, bị trầy xước… nói chung là bạn phải làm nô lệ cho nó, nhưng phải công nhận là nó chạy êm ru. Sướng lắm! Còn đi chiếc mô-bi-lét muốn vứt đâu thì vứt, không sợ trầy xước không ngại va quẹt, không sợ bị kẻ gian cuỗm mất… nhưng thường hay nghẹt cái bu-gi lắm các bố ạ! Như vậy bạn đã hiểu tại sao người ta sợ vợ rồi chứ? Một người đàn ông hay bắt nạt vợ bằng la hét hay trừng mắt, tưởng là ngon, thực ra đó là người chồng bất hạnh nhất trên đời. Bởi vì hắn đã coi vợ mình như một chiếc mô-bi-lét cà tàng, chẳng có gì thú vị, chẳng cần phải nâng niu trân trọng...Người sợ vợ, dĩ nhiên rất yêu vợ, cưng và quý như một báu vật trên đời. Người vợ muốn được chồng cưng và quý như thế phải là một người như thế nào chứ! Ngoài sắc đẹp, tính tình phải dịu dàng, phải có tri thức, phải có đời sống tình dục và đời sống tinh thần hòa hợp với chồng. Nói chung là một người không thể thiếu trong đời sống của anh chồng. Có như thế anh chồng mới sợ mất, sợ sứt mẻ tình cảm, sợ không làm vợ mình hài lòng, sợ nàng buồn bã, nhan sắc sẽ tàn phai".*

Cái sợ nó muôn màu muôn vẻ, lâm ly bi đát như vậy nên hàng ngũ các đấng mày râu gia nhập hội "*Les Sovo*" ngày thêm đông đảo. Sợ vợ thiếu khối chi người, đâu phải mình ta. Không phải chỉ bạn bè hay hàng xóm láng giềng quanh ta mà ngay cả các bậc danh vọng ngút trời cũng là hội viên của cái hội mà người ta quen gọi là râu quặp này.

Nổi tiếng nhất có lẽ là triết gia Socrate. Cả thế giới cổ kim đều biết ông sợ vợ. Sử sách còn ghi chuyện nhịn nhục của ông. Ông triết gia người Hy Lạp sanh năm 470, mất năm 399 trước Công nguyên, sống trong giai đoạn được coi là hoàng kim của thành phố Nhã Điển, nơi sinh trưởng của ông. Triết thuyết của ông có thể tóm tắt trong hai câu: "Hãy tự biết lấy chính mình" và "Tôi chỉ biết một điều duy nhất là tôi không biết gì cả". Ông bị ép uống độc dược chết vì bị kết tội làm bại hoại tư tưởng của thanh niên. Ông có thể thoát án tử hình nếu chịu rời thành phố hoặc nhận mình sai lầm. Nhưng ông đã hiên ngang nâng chén thuốc độc uống vì "sự thật quan trọng hơn sự sống". Hiên ngang trong cuộc đời, ông cũng hiên ngang sợ vợ! Không biết có phải vì ông lấy vợ trẻ nên sợ vợ không? Ông lấy bà Xanthippe khi ông đã 50 tuổi!

Có rất nhiều giai thoại về đức tính sợ vợ của ông triết gia này. Một lần ông đang đàm đạo với môn sinh thì bà vợ Xanthippe xuất hiện, mắng nhiếc, chửi rủa ông tối tăm mặt mũi. Các môn sinh bất bình nhưng ông vẫn tỉnh bơ. Bà tức giận vớ vò nước trút tất cả lên đầu ông. Ông ngồi im lặng chịu trận, mặt không đổi sắc, lại còn phiếm với môn sinh: "Sau trận sấm sét bao giờ cũng phải có mưa giông!". Một lần khác, khi ông đang dùng cơm với bạn thì bà vợ sư tử xuất hiện, la mắng, rủa sả. Ông vẫn điềm nhiên như không. Bà tức khí ném cả mâm cơm ra sân. Mọi người tức tối nhìn ông. Ông lại phiếm: "Chắc bà ấy muốn chúng ta ra sân ăn cho mát!". Nghe vậy, bà vợ vớ cây chổi, quét thức ăn ra đất cho chồng hết đường nhặt lại. Khách khứa muốn dậy cho bà này một bài học nhưng ông ngăn lại: "Giả sử các anh đương ăn mà có con gà nhảy vào làm đổ hết mâm cơm thì các anh có đánh đuổi chúng để trừng phạt không?". Học trò bất bình muốn giúp ông thì ông cười khì phán: "Chính nhờ bà ấy mà tôi trở thành triết gia!".

Ông triết gia đã vậy, ông nhà văn cũng chẳng hơn chi! Văn hào Nga Lev Tolstoi là một bá tước đầy danh vọng và tiền tài. Ông kết hôn với bà Sofya sau một cuộc tình thật đẹp. Họ sống với nhau 48 năm, có nhiều con. Bà là vợ mà cũng là người phụ tá kiêm thư ký, giúp đỡ ông rất nhiều trong công việc. Tuy vậy quan niệm về cuộc sống của họ không đồng nhất. Ông luôn cảm thấy đau khổ vì những bất công trong xã hội mà ông bất lực không thay đổi được. Từ đó, ông thấy sự giầu có của mình là một thứ tội lỗi, muốn từ chối của cải, từ chối tác quyền những cuốn sách được in của ông. Trái lại, bà lại muốn thu vén tiền bạc càng nhiều càng tốt để có danh vọng và đảm bảo cuộc sống cho con cái. Bà giận dữ vì cho ông là thứ gàn bát sách! Bà đay nghiến, bẳn gắt, thóa mạ và mạt sát chồng. Bà phát điên, đòi nhảy xuống giếng tự tử. Gia đình như một địa ngục. Ông vẫn gắng nhịn nhưng cuối cùng cũng không chịu nổi. Trong một ngày đông giá, tuyết đổ mù mịt, ông bỏ nhà ra đi và chết ở một góc nhà ga lạnh lẽo. Nguyện vọng cuối cùng của ông là không phải thấy mặt vợ!

Nghe chuyện, một ông bạn tôi không dám nói lớn, chỉ khe khẽ rỉ tai tôi: "Vợ là nợ ông ạ!". Nợ sao các ông cứ kìn kìn rước nợ về? Đã bảo là nợ mà, không rước đâu có được! Đây là thứ nợ quốc tế và xuyên thế kỷ. Ông Socrate người Hy Lạp thời xưa thiệt xưa, trước Công nguyên lận. Ông Tolstoi người Nga sống vào cuối thế kỷ 19 đầu thế kỷ 20. Có ông nào thoát...sợ đâu. Đó là hai ông thuộc lãnh vực văn hóa. Làm vua tưởng ngon hơn, hóa ra cũng một duộc.

Napoleon III, cháu gọi Napoleon I bằng bác ruột, sống vào thế kỷ 19. Ông này rất hách: vừa làm Hoàng Đế, vừa làm Tổng Thống. Tổng Thống từ năm 1848 đến 1852 và sau đó là Hoàng Đế từ năm 1852 đến 1870. Ông là Tổng Thống đầu tiên và là Tổng Thống dân cử trẻ nhất của Pháp cho tới khi đương kim Tổng Thống Emmanuel Macron đắc cử vào năm 2017, dành danh hiệu Tổng Thống đắc cử trẻ nhất trong lịch sử Pháp. Hách xì xằng như vậy nhưng Napoleon III cũng sơ nặng! Mà ông sợ là phải vì vợ ông là một bá tước đẹp nhất

Âu Châu thời đó. Đó là nữ Bá Tước Mari Eugénie Ignace Augustine de Montiji. Ông yêu bà tới si mê điên cuồng. Bà muốn chi được nấy kể cả muốn ngồi trên ông! Bà rất ghen tuông khiến ông, tuy làm Tổng Thống, làm Hoàng Đế mà vẫn phải dưới tay bà. Bà tra xét, lùng sục mọi ngóc ngách trong cung điện bất chấp nghi thức, vương lệnh và sỹ diện của chồng. Ông cầm đầu thiên hạ nhưng bị bà nắm đầu mất hết tự do. Phần bà thì tha hồ tự do xông vào phòng làm việc của ông để coi có con ranh nào nấp trong đó không. Thậm chí khi vua họp mặt với quần thần, bà cũng đòi có mặt. Bà thường xuyên nói xấu chồng với họ hàng, mắng chửi chồng khi lên cơn ghen bóng ghen gió, khóc lóc ầm ỹ chẳng ra cái bá tước chi. Nhà vua muốn xả *stress* phải lén ra ngoài cung điện. Trị nước thì được, trị vợ coi bộ khó. "Tề gia, trị quốc, bình thiên hạ", Napoleon III vấp ngay từ bước đầu!

Cứ tưởng trị quốc được là ngon, bé cái lầm. Tề gia mới là chuyện khó. Trị quốc tài giỏi như Tổng Thống thứ 16 của Mỹ Abraham Lincoln cũng thua cái cồng của bà. Bà đây là Mary Told. Ông cưới bà năm 1842 khi ông 33 tuổi, bà 23 cái xuân xanh. Bà xinh đẹp, trẻ hơn ông lại còn thuộc gia đình danh giá hơn ông. Gia đình ông nghèo, bố mẹ là nông dân mù chữ trong khi gia đình bà oai hơn nhiều. Cha bà là Thống Đốc Ngân Hàng, thông minh, ăn diện ngất trời. Hai nhà chênh lệch như vậy nhưng ông không phải là kẻ đào mỏ. Ông lưỡng lự tới ba năm mới quyết định cưới bà. Đây là một quyết định tai hại cả đời ông. Sau thời kỳ trăng mật tạm yên ắng, bà trở thành một người vợ bẳn gắt, hay gây sự và dễ nổi giận. Bà ghen tuông với tất cả những phụ nữ quanh ông và công khai nhiếc mắng ông thậm tệ. Kỳ cục hơn nữa là việc nhiếc mắng chồng giữa chốn quân quan là cái thú của bà. Khổ cho ông là những…tuyên bố của bà trước quần hùng đều là những lời cay đắng cho "nhan sắc" của ông. Nào là "Ốm đói, lưng gù, đi đứng cứng như que củi, gai cả mắt". Nào là "Tai vểnh như tai voi, mũi lệch, môi trề". Quá quắt hơn nữa, bà còn bắt chước dáng đi của ông để làm trò cười cho mọi người. Khi còn hàn vi, ông còn phải thuê nhà trọ, có lần bà đã hất cả tách cà phê nóng vào mặt ông trước nhiều khách trọ khác. Ông ngồi chết sững, không phản ứng, bà chủ nhà trọ phải lấy khăn ướt lau mặt và gột rửa áo quần cho ông! Khi còn là luật sư, ông đã lấy cớ đi công tác để có dịp thoát khỏi nhà. Khi ông đã là Tổng Thống, bà cũng vẫn la hét với ông, giễu cợt sự vụng về, quê mùa của ông ngay trong cả các cuộc tiếp tân trọng thể. Không chừng phát súng của kẻ ám sát ông lại là một giải thoát cho ông!

Bỏ chuyện xưa đi dù ngày nay ông Lincoln còn ngồi như một bức tượng tại thủ đô Washington để toàn dân Mỹ và các du khách bắt buộc phải tới chiêm ngưỡng một vĩ nhân của lịch sử Mỹ. Có ai trong những người nghếch đầu chiêm ngưỡng đó cần biết tới cái nết sợ vợ của bậc vĩ nhân đang ngồi tít trên cao.

Tổng Thống thứ 16 của Mỹ sợ vợ thì Tổng Thống thứ 44 cũng…né vợ. Ông Obama bằng xương bằng thịt đã tự thú trước bình minh. Bên lề một cuộc họp của Liên Hiệp Quốc, ông Obama nói chuyện tầm phào với ông Maina Kiai, một luật sư hoạt động nhân quyền người Kenya. Hai ông nói chuyện thoải mái không ngờ ống kính của đài truyền hình CNN đang chĩa vào họ. Ông Obama nói là ông đã bỏ thuốc lá được khoảng sáu năm và khuyên ông Kiai cũng nên bỏ thuốc lá. Ông Obama cười lớn nói tiếp: "Là vì tôi sợ vợ tôi!". Đó là phút nói thật của ông Obama. Thực ra ông đã thú nhận là ông đã phải vất vả để cố cai thuốc lá trong nhiều năm. Cuộc chia tay với khói thuốc sẽ không thành công nếu không có sự can thiệp đáng nể của bà Michelle Obama. Bà Đệ Nhất Phu Nhân can thiệp như thế nào, ông *tonton* da màu không hé lộ chi tiết nhưng theo tôi đoán thì chắc mạnh mẽ lắm nên người quyền uy nhất nước phải chịu xếp ve. Đôi khi có vợ dữ dằn cũng có lợi cho sức khỏe!

Bỏ thuốc lá là chuyện nhiều khi dễ ợt, nhiều khi khó dàn trời. Nhiều ông bạn tôi cứ chôn…hộp quẹt xuống rồi lại moi lên. Ông Quan Dương trong truyện ngắn *"Tôi và Hiền Thê Thảm"* hình như đã là một người như vậy. *"Từ bấy lâu nay Nga vẫn áp dụng chính sách bao vây kinh tế để áp đặt lên tấm check lương hàng tuần. Nga quan niệm có thực mới vực được đạo, hàng tuần xiết chặt hầu bao là bảo đảm và chắc ăn nhất. Ngoài tiền đổ xăng và thuốc lá, Nga cúp tất cả các ngân khoản sinh hoạt linh tinh, vậy mà đôi lúc nàng vẫn còn sợ tôi dư dả chút đỉnh để mà sanh hư. Nga đang chờ thời cơ thuận tiện để cúp luôn thuốc lá phí bởi vì Nga nghĩ thế kỷ 21 một con người văn minh là một con người không hút thuốc lá…Trong khi khói thuốc là người bạn thân thiết chung thủy đã cùng tôi chia ngọt xẻ bùi ngay từ năm tháng tôi bước chân vào đời học làm người lớn. Biết bao người con gái đến với tôi hành hạ tôi đau khổ rồi đá đít tôi một cách không thương tiếc, khói thuốc vẫn thủy chung ở lại. Người ta bảo khói thuốc tàn phá sức khoẻ, làm giảm thọ thời gian hiện hữu, nhưng tôi thấy nếu không có khói thuốc chia xẻ cùng tôi trong những lần thất tình, thất chí, trong những tháng năm côi cút trên rừng cao heo hút thì đến hôm nay đã không còn tôi hiện hữu. Tóm lại khói thuốc giết người nhưng giết một cách âm thầm, êm dịu, còn con người giết con người thì giết một cách tàn bạo, đau đớn. Tôi vốn yếu đuối về tinh thần, thôi thì đằng nào trước sau gì cũng chết, thà để khói thuốc giết êm dịu thú hơn là để tình người hành hạ đau đớn."*

Nói vậy nhưng chưa chắc như vậy. Có cho ông Quan Dương ăn gan trời cũng chẳng có thể chờ tới khi khói thuốc giết một cách êm dịu. Để ông ra đi một cách đúng ý như vậy thì "hiền thê thảm" đâu còn danh gì với núi sông.

Thơ là thứ hại người. Ông Quan Dương lại là một nhà thơ đã thành danh. Vậy nên ông đã tự bắn vào chân bằng súng đại bác!

Nàng làm ca một. Sáng 6 giờ đã ra khỏi nhà
Mấy nhóc 7 giờ cũng đi đến trường
Chàng làm ca hai có quyền dậy trễ
Khi chàng thức dậy
Căn nhà trống trơn không còn ai kềm kẹp.
Khoái chí tử.
Đánh răng tự do
Khạc nhổ thoải mái
Không sợ ai complaint
Đốt điếu thuốc một cách nghênh ngang
thả thoải mái khói bay đầy nhà
Tự do muôn năm thiệt là sảng khoái

Nhấp một ngụm cà phê
Vị kem đánh răng còn tê nguyên đầu lưỡi
ngầy ngật khói thuốc
Ngon ngót hương nồng
Kệ mẹ cuộc đời . Hơi sức đâu lo
Nổi hứng định nhảy dù một bữa
Lặn ở nhà chơi

Âm mưu có một ngày thoải mái có thành không? Nhà thơ của chúng ta tính làm tới nhưng chuyện đâu có dễ như ăn thịt bò lúc lắc như vậy.

Bỗng điện thoại reo
Nàng từ sở gọi về
Anh nhớ cắt cho xong đám cỏ
Nhớ ký check trả mấy cái bill
nhớ nấu cơm trước khi đi làm
"Ủa
Sao giờ này còn ở nhà, cha nội"
Bèn tiu nghỉu xỏ đồ
Nổ máy xe
Coi vậy mà cũng nhát

Nhát chi mà nhát, chuyện gì ra chuyện nấy, nói phắt đi là…sợ cho rồi, cha nội!

11/2017

TÀI

Thần tài là một anh chuyên đi lạc. Nếu không tại sao tới bây giờ anh còn chưa héo lánh tới nhà tôi. Cũng như mọi người, tôi vẫn tin là mình có thể được anh thần tài gõ cửa. Chuyện có chi khó khăn đâu. Anh đã gõ cửa tới bao nhiêu người trong bước đường hành hiệp của anh thì tại sao anh lại không có thể gõ cửa nhà tôi. Với…niềm tin đó, tôi đã mua vé cho anh tới nhà. Vậy mà anh vẫn chẳng thèm bước qua cổng nhà tôi. Vé tôi mua ròng rã hai chục năm trời để chỉ bỏ vào thùng rác khi anh làm lơ chẳng thèm đếm xỉa tới tôi. Tán đào tôi cũng chẳng mất công dữ vậy huống chi tán anh chàng khó chơi. Vậy nên tôi giận, chẳng thèm tốn tiền thêm với anh nữa.

Cái giận của tôi cũng là cái giận của nhiều người. Giận vì anh thần này rất loạng quạng. Ngóng cổ chờ anh năm này qua năm khác mà anh chẳng thèm tới nhưng có khi anh lại tới lia chia một nơi. Cổ nhân đã nói: ngựa quen đường cũ. Anh tuổi ngựa hay chính anh là ngựa mà cứ đường cũ ta về?

Ngựa thần tài hồi này hơi loạng quạng, toàn chơi cú đúp. Mới đây, một bà ở North Carolina đã hai lần tiếp anh thần này trong một ngày. Đó là một ngày Chủ Nhật, bà Michelle Shuffer, hoạnh tài hai lần dù, cũng như tôi, bà chẳng thèm để ý tới anh thần tài. Bà không mua vé số thường xuyên. Nhưng bữa Chủ Nhật đó, sẵn tiền lẻ trong túi, bà cùng chồng mua cầu âu vé số cho vui. Họ ghé vào cây xăng Cubbard Express trên đường Anderson ở thành phố Lenoir, mua một vé số cà. Cà ra con số 10 ngàn! Bà Michelle thổ lộ: "Tôi không tin ở con mắt mình!". Hứng chí, tối bữa đó, họ mua số nữa. Ông cho biết: "Tôi thấy loại vé có số trúng 1 triệu đô. Sao không thử mua coi có trúng nữa không?". Vậy là họ mua. Lần này ở tiệm Murphy Express trên đường Hickory ở Granite Falls. Họ chỉ mua đúng một vé. Cà ra thấy con số 1 triệu đô! Ông hét lên: "Đúng là phép lạ!". Sáng thứ hai, họ đi lãnh tiền ở sở Xổ Số Raleigh. Với số trúng 1 triệu, họ có hai lựa chọn. Hoặc lãnh ngay một lần 600 ngàn, hoặc lãnh làm 20 năm, mỗi năm 50 ngàn. Họ chọn cách thứ hai và lãnh năm đầu được 34.753 đô, sau khi trừ thuế.

Không biết ông bà Shuffer này có đãi anh thần tài cao lương mỹ vị chi không mà anh ở riết một ngày, thò ra hai cú trúng. Hồi này anh thần tài hay chơi trò đúp này, chẳng hiểu vì sao. Chẳng lẽ bây giờ anh mới biết chơi điệu nghệ cho thiên hạ ngạc nhiên chơi. Trò đúp này được anh nhắc lại tại Tô Cách Lan. Lần này anh ưu ái mấy bạn già. Hai vợ chồng Peter và Mary Fry, ông 90 và bà 86 tuổi, họ cũng lượm được triệu đô trong trò chơi Lotto Millionaire Raffle. Một năm trước, cô con gái Margaret Fry cũng đã được anh thần tài giúi cho 20 ngàn đô. Năm 2010, em gái ông Peter, bà Annette Brown, cũng đã bỏ túi 1 triệu đô. Như vậy gia đình này đã ba lần được anh thần này cười tình.

Bà Gina Short, cư dân Mecklenburg, cũng được anh thần tài tới gí cho 1 triệu. Bà mừng tới nỗi té xuống sàn nhà bởi vì đây là món quà sẽ cứu đời bà. Bà bị ung thư vú từ 6 năm nay. Số tiền này khiến bà có thể trang trải được những phương cách tối tân hơn cho căn bệnh hầu như bất trị của bà. Bà vui mừng thốt lên: "Nếu có ai nói tôi trúng số lớn như vậy thì cả triệu năm nữa tôi cũng chẳng tin. Tôi sẽ nói: 'Không, bạn lộn người rồi'. Đó là câu tôi nói y chang như vậy sáu năm trước khi họ cho tôi biết là tôi dính ung thư". Thần tài rộng tay cho 1 triệu nhưng ông thuế cũng rộng tay xén bớt. Bà cũng có hai lựa chọn, hoặc lãnh ngay một lần 600 ngàn hoặc lãnh làm 20 năm, mỗi năm 50 ngàn. Khác với ông bà Shuffer, bà chọn cách lãnh ngay trọn gói. Từ giải trị giá 1 triệu, lãnh ngay chỉ còn 600 ngàn, ông thuế vụ xẻo tiếp tiền thuế nên cuối cùng bà chỉ cầm được 415.500 đô! Nhưng, ơn trời, chỉ vài tháng sau, bà Short lại được anh thần tài tới viếng thăm lại, tặng thêm bà một cú trúng 250 ngàn đô nữa khi chơi trò xổ số *All or Nothing*!

All or Nothing, tôi hấp tấp định dịch là "được ăn cả ngã về không", nhưng khi đọc cách thức chơi của trò chơi này, tôi toát mồ hôi. Suýt chút nữa thì hố to. Phải dịch là "được ăn cả, ngã cũng ăn cả"! Đây là trò xổ số khá lạ của tiểu bang

Texas. Tờ chọn số có 24 số và họ sẽ xổ 12 số. Nếu trúng cả 12 số sẽ được 250 ngàn đô. Chuyện bình thường. Nhưng, ngược lại, nếu sai cả 12 số, cũng trúng y chang như vậy. Hai cha con anh Pedro Ruiz Jr. ẵm cả hai giải nhờ cách trúng số éo le này. Ngày 2 tháng 12 năm 2016, khi đang ăn cơm tối, anh Pedro Jr. nhận được điện thoại của bố nhờ mua vé *All or Nothing*. Anh chọn cho cha 12 con số và, để nghịch chơi, anh chọn cho mình 12 con số còn lại. Kết quả là vé số của anh trúng cả 12 con số và vé số của cha anh trật lất cả 12 con số. Vậy là hai cha con đều trúng độc đắc! Chuyện khá lạ vì đây là lần đầu tiên xảy ra chuyện này kể từ khi trò *All or Nothing* ra đời. Có thể là vì hai cha con anh trùng tên với nhau, anh con là Pedro Jr. (Pedro Trẻ!) và ông cha là Pedro Sr. (Pedro Già!). Trùng tên nhưng đối nghịch nhau, một già một trẻ, nên vé số đối nghịch nhau đều trúng chăng? Muốn biết chắc cứ nhè anh thần tài mà túm áo hỏi. Chắc anh này chơi trò đúp quen thói nên có dịp chơi trò này, anh nhất định không bỏ qua.

Lối chơi trò đúp của anh thần ôm tiền đi phát khơi khơi nhiều khi cũng gây thành chuyện cảm động. Bà Hai Giàu, tên khai sanh là Nguyễn Thị Đảnh, 57 tuổi, ngụ tại xã Vị Thủy, tỉnh Hậu Giang, bốn lần liên tiếp trúng 17 tấm vé số! Nhà bà nghèo, nghèo đến nỗi phải gạt nước mắt cho cả ba cô con gái lấy chồng người nước ngoài. Cả đời bà không bao giờ dám nghĩ tới chuyện bỏ tiền ra mua vé số. Năm 2013, lần đầu tiên trong đời bà đánh liều bỏ ra 20 ngàn đồng mua hai tờ vé số. Buổi chiều, bà dò số và muốn đứng tim khi hai vé này trúng được 100 triệu! Ngày hôm sau, vợ chồng bà ra thị xã đổi vé trúng. Nhận xong tiền, bà làm sang mua ủng hộ thêm 5 vé số. Mua là một cách hàm ơn chứ hy vọng chi. Thần tài đâu có bĩnh lên đầu hai lần. Vậy mà khi dò số, 5 vé này trúng được 30 triệu nữa. Hai vợ chồng tới một đại lý vé số khác để lãnh thưởng vì sợ tới chỗ cũ, tin đồn ra khiến thiên hạ bàn tán. Bà tâm tình: "Đổi xong, tương tự lần trước, tôi lại mua tiếp 5 tờ ủng hộ. Đến chiều dò thấy ngay giải nhất có năm chữ số y chang. Thế là mỗi tờ tôi lại trúng 30 triệu đồng nữa!". Ba lần trúng số liên tiếp khiến bà ngơ ngẩn: "Tôi như người đang mơ, sợ lúc tỉnh dậy thì chuyện trúng số biến mất. Tôi tiếp tục mua thêm 5 tờ nữa và chiều đó lại trúng mỗi tờ 30 triệu!". Tổng kết lại, trong bốn ngày, bà trúng 17 tấm vé số, được 600 triệu đồng. Anh thần tài rộng tay quá như vậy, ai lại không hoảng sợ. Cứ như có thần linh trên hai vai. Vui nhưng nghĩ có vay có trả cũng hơi ngán. Gia đình xúi bà đang vận may, cứ làm tới, nhưng bà rùng mình: "Đời tôi nghèo. Một đồng tôi cũng tiết kiệm. Lúc mua hai tờ vé số đầu tiên tôi cũng phân vân lắm. Nhà quê mà, 20 ngàn là tiền chợ một ngày cho cả gia đình. Tuy nhiên nhìn người đi bán vé số lúc ấy khổ quá, tôi thương nên mua chứ chẳng nghĩ mình sẽ may mắn".

May mắn có đó nhưng đối với bà, anh thần tài hơi chậm chân. Phải chi anh mau chân tới sớm hơn thì ba cô con gái của bà đâu có phải trần thân nơi đất khách, chẳng biết ngày mai rồi ra sao. Bà day dứt: "Ôm khư khư gói tiền trúng số, cả tuần liền tôi mất ngủ. Lần đầu tiên trong đời tôi có bạc triệu. Lúc cầm tiền đầu óc tôi cứ hiện lên khuôn mặt của ba đứa con gái lấy chồng nước ngoài và cảnh nheo nhóc của sáu đứa cháu mồ côi". Gọi là mồ côi nhưng những đứa cháu này đều có cha có mẹ. Cha mẹ chúng còn ở Đài Loan. Lấy chồng "ngoại" tưởng có thể giúp đỡ gia đình, đâu ngờ gia đình chồng cũng nghèo rớt. Sanh con, không nuôi nổi, lại gửi về Việt Nam cho mẹ nuôi giùm. Có đứa mới vài tháng tuổi, chưa dứt sữa mẹ, cũng phải về ở với bà ngoại. Bà có tám người con, ba trai năm gái. Hai gái đã vào chùa nương náu, hai gái lấy chồng Đài Loan. Còn cô gái út, thấy cảnh khổ của hai chị nên ớn Đài Loan, cô lấy Đại Hàn, hy vọng sẽ có cuộc đời khấm khá hơn. Cô sanh con gái đầu lòng trong khi gia đình chồng chỉ mong có con trai. Vậy là bị hắt hủi, cô phải quay về Việt Nam để sanh con. Sanh được bốn tháng, cô phải quay về Đại Hàn để làm thuê kiếm sống. Vậy là bà phải lam lũ nuôi sáu đứa cháu có cha vừa Đài Loan vừa Đại Hàn. Cả sáu đứa đều mang họ mẹ. Bà ngán ngẩm: "Một đứa là cháu ngoại nhưng trên giấy tờ tôi nhận làm con nuôi. Còn năm đứa khác tôi năn nỉ con trai mình nhận làm cha để các cháu làm được giấy tờ đi học. Con khổ thì mình cũng khổ. Nhất là khi tôi nghe tin đứa con gái lấy chồng Đại Hàn bị cha mẹ chồng và ngay cả chồng đánh đập tới mức cảnh sát phải can thiệp. Tôi chỉ ước có thể đón con về. Dù khổ, dù đói tôi cũng không ham con có chồng nước ngoài nữa. Tôi thấy mình có lỗi với con nên nguyện chăm lo cho các cháu". Bà thường xuyên dặn các cháu: "Đường học còn dài, tương lai các cháu còn nhiều thứ phải lo. Muốn thoát nghèo thì phải học. Học để biết đó biết đây. Để không nghèo như bà ngoại ngày trước và không phải khổ như mẹ các cháu ở nước ngoài". Được cái các cháu không phụ lòng bà ngoại.

Kim Ngân, mẹ còn đang ở bên Đài Loan, đang học lớp 12, thổ lộ: "Em không nhớ mặt ba. Em ở với ngoại từ nhỏ nên giờ với em, ngoại vừa là mẹ, vừa là bà và cũng là bạn. Em chỉ mong đậu Đại học để đi làm giúp ngoại". Như Ý, 13 tuổi, có bố người Đại Hàn, bẽn lẽn nói: "Con là người Việt Nam. Con không muốn về Hàn. Con yêu ngoại nhất". Ngoại giờ đã thoát nghèo, nghĩ tới những ngày khổ nhục phải gả cả ba cô gái cho ngoại nhân, bà đã xây sẵn ba căn nhà chờ con trở về. "Chuẩn bị trước cho con một chốn quay về. Có như vậy khi nhắm mắt xuôi tay tôi mới khỏi day dứt".

Phải ghi điểm cho anh thần tài đã liên tiếp ném tiền trên đầu người đàn bà quê mùa nghèo khổ này. Nhưng có phải anh thần tài là người duy nhất ban phát những lô trúng không, tôi thắc mắc vì có những vé trúng có vẻ như không có bàn tay anh thần tài nhúng vào.

Vụ trúng số của anh chàng Wang ở tỉnh Liaonin là một ví dụ. Ngày 30 tháng 9 năm 2007, anh đi mua đồ có dẫn theo chú mèo cưng. Khi anh đang trả tiền thì chú mèo nghịch ngợm nhảy lên bàn phím của chiếc máy bán xổ số. Máy nhả ra năm tờ vé số có những con số mà chú mèo nhảy lên. Cô thu ngân bắt anh Wang phải trả tiền cho năm tờ vé số mà anh không muốn mua. Anh cự nự không muốn trả nhưng cuối cùng anh đành phải lấy năm tờ vé số. Khi dò số thì cả năm vé đều trúng giải nhì và giải năm! Anh Wang phải mang ơn con mèo hay anh thần tài?

Câu hỏi làm quê anh thần tài. Tài phù phép của anh đã bị nghi ngờ. Tưởng dân chúng phải cúi rạp đầu xin anh ban cho ơn mưa móc nhưng anh bé cái lầm. Nhiều người đã coi tiền bạc anh ban cho như rác rưởi. Cô Rosemary Obiakor, 46 tuổi, ngụ tại Lagos, xứ Nigeria, trúng 22 ngàn đô vào hồi tháng 7 năm 2009. Số tiền này ở một xứ Phi Châu nghèo khó được coi là lớn. Nhưng cô coi như pha. Cô mang cho một phụ nữ ăn xin có con nhỏ trên đường phố. Tại sao cô chọc quê anh thần tài như vậy, cô cho biết là người trúng số thường mang họa nên cô cho hết là khỏi lo tai họa tới.

Cô Janite, người Mỹ gốc Hàn, trúng tới 18 triệu đô trong kỳ xổ của tiểu bang Missouri. Cô rộng tay cho lung tung: làm từ thiện, hỗ trợ giáo dục, giúp các chương trình phúc lợi công cộng, các tổ chức chính trị. Cô cho không tiếc như muốn phỉ phui hết số tiền anh thần tài đã nhầm lẫn ấn vào tay cô. Cô cho nhiều tới mức Tổng Thống Bill Clinton, Phó Tổng Thống Al Gore phải dành thời giờ gặp gỡ cám ơn cô. Thư viện của trường Đại học Washington mang tên cô. Cô còn mang tiền về quê quán Hàn quốc để giúp đỡ đồng bào cô. Tới năm 2001, cô tiêu hết không còn xu nào!

Hai cô gái, một người Nigeria một người Mỹ gốc Hàn kể trên còn lãnh tiền và cho đi, cụ ông Hameln, 70 tuổi, ở Lower Saxony bên Đức, còn khinh anh thần tài tới mức không thèm đụng tay vào số tiền anh ban phát cho cụ. Tháng 12 năm 2007 cụ trúng số 3 triệu đô. Cụ tới ngay sở xổ số để…từ chối lãnh tiền. Cụ ngôn như ri: "Tôi sẽ làm gì với một khoản tiền lớn như thế này? Bà xã tôi đã qua đời, cha mẹ tôi cũng đã mất, tôi không có con cũng chẳng có họ hàng thân thích. Vì thế tôi không cần số tiền này!". Vậy cụ mua số làm chi? Cụ cho biết cụ thích mua như một thói quen chứ không cần trúng. Nhân viên sở xổ số đã phải vất vả thuyết phục cụ nhận tiền trúng. Cụ đành nhận nhưng vẫn không biết để làm chi. Phải chi cụ là hàng xóm của tôi!

Nhưng có lẽ tôi thích làm hàng xóm với ông Hermenegildo Beltran-Meza hơn. Ông này hiên ngang hơn cụ Hameln nhiều. Ông rất khoái mua số. Nhưng anh thần tài chẳng bao giờ nhìn nhõi tới ông. Bà vợ ông xót ruột khi thấy ông cứ đều đều bỏ tiền ra mua số để vứt vào sọt rác. Nghe vợ cằn nhằn mãi cũng bực nhưng mua số thì ông vẫn cứ mua. Dĩ nhiên là mua lén không cho vợ biết. Mới đây, ngày 3 tháng 10 năm 2017, ông lén vợ đi mua hai số cào *California Black Premium Scratchers* tại thành phố Placerville, giá mỗi vé 10 đô. Mới ngày hôm trước, bà vợ ông xì nẹc một trận, cấm không cho ông mua số nữa. Mua số xong, ông phải chui vào phòng tắm để cào. Một trong hai vé đã trúng 1 triệu đô. Cào xong, ông vênh mặt ra, chìa tấm vé cho bà vợ coi: "Bà nói tôi không bao giờ trúng gì hết. Tôi trúng đây nè!". Trước tình hình quá bất lợi, bà vợ chỉ biết cười trừ, hoan hỉ cùng ông hoạch định việc tiêu số tiền từ anh thần tài vứt cho này.

Tôi kể chuyện của ông Hermenegildo Beltran-Meza này cho mấy ông bạn tôi nghe. Ông nào ông nấy cười toe. Mỗi ông phán một câu. Tôi lựa được một câu đắc ý nhất: "Vợ có thể là trời nhưng không bao giờ là thần tài được!".

01/2018

TIN

Dịp lễ Phục Sinh năm nay, *Project Canada Surveys* cùng Angus Reid làm một cuộc thăm dò tại Canada về đức tin tôn giáo. Tôi chú ý tới ba câu hỏi về sự tin tưởng những gì xảy ra sau khi con người giã từ cõi thế. Câu hỏi rất rõ ràng: "Bạn có tin vào cuộc sống đời sau không?". Tính chung có 66% tin. Nếu tính theo độ tuổi có sự khác biệt: độ tuổi trẻ nhất của cuộc thăm dò là từ 18 đến 29 tuổi, có 70% tin; độ tuổi già nhất từ 70 tuổi trở lên, có 59% tin. Câu hỏi thứ hai: "Bạn tin có thiên đàng không?". Độ tuổi trẻ nhất có 62% tin, độ tuổi via nhất có 64% tin. Câu hỏi thứ ba: "Bạn tin có hỏa ngục không?" Độ tuổi trẻ nhất có 46% tin, độ tuổi già nhất chỉ có 35% tin.

Phân tích kết quả này, chúng ta thấy có vài điều vui vui. Mấy ông bà via, trên bảy chịch, chỉ còn vài bước là tới lúc phải ra đi, đi tới một nơi không bến bờ, nên rét, nhắm mắt không muốn tin, vậy nên mới chỉ có 59% tin vào đời sau trong khi giới trẻ có tới 70% tin. Cũng nực cười là giới trẻ ít lui tới nhà thờ, ít chú ý tới chuyện họ thường nghĩ là còn lâu mới tới, vậy mà có tới 70% tin. Vui nhất là chuyện giới via tin vào thiên đàng và địa ngục. Thiên đàng dĩ nhiên dễ chịu hơn địa ngục nên có tới 64% tin vào thiên đàng trong khi chỉ có 35% tin vào địa ngục. Cứ nghĩ vậy để an tâm ra đi!

Nhưng chuyện thiên đàng và địa ngục chẳng phải chỉ là chuyện của giới via. Tôi nhớ tới một trò chơi ngày còn nhỏ. Hai đứa, thường là hai đứa cao nhất, bắt tay nhau, giơ cao làm thành cổng thiên đàng, những đứa còn lại nắm đuôi áo nhau thành hàng vừa đi chui qua cánh cổng vừa hát bài đồng dao:

Thiên đàng địa ngục hai bên
Ai khôn thì về, ai dại thì sa
Đêm nằm nhớ Chúa, nhớ Cha
Đọc kinh cầu nguyện kẻo sa linh hồn
Linh hồn phải giữ linh hồn
Đến khi mình chết được lên thiên đàng.

Dứt tiếng hát là cổng thiên đàng sụp xuống, đứa nào chưa qua cửa sa hỏa ngục ráng chịu. Nhưng trước khi sa hỏa ngục, phải chịu hình phạt đã thỏa thuận trước như hít đất, nhéo lỗ tai và nhiều trò khác.

Hình như già trẻ lớn bé, ai cũng thắc mắc về thiên đàng và địa ngục, nơi chưa ai đặt chân tới. Càng già càng thắc mắc dữ vì đã bị đẩy tới sát biên giới giữa hai cõi. Tôi nhớ có đọc một bài viết của nhà phê bình Thụy Khuê về thắc mắc này.

Bà dặn bạn bè sắp vào cửa tử nhớ báo về cho biết thế giới bên kia ra sao, nhưng chẳng ai thèm về nói chi với bà. Dịp tết vừa qua, tôi tới Cali và ghé nhà đốt nén hương cho ông bạn Nguyễn Mộng Giác. Chị Diệu Chi cho biết là trước khi anh Giác mất, chị có dặn đi dặn lại là nhớ về báo cho chị biết cảnh giới bên kia ra làm sao. Anh đã giữ lời hứa. Một đêm, khoảng 2 giờ khuya, chị nghe tiếng điện thoại reo, nhấc lên nghe thấy tiếng nói: "Không thể nói được!". Chắc là thiên cơ bất khả lậu!

Bà Barbara Walters chắc nhiều người trong chúng ta biết. Bà là một phóng viên kỳ cựu nổi tiếng của các chương trình truyền hình nặng ký. Bà đã từng phỏng vấn hầu hết các tai to mặt lớn trên khắp thế giới. Ngày 6 tháng 7 năm 2012, trên mục 20/20 của đài truyền hình ABC, bà cho phát một chương trình phỏng vấn đặc biệt với chủ đề: *"What is Heaven? Where is it? How do we get there?"*. Thiên đàng là cái chi chi, ở nơi mô và làm sao tới đó? Bà đã cất công phỏng vấn một số các vị lãnh đạo tinh thần của các tôn giáo lớn: Do Thái Giáo, Bà La Môn, Hồi Giáo, Tin Lành, Thiên Chúa Giáo, Phật Giáo. Bà cũng nói chuyện với ông Willard Mitt Romney, ứng cử viên chức Tổng Thống của đảng Cộng Hòa vào năm 2012. Ông này theo đạo Mormon, một đạo quyết đoán là khi chết tất cả loài người sẽ vào thiên đàng! Ngoài ra bà còn tìm hiểu thêm nơi các nhà khoa học, tâm lý và những bệnh nhân đã chết lâm sàng rồi sống lại. Đối tượng được bà phỏng vấn nặng ký nhất là Đức Đạt Lai Lạt Ma.

Bà hỏi thẳng: "Thưa Ngài, thiên đàng ở đâu?'. Đức Đạt Lai lạt Ma trả lời: "Kinh điển đạo Phật diễn tả (thiên đàng) ở trong mười phương, đông tây nam bắc, trên dưới…Những sách vở cổ truyền Tây Tạng diễn tả sáu loại địa ngục và sáu loại thiên đàng…Thiên đàng là nơi rất hạnh phúc, rất vui sướng, nơi tốt nhất để phát triển tâm linh xa hơn". Như vậy thiên đàng không phải là bến đậu vĩnh viễn của người công chính. Đức Đạt Lai Lạt Ma cho biết tiếp: "Đối với người Phật Tử, mục tiêu sau cùng không phải là chỉ đến đó nhưng mà để thành Phật". Bà Barbara hỏi cho rõ hơn: "Vậy thì thiên đàng không phải là một nơi thường trụ, mà giống như là một nơi chờ đợi, không phải là nơi cuối cùng. Phải vậy không, thưa Ngài?". Trả lời: "Vâng. Đạo Phật tin rằng sau khi chúng ta chết, chúng ta sẽ tái sinh hết lần này đến lần khác, sẽ sống trong nhiều kiếp sống… Phật giáo tin rằng mục tiêu tối hậu là Niết Bàn hay Giác Ngộ, trong thể trạng toàn tri toại nguyện. Niết Bàn cao nhất là Quả Phật, hoàn toàn loại trừ tất cả những cảm xúc tiêu cực, và điều ấy tự động đưa đến giác ngộ".

Thiên đàng của Thiên Chúa Giáo là nơi hạnh phúc miên viễn vì đó là nhà của Cha chung của mọi người, nơi mọi người hy vọng sẽ tới. Thánh Philip Neri, tông đồ thứ ba của Chúa, sau thánh Phêrô và Phaolô, gặp một người con gái tuyệt vọng vì nghĩ mình là người quá nhiều tội lỗi, chẳng bao giờ được lên thiên đàng. Cô nghĩ chỗ của cô là hỏa ngục. Sau khi nghe cô than khóc, thánh Philip an ủi: "Thật là tai hại khi con tin rằng con sẽ được dành cho lửa đời đời, thiên đàng mới là của con". Để chứng minh, thánh nhân hỏi: "Chúa đã chết cho ai?". Cô gái đáp: "Thưa, cho người tội lỗi". "Đúng vậy! Vậy bây giờ con nghĩ con là một vị thánh sao?". "Không, con là một kẻ đầy tội lỗi". Thánh Philip tiếp: "Như vậy chính vì con mà Chúa đã chết, và chắc chắn Chúa chết là để cho con được vào thiên đàng. Vậy thì thiên đàng là của con, bởi vì con đã gớm ghét tội lỗi, con đừng nghi ngờ chi nữa".

Thiên đàng là của những người biết gớm ghét tội lỗi, biết ăn năn hối cải về những điều sai trái mình làm, biết trở về với thương yêu. Đó là điều Thiên Chúa Giáo thường xuyên giảng dậy: yêu người như yêu chính mình vậy.

Một tín đồ sùng đạo nói với Chúa: "Thưa Ngài, con muốn biết thiên đàng và địa ngục như thế nào". Chúa dẫn người đó tới một cánh cửa, mở ra. Người tín đồ nhìn vào. Ở giữa phòng kê một cái bàn tròn lớn. Giữa bàn là một nồi súp bốc khói nghi ngút, trông thật hấp dẫn và ngon lành. Những người ngồi quanh bàn trông gầy yếu, xanh xao, như thiếu ăn từ lâu, mỗi người cầm một chiếc muỗng có cán dài. Vì chiếc muỗng quá dài nên họ không thể đưa thức ăn vào miệng, người nào cũng cố gắng nghĩ cách làm sao mình có thể đưa thức ăn vào miệng được. Mỗi người đều vội vàng nên muỗng va vào nhau khiến họ cãi nhau chí chóe. Chúa đưa người tín dồ tới một phòng khác, mở cửa cho coi. Trong phòng cũng có bàn và nồi súp y hệt như bên phòng kia. Mỗi người cũng có một chiếc muỗng có cán dài nhưng quang cảnh rất bình an và vui vẻ. Tại sao vậy? Vì mỗi người đều dùng chiếc muỗng dài để múc thức ăn cho người khác nên mọi người đều húp được súp. Chúa kết luận: thiên đàng và địa ngục không có chi khác biệt. Nhưng hai bên vẫn khác nhau vì cách con người sống và đối xử với nhau. Nếu chúng ta sống với nhau trong tình yêu thương, giúp đỡ, chia sẻ với người khác thì lúc đó chúng ta đang sống trong thiên đàng. Ngược lại, nếu chúng ta sống ích kỷ, chỉ biết tới mình, mặc kệ người khác, sống chết mặc bay, thì đích thị chúng ta đang sống trong địa ngục.

Vậy thì thiên đàng hay địa ngục là cách con người đối xử với nhau. Trong cuốn "Góp Nhặt Cát Đá", thiền sư Muju kể: một người tới xin thiền sư Hakuin (1686-1768) cho biết thiên đàng và địa ngục có thật không. Thiền sư hỏi: "Anh là ai?". Đáp: "Tôi là một kiếm sĩ *samurai*". Thiền sư mỉa mai: "Anh là kiếm sĩ? Trông anh chẳng khác tên ăn mày!". Tức giận, người đó sờ tay vào đốc kiếm. Trông thấy vậy, thiền sư thánh thức: "Anh mà đủ gan cắt đầu ta ư?". Kiếm sĩ rút kiếm ra, thiền sư ngửa cổ nói: "Đây, hãy mở cửa địa ngục đi!". Tỉnh ngộ, kiếm sĩ tra kiếm vào vỏ, cung kính chắp tay xá. Trong khoảnh khắc, kiếm sĩ nhận ra một chuyển đổi kỳ lạ trong tâm, từ ngạc nhiên, sợ hãi đến lòng trắc ẩn và tình thương cho một người đã dám hy sinh mạng sống để dạy cho hắn một bài học. Những giọt nước mắt biết ơn tuôn ra trên mặt hắn. Thiền sư nhẹ nhàng nói: "Cửa thiên đàng vừa mở!".

Tác giả Trần Đình Hoành luận thêm: "*Thiên đàng và địa ngục trong tâm ta, ở đây, lúc này. Và chính ta là người gác cổng thiên đàng, cũng như hỏa ngục. Chính ta đưa ta vào thiên đàng hay hỏa ngục. Yêu là thiên đàng, ghét là địa ngục. Bố thí là thiên đàng, tham lam là địa ngục. Khiêm tốn là thiên đàng, kiêu căng là địa ngục. Từ bi là thiên đàng, sân hận là địa ngục. Thành thật là thiên đàng, dối trá là địa ngục. Tĩnh lặng là thiên đàng, xung động là địa ngục. Và đây không phải là triết lý hay lý luận. Đây là sự thật, Các bạn chỉ cần nhớ lại cảm giác khi yêu, khi ghét, khi khiêm tốn, khi kiêu căng, thì biết ngay đâu là thiên đàng đâu là địa ngục. Không cần ai dạy mình thiên dàng ở đâu, địa ngục ở đâu. Nếu nói chuyện thiên đàng địa ngục sau khi chết thì các vị đều nói dối vì chẳng vị nào chết rồi sống lại về đây để kể chuyện. Ai cũng nói theo sách hay theo tưởng tượng... Bạn có thể nhờ Phật nhờ Chúa giúp bạn sống bình thản, an nhiên tự tại. Các vị có thể cố vấn cho bạn một tư duy, kích thích cho bạn tích cực hơn một chút. Nhưng chính bạn phải sống an nhiên tự tại. Các vị chẳng thể sống giúp bạn được... Chúng ta làm chủ tâm ta, làm chủ thiên đàng và địa ngục của ta, là thánh nhân trong thiên đàng và tù nhân trong địa ngục của ta".*

Thiên đàng và địa ngục như vậy đã di chuyển địa điểm. Chúng nằm chình ình trong cuộc sống của chúng ta. Nói vậy cũng chỉ đúng có một nửa. Khi chúng ta tạo ra thiên đàng hay địa ngục của chúng ta trong thế giới này, chúng ta cũng đồng thời để dành thành quả này vào cuộc sống mai hậu của chúng ta, khi chúng ta bước vào thế giới bên kia.

Các cụ trên bảy chịch của Canada có 64% tin vào thiên đàng nhưng chỉ có 35% tin vào địa ngục chứng tỏ các cụ rét. Đang đứng vững trên hai chân (có khi ba hoặc bốn chân không chừng!), bỗng thấy mình rơi vào một khoảng không, rét là cái cẳng. Biết đi mô về mô. Bỏ hết nhà cửa, vợ con để một mình rơi vào một nơi chốn vô định, làm chi mà không run. Nhưng nếu chúng ta biết là những công nghiệp, thiện tâm mà chúng ta tạo ra trong cuộc sống đã cho chúng ta hưởng được thiên đàng ngay trong cuộc sống này sẽ theo ta qua cuộc sống khác, để chúng ta hưởng được thiên đàng trong cuộc sống đó, thì có chi mà run. Nhảy từ trên máy bay xuống là chuyện chết chắc, nhưng nếu, như người lính nhảy dù, có đeo chiếc dù sau lưng, biết gần như chắc chắn dù sẽ mở để đỡ chúng ta xuống đất an toàn, thì có chi mà sợ. Nếu giã từ cõi thế mà chúng ta có chiếc dù nhân ái do những điều thiện mà chúng ta thực hiện được trong cuộc sống, thì thiên đàng nằm trong tay. Ngự ở thiên đàng sướng chi bằng!

Đạo Phật lấy quy luật nhân quả làm căn bản. Tất cả những gì chúng ta làm trong cuộc sống nơi thế gian này là những hạt giống, còn gọi là chủng tử thiện hoặc ác, trong tương lai khi hội đủ cơ duyên, sẽ nảy nở thành những thiện quả hoặc ác báo. Theo một tài liệu trong Thư Viện Hoa Sen thì thiện quả hoặc ác báo này chứa tại Thức Thứ Tám, còn gọi là Tàng Thức hoặc A Lại Da Thức. *"Thức này là lớp Vọng, cũng mênh mông như Chân Tâm, tạm ví như làn sóng điện trong không gian. Những chủng tử thiện hoặc ác này sẽ xuất hiện vào giây phút lâm chung, để quyết định cảnh giới tái sinh của đương sự, nhà Phật gọi là "gió Nghiệp cuốn đi tái sinh". Một số người có kinh nghiệm về cận tử kể lại đại khái rằng vào lúc họ cảm thấy muốn ngừng thở, bỗng nhiên trước mắt nổi lên một cảnh tượng tràn ngập không gian, cả quãng đời quá khứ, những việc làm khiến họ rất sung sướng hoặc rất đau khổ, xuất hiện như là đồng thời. Họ cảm thấy như trong giấc mơ, như là hình ảnh của ký ức. Đối với quan điểm của nhà Phật thì đó là giây phút mà một người có thể nhìn thấy được chính cái kho chứa các nghiệp nhân, tức là Tàng Thức của mình...Người Phật tử không tin vào sự cứu rỗi do bên ngoài mang đến, mà tin vào chính mình, như lời Đức Phật: 'Ta là Phật đã thành, chúng sinh là Phật sẽ thành'...Người nào tạo nhân thì người đó lãnh quả, người nào ăn thì người đó no, người nào tu hành thanh tịnh hóa tâm thì người đó giác ngộ".*

Tin là biến cái không thấy thành cái hiện hữu. Nếu thấy chình ình trước mắt thì còn tin với không tin chi. Tôi đã có lần kể chuyện ông thầy lớp nhất tiểu học của tôi dạy tiếng Pháp. Ông nói về sự khác biệt của một từ đồng âm dị nghĩa của Pháp. Tiếng Pháp *foie* có nghĩa là "lá gan". Ông bảo nhìn vào chữ "e" ở cuối. Đó là hình lá gan. *Fois* có nghĩa là "lần". Nhìn vào chữ "s" ở cuối thấy hình người cõng nhau. Phải là chữ "s" viết tay mới ra hình đó, còn đánh máy thì không ra cái chi cả. Khi học trò chơi đánh đáo đánh bi với nhau, mỗi lần thua thì người thua phải cõng người thắng mấy lần, tùy theo thỏa thuận. Còn chữ *foi* là "tin", đằng sau trống rỗng chẳng có chi cả. Không biết đó là cái thông minh biến tiệp của thầy tôi hay tiếng Pháp cũng tượng hình cao siêu như vậy, nhưng cho tới bây giờ, tôi chẳng bao giờ nhầm lẫn khi viết những chữ đó.

Thiên đàng là nơi chưa ai đặt chân tới. Người ta tin là có thôi. Tác giả Huỳnh Ngọc Chiến lý giải nơi chưa ai tới nhưng ai cũng mong tới này. *"Thiên đàng của hầu hết các tôn giáo phải chăng chỉ là cảnh giới lý tưởng để tín đồ ước mong tìm được ở nơi đó những gì mà họ thấy thiếu nơi trần thế? Chẳng hạn thiên đàng trong trí tưởng của người Á Rập là nơi luôn có những dòng suối mát, do họ phải sống trong sa mạc khô cằn; thiên đàng của các chiến binh Hồi giáo luôn có các cô nàng tiên nữ xinh đẹp phục vụ vì đời sống tình dục của họ quá mạnh. Đọc kinh Koran, ta thấy yếu tố tình dục nổi bật lên. Nguyện thứ 19 trong Đại phẩm Bát-nhã có câu: "Nguyện nhân dân trong quốc độ của ta không có cái nạn đại tiện, tiểu tiện" suy cho cùng chỉ là mong ước muốn đưa điều kiện vệ sinh đạt đến một trạng thái thật hoàn hảo, vì điều kiện vệ sinh của người dân Ấn quá tồi tệ. Hoặc đại nguyện "mong muốn tất cả người dân trong quốc độ có chung một sắc da vàng" thực ra chỉ là ước mơ về một xã hội bình đẳng, xóa bỏ tệ nạn kỳ thị màu da, chủng tộc hiện vẫn còn tràn lan trên thế giới".*

Thiên đàng có nhiều loại như vậy. Không biết 64% các cụ Canada trên bẩy chịch tin có thiên đàng, chọn loại thiên đàng nào?

04/2018

TRỘM

Tuần vừa qua, tôi *order* một thùng hàng *online*. UPS giao. Lúc 6 giờ chiều, khi tôi về nhà thì họ chưa giao. Lúc 8 giờ tối, một người hàng xóm mới nhìn thấy gói hàng và mang vào cho tôi. Từ 6 giờ tới 8 giờ, tôi ở nhà, đèn thắp sáng trưng, vậy mà anh giao hàng của UPS không thèm bấm chuông báo cho tôi biết. Rủi ông hàng xóm không trông thấy, gói hàng nằm ngoài cửa nhà cả đêm liệu có không cánh mà bay không, dám lắm! Thiên hạ mất hàng hà rầm ở khắp mọi thành phố Bắc Mỹ.

Báo *Người Việt Online* ở Little Saigon ngày 27/3 vừa qua có đăng tin một ông bị bắt vì tội trộm đồ mua *online*. Buồn một nỗi ông này là người Việt. Chuyện xảy ra ở Corona. Ông Jimmy Nguyễn, 23 tuổi, bị cảnh sát tóm cổ vào sáng thứ ba 20/3 vì có hành vi đang lấy trộm bưu phẩm vừa được giao trước hiên nhà trong khu Mountain Gate Park ở Corona. Đây không phải là lần đầu ông Jimmy Nguyễn chôm chĩa. Ông đã làm ăn từ lâu, bị người dân thu hình và bỏ lên mạng. Vậy nên khi xe của ông vừa xuất hiện, chạy sau một xe giao hàng, là người ta gọi cho cảnh sát theo dõi liền. Khám xét trong xe của đương sự, cảnh sát thấy nhiều gói hàng mới chôm được và nhiều bao bì của những vụ trộm trước.

Trộm bưu phẩm bỏ trước cửa nhà là một trò phổ biến đến nỗi tiếng Mỹ có một từ mới để chỉ trò này: *porch pirate*! Trò này không khá, làm đau tim nhiều người trong đó có tôi. Tôi thường hay gửi sách cho độc giả ở xa bằng bưu điện hoặc UPS. Theo dõi đường đi nước bước của sách là một trò khá hồi hộp. *Track* từng ngày. Nếu thấy sách được bỏ trước cửa là lo lắng. Chẳng hiểu độc giả có lượm vào không hay lại bị "những tên trộm trước cửa" hớt tay trên. May là chưa có trường hợp nào bị mất. Chắc sách, lại là sách tiếng Việt, chẳng có chi hấp dẫn! Nếu đó là món đồ hấp dẫn thì tình hình lại khác. Theo bài viết của ký giả Đằng Giao thì có nhiều người không được may mắn như tôi. Cô Lan Nguyễn ở Santa Ana kể: "Cách nay không lâu, tôi đang làm bếp thì thấy xe UPS dừng trước nhà tôi, rồi có tiếng bấm chuông. Vì dở tay nấu ăn, tôi không ra ngay được dù lúc đó tôi có mua một số đồ của *Bloomingdale's online* và biết là họ giao bữa đó. Vậy mà 10 phút sau, khi tôi ra cửa thì không thấy gì cả". Ông Kelvin Lê ở Fountain Valley mua hai điện thoại Samsung trên eBay. Vài bữa sau, khi lái xe ra đi làm, nhìn vào kính chiếu hậu ông thấy xe giao hàng của hãng DHL xịch tới đậu trước cửa nhà ông. Ông vội quay lại nhà. Trên đường, ông gặp một ông hàng xóm. Ông dừng lại nói ba câu chuyện xã giao. Khi tới cửa nhà thì món đồ đã biến mất. Ông lắc đầu nói: "Trước sau không đầy năm phút mà gói đồ đựng hai cái điện thoại biến mất một cách quá nhanh chóng. Điều lạ lùng là tôi không thấy bất cứ ai lai vãng trong khu xóm trong vài phút đó".

Mua đồ qua mạng là khuynh hướng của khách hàng ngày nay, nhất là những khách hàng trẻ. Không còn trẻ như tôi mà cũng táy máy với cái máy *computer* và nhiều khi không thoát khỏi con bạch tuộc *online shopping* bắt xác. Con bạch tuộc này quỷ quái lắm. Nó bắt hồn mình lúc nào không biết. Nhiều khi gặp món đồ không cần thiết, vậy mà cũng dính. Nói ra thì những người không mua hàng *online* bao giờ không tin nhưng quả thật đây là một trò rất dễ ghiền. Món đồ đã lạ, không thấy bán trong cửa tiệm, giá lại rẻ, coi chơi cho biết nhưng chẳng có ý định mua vì thấy không cần thiết. Nhưng con bạch tuộc này như ma xó, nó biết được mình đã coi thử món đồ, nó cứ nhắc đi nhắc lại món hàng mỗi lần mở máy *computer*. Rồi trong một phút yếu lòng, mua cho nó rồi. Vậy là hư một đời trai!

Nhiều ông bạn chơi trò mua hàng trên *online* đã cảnh báo tôi đừng có dính vào trò này vì trước sau cũng sẽ mua những thứ mình không cần hoặc không xài được. Tự tin vào ý chí của mình, cứ coi thử cho biết, mình không mua thì thôi, ai bắt bỏ tù đâu mà sợ. Nhưng ý chí hình như bị mài cùn trước trò *online shopping* này. Thế nào cũng có lúc tốn tiền vô ích.

Nhưng có nhiều thứ mình cần, bắt gặp chúng trên mạng

với cái giá rất bèo, chúng ta phải mua, không mua chắc… chết. Như cái *bluetooth* để nói điện thoại trong xe hơi. Các xe đời mới ngày nay đều có thứ rất tiện lợi này. Lái xe mà cứ a-lô như ở nhà, cảnh sát chẳng làm chi được. Luật chỉ cấm cầm điện thoại trên tay nói chuyện. Với cái *bluetooth*, chẳng cần điện thoại dính vào tay. Xe của tôi không phải là xe mới nên không có cái thứ văn minh này. Thoạt tiên, tôi mua *online* một cái máy *bluetooth* gắn trên tấm che nắng trước mặt. Dùng cũng OK. Chỉ phải tội khi nói phải vênh mặt rống lên thì người bên kia mới nghe được. Rồi một ngày đẹp trời, bắt gặp trên mạng cái *bluetooth* loại gắn ngay trên tay lái, gần miệng nói nên đỡ tốn hơi. Đúng là nó đây rồi. Bắt ngay cho đỡ tốn sức lao động. Không tốn sức từ cái miệng nhưng lại bất tiện cho đôi tay. Mỗi lần quay tay lái thấy vướng víu khó chịu. Vậy nên khi bắt gặp thứ chỉ cần cắm vào cái mồi thuốc lá trên xe là tha hồ a-lô, tôi bị bắt xác ngay. Sở dĩ tôi dễ đầu hàng như vậy là vì cái thứ mới này còn có một lỗ để cắm cái USB vào là tha hồ nghe nhạc. Vừa được nói, vừa được nghe nhạc nỉ non, cách chi mà không bắt. Vậy là hai cái *bluetooth* trước vào nằm trong kẹt tủ cho cái mới toang làm việc. Hứng chí khoe với mấy ông bạn, một ông phán ngay: "Thì bà ba bao giờ chẳng hơn bà cả bà hai!".

Internet là thứ…mất dạy! Nó đã cho sách báo đi chỗ khác chơi nay lại dẹp dần các cửa hàng…truyền thống hiện diện từ xưa tới nay. Oai phong lẫm liệt như Sears, làm mưa làm gió trên thương trường từ thời lính Mỹ còn ở Việt Nam, vậy mà nay cũng cuốn cờ bỏ chạy. Vừa rồi tới phiên Toy R Us, cửa hàng chỉ vài năm trước tấp nập con nít ra vào ríu rít, nay cũng sập tiệm. Các cửa hàng muốn sống còn đều phải thu hẹp hoạt động trên đất, gia tăng phần hoạt động trên trời, mới hy vọng sống sót. Các tiệm như Best Buy, Target, Walmart và ngay cả Costco ngày nay đều có bộ phận bán trên mạng. Dĩ nhiên khó cạnh tranh với thứ bán *online* chuyên môn như Amazon hay eBay.

Muốn mua thứ gì, ngày nay người ta nghĩ ngay tới chuyện vào hai anh tổ sư bán hàng trên mạng này. Giá rẻ hơn, hàng hóa nhiều chọn lựa hơn, tiện lợi hơn, cứ mặc *pyjama* ngả ngớn trên ghế mua sắm, khỏi mất công và mất thời giờ quần áo chỉnh tề đi tới các cửa tiệm. Hàng trên mạng, thứ gì cũng có, mác nào cũng có, chẳng phải lang thang hết cửa hàng nọ qua cửa hàng kia tìm cho được thứ mình ưa thích. Thời giờ là tiền bạc. Mua sắm trên mạng lợi được biết bao nhiêu thời giờ. Nhiều người hoài cổ không ưa mua hàng trên mạng vì không được tận tay rờ tới món hàng, không được mặc sức thử ra thử vào, ngắm nghía cho đã trước khi mở ví bóp. Nhưng giới trẻ ngày nay không cần cái thú mất thời giờ này. Mua đồ trên mạng, nếu không vừa ý, có thể gửi trả lại dễ dàng.

Mua sắm là chuyện của giới trẻ. Giới sồn sồn tính tới tính lui nên ít chịu bỏ tiền ra hơn. Giới cúp bình thiếc thì cái thân mình còn muốn vứt đi huống chi đồ đạc. Vậy nên giới bán hàng trên *online* ngày càng làm ăn khá hơn. Chẳng vậy mà chủ nhân của Amazon đã trở thành người giàu nhất thế giới, ăn đứt ông tỷ phú một thời làm mưa làm gió Bill Gates. Mấy ai biết là vào ngày 16/7/1995, chỉ mới cách đây 23 năm, khi Amazon bắt đầu hoạt động, chỉ vẻn vẹn có mấy người đứng đóng gói sách trong một cái nhà để xe tại Bellevue, tiểu bang Washington, để gửi đi cho khách hàng. Đến một cái bàn tử tế cũng không có. Thợ phải làm việc trên tấm cánh cửa dư thừa bị vứt bỏ trong kho kê tạm thay cho bàn. Tới nay, để nhắc lại thuở hàn vi đó, các bàn làm việc của hãng vẫn làm theo kiểu cánh cửa như vậy. Khởi đi từ việc bán sách, ngày nay Amazon bán đủ thứ từ chiếc xe đánh gôn cho tới tã lót trẻ em.

Amazon, eBay và hàng trăm địa chỉ khác là những "cửa hàng" chỉ có trên mạng. Những hãng bán lẻ khác, tuy có những cửa hàng đàng hoàng, cũng phải xoay ra bán thêm trên mạng. Không biến thành loại buôn bán *hybrid* này, dễ chi sống còn được. Người ta ước tính, trong năm 2017, có 1 tỷ 660 triệu người mua sắm trên mạng, chi ra 2,300 tỷ đô Mỹ! Dự trù tới năm 2021, số tiền này sẽ bung ra tới 4,480 tỷ. Theo một cuộc thăm dò của *comScore* và UPS thì số người mua sắm trên mạng đã qua mặt số người mua sắm tại các cửa hàng. Năm 2014, có 47% mua hàng trên mạng. Con số này gia tăng tới 48% trong năm 2015 nhưng năm nay vọt lên 51%. Thương vụ của các cửa hàng danh tiếng như Macy's, Nordstrom, Kohl's, Walmart, Target đều nửa đường đi xuống. Số mất mát của những đại gia này chạy qua các hãng bán trên mạng. Vớ bở nhất là Amazon với doanh số 82 tỷ 700 ngàn trong năm qua!

Với lưu lượng hàng hóa khổng lồ của giới buôn bán trên mạng, các hãng giao hàng bận tới tấp. Không biết có phải vì vậy mà họ quăng bừa hàng trước cửa nhà không. Và nạn trộm đồ trước cửa nhà gia tăng không biết có làm những hãng này thay đổi chi không. Theo đài NBC thì tại Mỹ, tiểu bang bị nạn *porch pirate* hoành hành nhất là North Dakota với tỷ lệ mất đồ là 26,20%. Cứ tưởng tượng 100 thùng hàng thì có 26 thùng không cánh mà bay. Trên toàn nước Mỹ, theo thống kê của August Home Inc., trong năm 2015, có 11 triệu vụ trộm bưu phẩm!

Khi bị mất đồ chúng ta phải làm chi? Các hãng chuyên chở khuyên chúng ta nên trình báo cảnh sát. Nhưng dại chi nắm anh trọc đầu, phải nắm anh có tóc. Đó là hãng bán hàng. Tôi mua hàng của anh mà hàng không tới tay tôi, anh phải đền tôi chứ. Và thường các hãng bán hàng họ đền ngay bằng cách gửi thùng hàng khác. Cô Lan Nguyễn và ông Kelvin Lê đều làm theo cách này và được bồi thường ngay. Nhưng tuy không mất chi trong đợt mua hàng này, ông Kelvin Lê vẫn có mối lo: "Tôi e rằng điều này sẽ làm người bán phải tăng giá hàng trong tương lai. Và tôi cảm thấy không an tâm khi có kẻ trộm lai vãng trong khu phố mình ở".

Cảnh sát làm chi được trong những vụ trộm này? Ông Phương Phạm, phát ngôn viên sở Cảnh Sát Westminster cho biết: "Những chuyện như vậy không thiếu trong thành phố Westminster. Thông thường, vì được bồi hoàn nên ít ai báo cảnh sát, vậy nên chúng tôi không biết rõ có bao nhiêu vụ trong một tháng…Chủ nhà nên có máy quay *video* loại tốt để ghi lại diện mạo một cách rõ ràng". Một biện pháp khác ông Phương khuyên dân chúng nên áp dụng là nhờ hàng xóm canh chừng lẫn cho nhau. Ông bạn dân này nói toàn chuyện…tiêu cực. Ông Carl Whitney, phát ngôn viên sở Cảnh sát Garden Grove, có vẻ tích cực hơn: "Mỗi năm, đến mùa cao điểm người ta gửi bưu phẩm, chúng tôi gửi những kiện hàng giả, bên trong giấu máy phát tín hiệu và đã bắt được nhiều tên trộm rồi".

Nếu nghe lời ông Phương Phạm, chúng ta phải chi ra khoảng 200 đô cho một máy quay phim đặt trước cửa nhà. Nhưng tự nhiên phải rút túi ra 200 đô, cũng đau cái túi. Mấy ai chịu.

Có người đề nghị người mua nên lắp đặt một thùng nhận hàng có khóa số. Không biết số là tên trộm không có đường mở. Nghe cũng có lý. Nhất là bi chừ có hãng *uCella* đã sản xuất và tung ra thị trường thứ hộp này. Đồng sáng lập hãng *uCella* là ông Shuai Jiang, ngụ tại San Francisco, nảy ra sáng kiến này khi ông lái xe ra bưu điện lãnh hàng, xe ông bị kẹt sau một xe Google không người lái. Ông nói: "Tôi nghĩ nếu chiếc xe này còn tự di chuyển không cần người lái thì tại sao chúng ta không sáng chế ra một cách tiện lợi hơn khi lãnh bưu phẩm?". Vậy là ông chế ra chiếc hộp có khóa. Muốn có chiếc hộp này, chúng ta phải chi ra 129 đô cộng thuế!

Mất đồ, có thứ chúng ta được đền dễ dàng nhưng cũng có thứ hãng bán hàng không chịu đền. Ông Raymond Pelayo ở Norwalk, tiểu bang California, bị mất năm thùng hàng trong một tuần. Bốn thùng được các nhà cung cấp đền. Duy chỉ có hãng Etsy, chuyên bán thực phẩm cho chó, không chịu đền bù. Gói hàng ông mua gồm toàn thực phẩm cho chó. Thường thì trộm phải ra tay nhanh nhẹn nên không cần biết bên trong thùng hàng có thứ chi. Cầu mong cho anh trộm này có nuôi chó. Ông Raymond đòi hãng cung cấp đền, họ lắc đầu. Ông quay qua hãng thẻ tín dụng mà ông dùng thẻ của họ để mua hàng, họ chịu đền. Bà Miranda Marquit mất một thùng đồ chơi Lego mua cho sinh nhật con trai, bà khiếu nại với eBay và được đền. Theo kinh nghiệm của tôi thì nên trả tiền bằng PayPal hơn là trả trực tiếp bằng thẻ tín dụng. Có chi trục trặc họ sẽ lo cho mình rất tận tình.

Hãng Amazon lại hiến một kế khác, đó là dịch vụ *Amazon Key*. Dịch vụ này cho phép tài xế giao hàng mở cửa vào nhà khi chúng ta đi vắng. Để cho người lạ vào nhà trong khi chúng ta không có mặt, ít ai chịu. Biết vậy nên Amazon có cách cho chúng ta kiểm soát hành tung của ông tài xế này. Họ chế ra một dụng cụ kiểm soát gồm có một khóa thông minh và một máy ghi hình trong nhà. Muốn có dụng cụ này, chúng ta phải chi ra 200 đô!

Cách nào cũng gây ra những phiền toái và tốn kém cho người mua hàng *online*. Sức mấy tôi bỏ tiền ra cho những phiền toái này. Tôi thường hay nhận hàng của Amazon do UPS giao, phần lớn là sách của tôi do Amazon in và gửi. Tôi có ghi tên vào một dịch vụ của UPS. Không tốn tiền chi cả. Đó là *UPS My Choice*. Với dịch vụ này, khi UPS nhận hàng do Amazon gửi, họ sẽ cho tôi số theo dõi đường đi nước bước từng ngày của thùng hàng. Khi hàng tới Montreal, họ gửi e-mail cho tôi biết ngày giao. Nếu ngày đó không có nhà, tôi có thể chuyển qua ngày khác. Vậy là phải đóng đô ở nhà chờ nguyên ngày hàng tới vì họ chỉ hẹn ngày chứ không hẹn giờ. Ngày trời tháng Phật như tôi bây giờ, chuyện chờ đợi có thể được. Nhưng với những ai còn đi làm, giờ đâu mà tiêu pha cho việc cỏn con này. Thường thì tôi phải chờ tới tối xe UPS mới dềnh dang tới. Mất nguyên ngày.

Nhưng tại sao chúng ta phải tìm ra bao nhiêu giải pháp để

tránh mất đồ? Phải chăng mấy anh giao đồ lười bấm chuông hoặc gõ cửa? Lười thì có người lười người không, làm gì có chuyện lười...quốc tế như vậy. Vậy thì họ được các hãng giao hàng cho phép làm vậy? Có thể. Lý do có thể vì hàng nhiều, hãng hà tiện không mướn thêm người nên cho phép nhân viên vứt hàng trước cửa rồi dông cho đỡ mất thời giờ. Dù vì lý do nào tôi cũng thấy việc làm cẩu thả này là tắc trách, coi thường khách hàng, làm nảy sinh ra nhiều chuyện rắc rối, thiệt hại tới tài sản của mọi người.

Muốn sửa chữa tình trạng này một cách gọn gàng nhất, các hãng giao hàng chỉ cần lùi về...dĩ vãng. Trước đây, khi giao hàng mà người nhận vắng nhà, họ dán lại một thông báo sẽ giao vào ngày hôm sau. Ngày hôm sau, khách hàng vẫn không có nhà, họ sẽ để lại giấy mời ra một địa điểm nào đó để nhận hàng. Khách hàng sẽ tới đó lãnh. Gọn bâng. Chẳng có anh trộm nào đụng tay được vào thùng hàng. Sao các ông Bưu điện, UPS, DHL, Purolator không chịu ôn cố tri tân nhỉ?

04/2018

TUẤT

Bài này được khởi viết vào ngày mùng một tết. Số là sáng bảnh mắt ngày nguyên tiêu năm Tuất, vào *facebook* thấy các ông bạn thơ khai bút như điên, tôi thẫn thờ. Trong rừng thơ khai bút, tôi quơ đại cái khai của ông nhà thơ gần tôi nhất, ông Hoàng Xuân Sơn:

phớt đào
nguyên đán
môi xinh
mùa xuân hôn khẽ
tay mình lộc thơm
thưa em yểu điệu công huyền
nhớ xin tôn nữ vào thiên sự hồng

Thơ...khai của các ông như gấm như hoa, tôi bỗng động lòng ganh tị. Thơ thẩn vài câu đã nói ra được những điều hay ho, treo trên ngọn bút đầu năm. Thứ không "húng hắng lấy một vài" được như tôi đâm buồn ngang xương. Tết mà buồn là điều không tốt. Vậy nên biết rằng bút mình không được… khai như mấy ông, cũng húng hắng. Thứ tôi có húng hắng cả trăm năm thì cũng chỉ ra được vè. Vậy nên đường ta ta đã đi từ những năm xưa, ta cứ đi tiếp, kệ các ông bạn thơ thẩn nhìn bằng nửa con mắt. Tôi khai bút bằng văn!

Năm nay là năm Tuất, chú cẩu lên ngôi. Chuyện bình thường, cứ quay vòng một giáp là chú lại gâu gâu. Ngặt cái năm nay chú lại đụng ngay vào thế vận hội mùa đông. Nghe ra hai chuyện chẳng ăn nhập chi với nhau nhưng vì được tổ chức tại Pyeongchang, Đại Hàn, nên hai chuyện bỗng dính với nhau. Dính lẹo luôn!

Dân Hàn vốn là tổ sư nhậu cầy tơ. Đó là theo báo chí. Theo thống kê thì dân số Hàn quốc là 48 triệu người. Cứ 10 người mới có một người đụng đũa cầy tơ một lần trong năm. Vậy là dân xứ kim chi bị hàm oan. Nhưng theo tổ chức *Hope4Angels* thì mỗi năm Hàn quốc nhậu tới 2 triệu chú cẩu. Chia đều cho mỗi đầu người thì cứ 24 người dân quất hết một chú cẩu trong một năm. Vậy thì dân Hàn bị gán cho là dân nhậu cầy tơ có hạng đâu có oan. Chẳng vậy mà trên toàn quốc có tới 6 ngàn tiệm thịt cầy. Hàn là nước duy nhất kỹ nghệ hóa thương vụ thịt cầy: họ có cả trang trại nuôi chó để thịt! Đó là trại nuôi chó giết thịt Jeongwan.

Dân Hàn là dân Hàn, dù ở Bắc Hàn hay Nam Hàn. Vậy thì nửa nước kia cũng đớp thịt chó như điên. Tôi e rằng có phần hơn nửa phía Nam bên dưới. Bởi đó là thứ thịt dễ kiếm với giá phải chăng nhất tại quốc gia cộng sản vốn đói triền miên. Cầy ở Bắc Hàn là đặc sản của thủ đô Bình Nhưỡng. Không những cung cấp được chất đạm, thịt cầy còn là thứ đông dược quý giá. Bếp trưởng thịt cầy ở cửa hàng lớn nhất Bình Nhưỡng, ông Ryu Jong Mok, cho biết thịt cầy chứa nhiều vitamin A và B, trị chứng khó tiêu và làm làn da phụ nữ mềm mại hơn.

Hàn quốc cùng với Trung quốc và Việt Nam là tam đầu chế dẫn đầu việc xử thịt cầy. Hai nước khác là Thái Lan và Phi Luật Tân lẽo đẽo theo sau. Trong các thành viên của hiệp hội cầy tơ trên chỉ mới có Trung Quốc và Đại Hàn làm sang đứng ra tổ chức các cuộc tranh tài thể thao quốc tế như Thế Vận Hội và World Cup. Mỗi lần hai nước này tổ chức các vận động hội thì chuyện cầy tơ lại bị mang ra đàm tiếu. Năm nay Đại Hàn tổ chức Thế Vận Hội Mùa Đông vào ngay dịp tết Mậu Tuất, chó đụng nhau nên chuyện chó râm ran hơn.

Nhậu cầy tơ là quyền của người dân (tôi không rõ quyền này có được ghi trong hiến pháp Đại Hàn hay không), nên dân nhậu không hề lui bước trước áp lực quốc tế muốn dân Hàn quốc ngưng ăn thịt chó, chí ít là trong dịp các vận động viên và quan khách quốc tế tới Pyeongchang tham dự Thế Vận Hội. Chính phủ muốn dân màn màn chuyện mà phần lớn dân chúng các nước, nhất là các nước phương tây, cho là man dã. Và họ đã hành động. Chợ thịt chó lớn nhất nước ở Seongnam đã bị đóng cửa. Riêng trong năm 2016, chợ này đã tiêu thụ 80 ngàn chú cẩu. Các tiệm thịt chó được khuyến cáo đóng cửa hoặc chuyển qua bán các loại thịt khác với sự đền bù tiền bạc của chính phủ. Nhiều tiệm không nghe lời chính phủ. Tại sao phải chạy theo phương tây? Hiệp Hội nhà hàng bán thịt chó, quy tụ 1500 tiệm, đã có lần tức tối đòi ăn thua đủ với phương tây. Khi nữ tài tử Pháp Brigitte Bardot xỉ vả việc ăn thịt chó, Hiệp Hội này đã cứng rắn: "Hãy chấm dứt ngay việc phương Tây ra quy định cho chúng tôi trên bàn ăn và coi chúng tôi là mọi rợ".

Chỉ có 2 trong số 12 tiệm thịt chó ở Thành phố tổ chức thế vận Pyeongchang chịu nghe lời chính phủ ngưng bán thịt chó để đổi lấy trợ cấp thiệt hại. Coi như ủy ban tổ chức Olympic 2018 thất bại. Họ trả lời báo USA Today như sau: *"Chúng tôi nhận thức được mối quan tâm của cộng đồng quốc tế xoay quanh việc tiêu thụ thịt chó ở Hàn Quốc. Đây là một vấn đề mà chính phủ cần giải quyết. Chúng tôi hy vọng vấn đề này sẽ không gây ảnh hưởng tới việc tổ chức hoặc danh tiếng của sự kiện, của tỉnh chủ nhà tổ chức. Chúng tôi sẽ hỗ trợ tỉnh chủ nhà và chính phủ về vấn đề này nếu cần. Ngoài ra cũng nói thêm, thịt chó sẽ không được phục vụ tại bất kỳ địa điểm nào có tổ chức thế vận hội"*.

Thực ra Tây phương và Đông phương có suy nghĩ trái chiều nhau với loài chó. Chó ở phương Tây là *pet*, được nuôi nấng cưng quý trong nhà, được ăn thực phẩm đặc chế, được các em đầm thơm phưng phức cho ngủ chung, trong khi chó ở phương Đông là thứ bị khinh khi, la liếm dưới đất, ăn phân người, bị đá đít tơi bời khi quẩn quanh trong nhà. Thân phận khác như vậy nên chó trong ý nghĩ của hai phương trời cách biệt đã không thể giống nhau. Vậy nên cần phải phân biệt chó tây và chó ta. Một bà…ái chó, bà Lola Webber, Quản lý của tổ chức *Humane Society International,* không chịu phân biệt như vậy. Chó là chó! Chấm hết! Bà nói với tờ Korea

Herald: "Chúng tôi muốn chấm dứt thói quen ăn thịt chó ở Hàn quốc. Chó là người bạn tốt nhất của con người, chúng ta không nên ăn chúng. Có người nói rằng có hai loại chó khác nhau: chó nuôi làm thú cưng và chó thịt. Nhưng qua nhiều năm điều tra, chúng tôi thấy biện luận này chẳng qua là một sự lấp liếm!". Ái dzà! Mắt xanh quả có khác mắt đen. Mỗi thứ mắt nhìn sự kiện một cách khác nhau.

Nhưng mắt bà Lola Webber quả có chút thành kiến nằm vùng. Quả thật tại Đại Hàn có hai thứ chó: chó cảnh và chó thịt. Dân Nam Hàn rất quý chó cảnh, thứ chó có giá cao ngất ngưởng tới vài tháng lương. Người ta lập ra nhiều câu lạc bộ cho chó mà số hội viên ước tính lên tới hai triệu người. Giống chó cảnh được yêu chuộng nhất là giống nội địa Jindo. Những cuộc thi chó đẹp, tiệm cà phê chó, các trung tâm săn sóc chó cũng đầy rẫy khắp nơi, nhất là tại thủ đô Seoul.

Ở Việt Nam, tại các tỉnh miền Bắc, chúng ta…cầy như điên. Nhưng chúng ta chỉ cho vào nồi các anh chị nhà quê như Cún, Mực, Vàng, Khoang, còn các loại chó cảnh giống *chihuahua, fox, dalmatien* chúng ta vẫn quý trọng cho leo lên giường.

Ông bạn tôi, nhà thơ Đoàn Minh Đạo, cũng là người quý chó. Trong dịp tết vừa qua, ông *post* lên *facebook* như thế này: *"Puppy mấy hôm nay cứ nằm tại đây, cuối cùng tôi hiểu ra em luẩn quẩn bên hộp tro của anh nó Brownie, mất vừa được một năm. Puppy đã sống với gia đình tôi được gần 20 năm; giờ em hai mắt đã mù và trở thành bạn già của tôi. Năm nay năm tuổi chúng tôi, tôi lo cho em ăn uống, sinh hoạt, chúng tôi rất ăn ý và yêu mến nhau"*. Nếu không có chi tiết 20 tuổi đã mù thì tôi tưởng ông bạn tôi nói về một cô em gái nào đó. Bạn tôi yêu chó như yêu chính mình. Khi chó chết, chuyện chưa hết, bạn tôi còn hỏa táng, đặt hộp tro tại nhà. Tình thân đến thế là cùng!

Nhưng ông bạn Đoàn Minh Đạo của tôi thấm tháp chi so với ông Bảo Sinh ở Hà Nội. Ông này là một nhà thơ nổi tiếng. Tôi rất khoái thơ của ông, chỉ một vài câu giản dị mà thấm vô cùng. Tỷ như: *em dại tụt quần quá nhanh / nếu mà tụt chậm em thành phu nhân!* Nhà thơ Nguyễn Trọng Tạo, trong một bài viết về buổi gặp nhà thơ Bảo Sinh vào mùa xuân, đã ghi lại: " *Tôi nói: Anh cứ làm mãi thơ kiểu này thì tên anh càng ngày càng to đấy... Bảo Sinh bảo, to nhỏ gì đâu, mình làm thơ chỉ để quảng cáo cho cái nghề nuôi chó của mình thôi mà. Rồi ông đọc tiếp:*

Làm thơ nuôi chó chọi gà
Ba trò chơi ấy làm ta bơ phờ
Suốt ngày nửa tỉnh nửa mơ
Trông ai cũng thấy nửa thơ nửa gà.

Thì ra là thế thật? Bảo Sinh giải thích: Chả là mình mê chó mèo, nuôi chó, chăm chó mèo rồi làm khách sạn 5 sao cho chó mèo ở, lại làm cả nghĩa trang chó mèo nữa. Mình làm thơ chẳng qua chỉ để quảng cáo cho thương hiệu "Sinh chó mèo" nổi tiếng".

Đất đai Hà Nội đắt như vàng mà ông lập nguyên một khách sạn chó trên một khu đất rộng tới hai ngàn thước vuông, có tên Mỹ là "*Bao Sinh Cat Dog Resort*", nuôi chó cưng với đủ các dịch vụ kể cả thời trang quần áo và các loại mỹ phẩm cho chó. Bên cạnh đó còn có nghĩa trang chó, nghiêm trang chẳng kém chi nghĩa trang người.

Vậy là chúng tôi phân biệt rất rạch ròi chó ta và chó tây. Mấy ông bà ái chó mắt xanh đã hài lòng chưa? Mắt họ khác mắt dân Á châu chúng tôi, những người còn chuộng món không thể thiếu khi sống trên đời. Đông là đông, tây là tây, hai phương trời cách biệt như ông nhà thơ Rudyard Kipling viết trong câu mở đầu bài thơ *"The Ballad of East and West"*: *"OH, East is East, and West is West, and never the twain shall meet"*.

Tại sao người dân Đại Hàn lại chuộng thịt chó. Tôi đã có dịp qua Đại Hàn hai lần. Lần đầu năm 1973, tôi được một ông bạn Đại Hàn mời đi ăn tiệm. Ông khen món thịt bò bí tết của tiệm này rất ngon. Tôi gọi theo lời khuyên của ông. Nhưng ông lại không gọi thịt bò. Hỏi cớ sự, ông nói ngày hôm nay người Đại Hàn không được ăn thịt. Tôi sơ ý không hỏi một tuần họ phải kiêng thịt bao nhiêu ngày. Thịt là thứ khan hiếm, chỉ để đãi khách. Lần thứ hai vào năm 2016, tôi có dịp lân la hè đường phố chợ hơn, như một du khách. Các tiệm ăn bình dân hầu như không có thịt. Chỉ có hải sản và rong rêu. Một ông bạn tôi cắc cớ gọi món thịt bò lúc lắc. Họ đưa ra mấy miếng thịt khô khốc, có lẽ đã lưu trữ nhiều ngày. Khi tính tiền, họ tính với cái giá trên trời. Vậy là người dân Đại Hàn thiếu chất thịt. Không với tới thịt bò thịt heo, họ ăn thịt chó. Tôi nghĩ ở Việt Nam và Trung Quốc cũng vậy. Nhưng dân phương tây đâu có hiểu nguồn cơn cớ sự nên mang tiêu chuẩn của họ ra chèn ép dân các nước Á Đông khác.

Mấy ông bà tây phương yêu chó còn hạch sách cách giết

thịt chó của Hàn quốc. Họ phản đối lối giết bằng cách xiết cổ, treo cổ hoặc chạy điện của dân Đại Hàn. Họ cho rằng làm như vậy là độc ác với thú vật. Lòng yêu thú vật của họ bao la vô cùng. Tôi vừa đọc được một tin phát hành ngày 19/2/2018 trên báo *USA Today* cho biết Thụy Sĩ vừa ban hành một luật, có hiệu lực từ ngày 1 tháng 3 tới, cấm dân chúng giết tôm hùm bằng cách hấp sống trong nước sôi vì tôm hùm cũng biết đau. Luật đề nghị hai cách giết tôm hùm: hoặc dí điện hoặc cho vào nước muối rồi dùng dao đâm vào đầu tôm. Luật này nằm trong điều khoản căn bản đã được ghi trong hiến pháp Thụy Sĩ về "phẩm giá của súc vật" (*animal dignity*). Tôm hùm còn được hiến pháp bảo vệ, huống chi thứ thân cận với loài người là chó.

Dù tôm hùm hay chó, chúng đều là loài vật. Không biết khi tạo hóa sanh ra loài chó có cho chúng được ưu đãi nào không, chứ loài vật là thực phẩm của nhau. Cá lớn nuốt cá bé, loài thú lớn xực loài thú nhỏ, đó là định luật sinh tồn của các loài. Cứ đói cái bụng là tìm ăn. Con người được dựng nên là một loài khôn ngoan cai quản loài vật, biết săn bắn để phục vụ cái bao tử lép. Khi bao tử lép, cái miệng nằm trên cái đầu, chúng ta ăn trước khi suy nghĩ. Khi lũ chúng tôi bị xua vào trại tù cải tạo của cộng sản, dạ dày luôn lép kẹp, mắt mờ vì đói, chúng tôi ăn mọi con vật nhúc nhích được. Là những sĩ quan, công chức, cái đói làm chúng tôi hầu như quên quá khứ của mình. Những ngày đầu, đi lao động, còn có những chú rắn ẩn nấp trong bờ cỏ. Mỗi lần thấy rắn, chúng tôi vội hô hoán, đuổi theo, dùng xẻng cuốc đánh cho tới chết. Chẳng con rắn nào thoát khỏi cái đói của chúng tôi. Quẳng con rắn vào đống lửa nhúm lên từ cỏ khô, chúng tôi chia nhau ăn như những người tiền sử. Thời gian sau, rắn không còn, chúng tôi chơi tuốt, từ nhái, cóc cho tới con sâu cái kiến. Chuột cống thường ngày ghê tởm là vậy mà trong hoàn cảnh khốn cùng chúng tôi cũng không tha. Nói chi tới những chú chuột chù, chuột nhắt. Nằm ôm bụng trong lán, nhìn lên trần nhà lợp lá, thấy có bóng chuột chạy trên là chúng tôi hò nhau tóm cho bằng được. Trong cái khó ló cái khôn, có những ông Giám đốc, Chánh Sở, ngày xưa cổ cồn cà vạt, mặt nghiêm như thần, nay bỗng nở tay nghề vồ chuột nhanh chẳng kém chi mèo. Khi đó mà có một chú chó để…mộc tồn thì hết xảy!

Khi đói người ta có quyền làm mọi chuyện cho qua cơn đói. Chuyện một ông tòa xử vô tội một người đói quá phải ăn cắp một ổ bánh mì là chuyện đói loại…*mini.* Cái đói của thuyền nhân Việt Nam tỵ nạn cộng sản mới là cái đói trần thân. Cái đói cho người ta quyền sinh tồn bằng mọi giá. Lúc đó mà có thịt chó là phước bảy mươi đời. Ở đó mà đạo đức! Ngay thịt người, thuyền nhân cũng phải cho vào miệng. Chuyện ăn thịt người trên những chuyến vượt biên tỵ nạn cộng sản là chuyện có thật. Tôi chỉ đơn cử ra hai trường hợp. Trên chương trình *Newsnight* của đài BBC, bà Trịnh Tùng kể lại chuyến vượt biên hãi hùng năm 1988. Thuyền trôi dạt trên đại dương không còn lương thực. Bà Tùng kể: "Có một người, trước khi chết, bảo mọi người lấy thịt ông làm đồ ăn. Ông nói cứ ăn tôi đi. Thế là từ hôm đó, từ khoảnh khắc đó, chúng tôi ăn thịt người chết". Bà nghẹn giọng không muốn nhắc tới chuyện đau lòng này.

Trong một bài phỏng vấn của ký giả Thanh Quang với

chị Kim Chi, chuyện ăn thịt người lại được đề cập tới. Con tàu vượt biên xuất phát từ Sài Gòn vào năm 1978 chở theo hơn 100 người. Chỉ có 43 người đến được bến bờ tự do. Chị Kim Chi kể về chuyện thương tâm này: "Tại lúc đó đói quá thì có người trước chết họ mới nói là tại sao không ăn thịt người để sống. Thì người đó chết và người đó là người bị ăn đầu tiên để nuôi vợ và con họ được sống sót". Ký giả Thanh Quang hỏi trực tiếp chị Kim Chi: "Vậy chị có ăn thịt người do hoàn cảnh bắt buộc không?". Chị trả lời: "Có chớ!". Nói về cảm giác lần đầu tiên phải ăn thịt đồng loại, chị diễn tả: "Nói đúng ra thì cũng ghê chứ. Tại vì nói chung là trong lúc người ta đói quá thì hình như là người ta không còn lý trí nhiều để mà suy xét nữa". Nhưng bản năng sinh tồn thì vẫn còn. Chị Kim Chi cho biết tiếp: "Thì những người đó, nói chung là gia đình nào thì ăn thân nhân gia đình đó. Không phải là mình được ăn tùm lum đâu, tại vì không phải là ai cũng ăn được đâu. Đa số những người mà họ chết thì chỉ có gia đình dành xác đó mà ăn thôi, chớ không phải mạnh ai nấy ăn đâu. Không phải người ta chết mà mình đè ra mà ăn đâu. Gia đình không có người chết thì họ xin. Có nhiều phương pháp lắm: xin hay ăn cắp. Tại vì xác chết đâu phải như miếng đồ ăn mà cất vô tủ, mà xác chết chỉ nằm đó, sau một đêm nhiều khi mình ngủ dậy thì họ ăn cắp hết rồi!".

Viết tới đây, vẫn còn tết, vạn vật vẫn xuân, xuân Mậu Tuất. Chuyện con chó quay về làm bá chủ năm nay tưởng là chuyện quay vòng thường tình của thời gian nhưng dính vào thế vận hội mùa đông tổ chức tại Pyeongchang, Đại Hàn, chuyện chó bỗng quay ra chuyện chó chết. Tôi dại dột theo dòng bút mực, mở thêm ra chuyện người chết. Vậy là hết chuyện chó. Chó chết hết chuyện, âu cũng là thường tình!

02/2018

VÔ

Trời sắp sang xuân, nhiệt độ đã chịu xuống thang, nhưng cô nàng tuyết vẫn cứ luyến lưu không chịu rời gót…tuyết. Làm như bàn dân thiên hạ quý hóa nắm áo không cho đi. Chúng ta có lễ giải sao, sao không thấy có lễ giải tuyết hè!

Tuyết có nghĩa là đường xá nhơ nhớp, ướt át, trơn trượt. Hè đường càng nhớp nhúa hơn. Khổ cho những người sống vất vưởng trên lề đường. Người ta gọi đó là những người vô gia cư. Trời mùa đông ở Montreal lạnh thấu xương, nằm trong chăn êm sưởi ấm, còn cảm thấy cái lạnh. Những người vô gia cư, màn trời chiếu đất, cái lạnh chắc thấm vào xương tủy. Tôi chỉ mới tưởng tượng ra như vậy đã thấy cái rét ơn ớn trong người. Từ tưởng tượng tới thực tế chắc có một khoảng cách không gần. Những người trẻ họ không phí thời giờ tưởng tượng như vậy. Họ nhào vào thực tế.

Hàng năm, cứ vào khoảng trung tuần tháng 3, sinh viên tại các trường Đại Học tại Montreal lại hẹn nhau ra ngủ 5 đêm với những người vô gia cư. Họ vừa muốn chia sự rét mướt với những người "đầu đường xó chợ" vừa muốn thu được chút tiền để giúp đỡ những người này. Anh Josh Redler, sinh viên trường Đại học Concordia, là một trong những sinh viên này. Anh tham gia chiến dịch "ngủ đường" từ năm 2007 đến năm 2015. Tám năm, 40 đêm màn trời chiếu đất, anh có nhiều kỷ niệm với những đêm ngủ đường. Tiếc là anh không quen viết nên anh không ghi lại những cảm nghĩ của anh về những kinh nghiệm quý báu này. Trong một bài báo, anh chỉ viết: "Phải nói ngay là tôi chưa bao giờ thực sự là một kẻ vô gia cư, nhưng tôi đã có lần tạm thời từ bỏ tất cả các tiện nghi để coi xem ngủ đường nó như thế nào. Tôi đã biết người ta cảm thấy thế nào khi không có tiền trong túi, không có một chốn nương thân, không thay áo quần và không biết bữa ăn tới mình sẽ có chi ăn không…Tôi đã cảm được những thăng trầm trong 40 ngày đêm trên đường phố Montreal, những giây phút cảm thấy mình như vô hình và cô đơn trước hàng trăm bộ hành bước ngang qua".

Anh Josh Redler năm nay đã thuộc loại…già, không còn là sinh viên nữa nên đã chấm dứt phần của anh. Những sinh viên nối tiếp của các trường Đại học ở Montreal, tiếp tục "truyền thống", đã bắt đầu…vô gia cư vào đêm thứ hai ngày 12/3/2018 vừa qua. Đêm đầu tiên họ ngủ ở góc đường Mackay và De Maisonneuve. Sinh viên Sebastian Molina cho biết: "Phong trào đã lan sang toàn Canada. Sinh viên toàn quốc đều muốn trải qua kinh nghiệm của người vô gia cư đồng thời quyên tiền giúp họ. Chúng tôi chỉ được ăn những gì người ta cho!".

Không hài lòng với những chia sẻ thiếu hụt của các sinh viên, tôi tìm tới một ký giả. Ký giả chắc chắn sẽ cung cấp cho chúng ta những cảm nghĩ đầy đủ hơn. Đó là ký giả của báo New York Times, ông William James, mới năm ngoái, cũng vào tháng ba, anh James cải trang thành một cái bang thực thụ để sinh hoạt với dân lề phố. Nơi anh hành nghề là thành phố Miami, tiểu bang Florida nắng ấm. Vậy là không có cái rét mướt của mùa đông nhưng cũng chẳng sao. Quần áo rách rưới, anh còn "trang bị" thêm một cái chân què cho thêm phần bi thảm. Vừa lê lết tới đám vô gia cư bên đường phố, một người đã đưa cho anh cây gậy gỗ và nói: "Người anh em, hãy cầm lấy nó, như thế sẽ thuận tiện hơn nhiều!". James đón cây gậy, cám ơn. Tay anh còn đang ve vuốt cây gậy tình nghĩa thì người cho gậy đã vội lướt đi trước mặt anh. Cái dáng lê lết làm lòng anh như bị thiêu đốt: ông ta đi cà nhắc! Chính ông ta cần gậy hơn anh. Chưa bao giờ anh cảm thấy sự lừa dối của anh lại mang tới cho anh sự dằn vặt đến vậy. Nhưng lỡ rồi, đã vào vai diễn, màn sân khấu đã vén lên, anh đành theo kịch bản. Một người khác dẫn anh tới chỉ cho chỗ nào có các thùng rác của các siêu thị để anh đi moi thực phẩm và đồ phế thải. Họ còn truyền kinh nghiệm những nơi nào béo bở nhất, lượm giờ nào tốt nhất, để anh đỡ vất vả trong việc mưu sinh.

Trong một lần James đang lui cui moi thùng rác, một thanh niên da đen đã bước tới, cười tươi nhe hàm răng trắng bóng, vỗ nhẹ lên vai anh, giúi cho anh một bao phế liệu và nói: "Này người anh em, hãy vô nghỉ ngơi đi, tặng anh túi đồ phế liệu này cho anh đỡ mất công". Anh ngạc nhiên đến không nói được. Phải một lúc lâu sau, anh mới thốt nên lời: "Cám ơn anh, nhưng đâu có được. Anh phải vất vả lắm mới có được túi phế liệu này". Anh da đen vội nói: "Tôi dễ dàng hơn anh một chút!". Và tất tả bỏ đi.

Buổi trưa, bụng đói, anh được một người đàn ông còng lưng đưa cho hai ổ bánh mì mới: "Này người anh em, hãy ăn đi". James hỏi lại: "Anh cho tôi, còn anh lấy chi ăn?". Câu trả lời quen thuộc: "Tôi dễ dàng hơn cậu một chút!". Cầm trong tay hai ổ bánh mì, anh James ứa nước mắt.

Tối, anh cùng đám đông ngủ dưới chân cầu. Một người nói: "Này người anh em, hãy đến ngủ ở chỗ tôi, nơi đó thoải mái hơn một chút". Anh ngần ngại hỏi lại: "Vậy ông ngủ ở đâu?". Một nụ cười kèm với câu quen thuộc: "Tôi dễ dàng hơn cậu một chút!".

Có đầy tình người trong đám người khốn cùng này. Sao họ có thể đối xử với nhau như vậy được? Đúng ra họ phải tranh dành nhau vì chỉ một chút tiện nghi hơn, một chút thực phẩm hơn, đều là những vất vả mới có được. Anh nán lại với họ tới nửa năm và viết một loạt bài về những người ở dưới đáy xã hội này. Bài báo trên tờ New York Times mang tên: *"Tôi dễ dàng hơn cậu một chút!"*. Loạt bài đã làm chấn động độc giả của tờ báo danh tiếng này. James viết: *"Tôi dễ dàng hơn cậu một chút", là câu nói kỳ lạ nhất lưu truyền trong những người vô gia cư, câu nói kỳ lạ nhất mà tôi từng được nghe thấy trong đời, bởi vì mỗi khi nó được thốt ra từ một người vô gia cư tàn tật, rách nát mà với tôi là không thể nào khốn khó hơn được nữa, nó bỗng biến thành một sức mạnh cảm hoá mãnh liệt khiến hết thảy những quan niệm cố hữu về người khác, sự lạnh nhạt, vô tình, sự hãnh tiến và ích kỉ của một người ở tầng lớp trên như tôi tan biến. Nó cho tôi một thứ niềm tin về cuộc sống mà tôi chưa bao giờ cảm thấy khi đến những toà nhà tráng lệ nhất New York, giữa những chính khách, nhà tài phiệt, hay những ngôi sao trên đỉnh cao thế giới. Và chúng ta, những con người chắc chắn giàu có hơn rất nhiều những người vô gia cư khốn khổ, lại thường là những kẻ kêu ca than phiền về số phận nhiều nhất. Thực ra cuộc đời sẽ đơn giản và hạnh phúc hơn rất nhiều nếu chúng ta có thể nói "Tôi dễ dàng hơn cậu một chút" với bất kì ai đó mà bạn gặp trên đường đời. Bởi vì, như những người vô gia cư kia, bạn luôn có thể nói câu nói đầy cảm hứng đó ngay cả khi bạn không có gì cả, ngoài... một trái tim".*

Con mắt của chúng ta là một con mắt khiếm khuyết, nhiều người trong chúng ta nhìn những người lê la trên hè phố như những đống rẻ rách lôi thôi và hôi hám. Thực ra họ là những người trọng nghĩa khinh tài. Hoàn cảnh đã xô họ vào một cuộc sống bất như ý nhưng họ có tinh thần "cái bang" trong những truyện chưởng. Nhiều người trong chúng ta đã nhìn ra được cái phần "người" trong họ và đối đãi với họ trong tình người.

Những ngày đầu năm nay, Montreal chúng tôi thương tiếc một người đi. Đó là Linh Mục Emmett Johns, người được dân hè phố yêu mến và đặt cho danh hiệu "Pops". Pops là một từ thân thương chỉ người cha, chẳng biết dịch sao cho sát, tôi lười biếng dùng một từ cũ: "bố già"! Ông mất vào tuổi 89. Năm 60 tuổi, thôi coi giáo xứ St. John Fisher ở Pointe Claire, ông nhào vào đám thanh niên hè phố để giúp đỡ họ.

Chuyện đời ông cha không giống ai này lắm nỗi truân chuyên. Sau khi học xong trung học, ông muốn làm thừa sai đi giảng đạo tại Trung Hoa. Ông theo học được bốn năm nơi Hội Thừa Sai tại Scarborough thì bị đuổi. Ông trở về nơi chôn nhau cắt rốn là thành phố Montreal và xin vào Đại Chủng Viện. Năm 1952, ông được thụ phong linh mục. Ông được bổ đi phụ trách các xứ đạo quanh quẩn tại Montreal và vùng phụ cận. Cuộc đời của một ông cha nhiều trăn trở như ông đã khiến ông nhiều lần phải vào bệnh viện chữa bệnh trầm cảm. Có điều vui vui là ông cha này từng lái máy bay và có máy bay riêng. Đó là một chiếc Cessna 182. Ông giữ được chiếc máy bay này trong 16 năm cho tới khi ông lập hội *"Le Bon Dieu Dans La Rue",* Chúa lòng lành trên đường phố. Với số tiền bán máy bay, vay mượn thêm 10 ngàn đô, ông mua một chiếc xe *van,* đêm đêm lái rảo quanh các đường phố. Ông đã thực hiện đúng câu Phúc Âm của thánh Matthew: "Bất cứ điều chi con làm cho một trong những anh chị em khốn khó nhất của ta, tức là con đã làm cho ta".

Trên xe là cà phê nóng và *hotdog*. Ông dừng xe, cho họ ăn uống và trò chuyện với họ, tìm cách giúp đỡ những người tự nguyện muốn thoát ra khỏi đường phố để có một đời sống xứng đáng hơn. Năm 1993 ông mở một nhà tạm trú cho đám thanh niên này. Bốn năm sau, năm 1997, ông mở thêm một trung tâm khác tại đường Ontario. Tại đây có các lớp học chữ, tư vấn, âm nhạc, nghệ thuật, tìm việc làm. Các tiện nghi như nhà ăn, phòng tắm, phòng giặt và các hoạt động thể thao và giáo dục cũng có đầy đủ.

Tang lễ của ông rất cảm động. Ngoài các chức sắc của tỉnh bang Quebec và thành phố Montreal cổ cồn cà vạt nghiêm trang, còn có các dân bụi đời, các em chịu ơn ông ngày xưa nay đã khôn lớn. Trang phục của họ rất thoải mái, nhiều người còn có những vết xâm hoặc những vòng đeo trên khắp thân thể. Họ có một điểm chung: nước mắt khóc thương cho người "bố già" đáng mến của họ. Cha Francois Lehmann, người bạn 50 năm của ông, đã phát biểu trong tang lễ: "Sức mạnh của tình yêu được thể hiện trong sáng hôm nay: tụ tập trong nhà thờ này, chúng ta thấy những bộ đồ lớn và cà-vạt, và rất nhiều người khác với những mái tóc đủ màu và những vòng đeo đây đó trên người. Đó là tình yêu: mang mọi người về một mối".

Tình yêu của cha Johns được các bạn trẻ bùi ngùi nhắc lại. Cô Talasia nói qua nước mắt: "Cha đã cứu đời tôi! Cha trả tiền thuê nhà cho tôi nhiều lần. Khi có tiền, tôi muốn hoàn lại, cha hỏi: "Bộ con muốn hạ nhục cha à?" Cha cho tôi một gia đình. Cha cho tôi một mục đích sống. Cha nâng tôi dậy. Cha thật tuyệt vời!".

Olin Sobarzo Steinman, 27 tuổi, nhắc lại chuyện mười năm trước: "Tôi bắt đầu tới với cha vào năm 17 tuổi. Chưa bao giờ tôi nói lời cám ơn cho riêng tôi. Nhưng cho thế hệ chúng tôi đã nhận được sự cứu giúp của cha, tôi muốn nói lời cám ơn, cho mọi người. Tôi biết chúng tôi sẽ không có mặt ở đây hôm nay nếu không vì ông cha này!".

John Rice, 23 tuổi, cho biết anh đã giã từ được cuộc sống

hè phố nhờ cha Johns. "Thập niên 1980, khi không ai nghĩ tới những thanh thiếu niên hè phố, cha đã đơn thân giúp chúng tôi. Ngay bây giờ cha đã ra đi, chúng tôi vẫn có những sự giúp đỡ mà cha đã xây dựng được. Cha đã làm tất cả trong khi chẳng ai đoái hoài tới chúng tôi".

Cuộc sống của Ashley Smith đổ vỡ hoàn toàn vào năm 2006. Cô bỏ hai con ở Alberta, tới Montreal sống đời vô gia cư. Trong một năm trời lăn lộn với những bất trắc, cô nghiện ma túy. Cô gặp cha Johns khi chiếc xe *van* của cha ngừng lại nơi cô ngủ. Cha khuyên cô trở về với con vì hai đứa trẻ cần mẹ. Cha cung cấp vé xe đò và cho cô tiền nuôi con. Cha thuyết phục cô bằng một giọng cương quyết và cứng rắn nhưng cũng rất dịu dàng và yêu thương. Ngày nay, đã 35 tuổi, cô có một cửa hàng nhỏ và nuôi dậy hai con đã tới tuổi *teen*. "Nếu không có cha, tôi đã chết cóng ở Montreal. Tôi đã không có mặt tại đây. Cha thật tuyệt vời với trái tim vàng".

Ông cha chịu chơi này không từ nan một chuyện gì nếu có thể giúp được đám thanh thiếu niên bị đời vứt ra đường phố kể cả việc cung cấp bao cao su cho các thanh niên. Có lần, nhân viên an ninh phi trường tìm thấy bao cao su trong túi quần của cha. Họ ngơ ngác nhìn cha vì lúc đó cha đeo miếng nhựa trắng ở cổ áo. Chắc họ tưởng ông cha này là cha tầm bậy! Mặc con mắt của người đời, cha phớt lờ nếu họ không hiểu cuộc sống của cha. Trong mắt cha chỉ có những cuộc sống bất hạnh là đáng kể. Nhiều người tới dự đám tang cha còn nhớ như in không khí gia đình ấm cúng trong chiếc xe *van* của cha. Họ chia nhau *hotdog*, cà phê nóng, thuốc lá và những chiếc vé *metro*. Năm nay đã 40 tuổi, anh Montigny ngậm ngùi nói: "Ông không bao giờ để cho bạn tuyệt vọng. Nếu bạn ngã xuống, ông luôn có mặt để nâng bạn dậy. Ông không ngừng tin nơi tôi. Lúc mọi người đóng cửa, cánh cửa của ông luôn mở rộng".

Cha Johns là người tiên phong và nhiệt tình nhất trong việc cứu giúp những người vô gia cư. Họ là những người có cuộc sống bị gẫy đổ và buông xuôi theo thất vọng. Muốn giúp họ làm lại cuộc đời, cần hiểu và thông cảm với họ. Họ không cần của bố thí nhưng cần một bàn tay nhấc họ ra khỏi đống bùn họ đang ngụp lặn.

Chiếc xe *van* tình nghĩa của cha Johns ngày nay vẫn được các hội viên của tổ chức *Dans La Rue* tiếp tục điều hành. Tổ chức giúp người vô gia cư Old Brewery Mission cũng đã có một xe buýt hoạt động trên đường phố. Trên xe chất đầy quần áo, cà phê và bánh trái. Người vô gia cư có thể lên xe bất cứ chỗ nào và muốn tới đâu cũng được. Thường xe buýt giới thiệu những nơi tạm trú khi trời mùa đông quá lạnh lẽo. Họ được đối xử một cách tương kính với tình người. Khi họ tìm lại được sự tự trọng và khả năng của họ, cộng với bàn tay nâng đỡ của những người thiện tâm, họ sẽ rời đường phố, trở lại cuộc sống bình thường.

Bàn tay nâng đỡ đó bắt đầu từ cha Emmett Johns nay đã có nhiều bàn tay tiếp nối khác.

03/2018

XÍ

Xí là nơi mọi người đều bình đẳng, già trẻ lớn bé, nam nữ hay…trung lập, thánh nhân hay thường nhân. Cứ khi thiên nhiên réo gọi là chạy vô liền một khi. Tiếng Hán gọi là "xí sở", người miền Bắc chúng tôi gọi là nhà xí. Chẳng biết chữ "xí' này có họ hàng chi với chữ "xấu xí" không nhưng chỗ này phải giấu giếm kỹ lưỡng. Ngày xưa, đồng không mông quạnh, đâu cũng là xí. Khi chung quanh chúng ta chỉ có người và người, xí mới được vào nhà. Bên này thì xí lân la vào chung với phòng khách phòng ngủ. Bên Việt Nam, tuy vào nhà nhưng phải nằm xa khu nhà ở, chắc vì xí bị coi là dơ dáy bẩn thỉu.

Montreal chúng tôi đang có tranh cãi về xí sở. Thành phố khởi công làm một nhà vệ sinh công cộng tại khu tưởng niệm Tôn Dật Tiên ở trung tâm phố tầu. Dân…các chú địa phương phản đối dữ dội vì cho đó là bất kính với bậc anh hùng của Trung Hoa. Vậy là cái xí sở vẫn bị coi là dơ dáy bẩn thỉu. Bởi vì nó hứng nhận những thứ dậy mùi ở thể lỏng và thể rắn từ cơ thể tuôn ra. Nhưng nhà vệ sinh đang xây cất là loại tự làm sạch bảo đảm không để lại mùi vị chi.

Nhà vệ sinh bị con dân của Tôn Dật Tiên la ó là một trong số 13 nhà vệ sinh loại văn minh tự làm sạch đang được xây cất tại khu *downtown* cho dân chúng và nhất là du khách có chỗ xả xú bắp. Ba cái vừa được bà Đô Trưởng Valerie Plante khánh thành. Bà tiếp cận với xí sở mà chẳng cần bịt mũi. Bà phát biểu trong buổi lễ: "Là một người mẹ, tôi thường phải mua một chai nước ngọt khi đi chơi với con để chúng có chỗ đi tiểu…Tôi mời mỗi người dân Montreal dùng thử các cầu tiêu công cộng này". Báo chí cắc cớ hỏi bà đã dùng thử chưa, bà trả lời: "Chưa, nhưng khi cần tôi cũng sẽ dùng!".

Bà này biết lo xa hơn ông Phó Chủ Tịch Hội Đồng thành phố South Lanarkshire bên Tô Cách Lan. Ông này tên Jackie Burns. Tháng 11 năm 2015, ông ủng hộ việc đóng cửa các nhà vệ sinh công cộng để tiết kiệm ngân sách, một quyết định bị các công dân trong thành phố cực lực chống đối. Cái tội bủn xỉn của ông đã hại ông. Ông đã bị phú lít thổi còi vì tội đái đường khi đang đứng chờ *taxi*! Và ông phải nộp phạt 60 đô. Số tiền này không phải là chuyện lớn. Ông móc bóp chi liền. Nhưng cái đuôi của nó rất lê thê. Ông phải lên tiếng xin lỗi vì mặt lớn mà vén quần giữa đường giữa xá, coi sao đặng. Cũng chưa xong. Dư luận bịt mũi cười ông. Một nghị viên thành phố chọc quê: "Tôi cam đoan hội đồng thành phố sẽ mỉa mai nhiều về nỗ lực tranh đấu chống nhà vệ sinh công cộng của ông Burns, những thứ mà ông ấy cho rằng chúng ta không cần đến". Một ông nghị khác ngoáy thêm vào vết thương của ông Jackie Burns: "Bây giờ chắc ông ấy đã phải ân hận nhiều". Ân hận chứ sao không. Tương lai chính trị của ông đã tàn theo dòng nước chảy ra không đúng chỗ.

Tôi cũng thiệt ân hận vì chậm lụt nên không giúp chi được ông. Phải chi tôi nhận được cái *e-mail* này ba năm trước! *E-mail* của một ông bạn gửi chung cho tất cả bạn bè ngang tuổi ông có nội dung như sau: "*Các anh thân, ở lứa tuổi như tôi hiện nay, một trong những bệnh dễ mắc là "đái đường". Mấy chữ này hoàn toàn hiểu theo nghĩa bình dân là "mắc đái ngoài đường". Đã nhiều lần ngồi lái xe tôi phải gồng mình, cố nín, mắt nhớn nhác nhìn hai bên đường, mong thấy một cây xăng hay một tiệm Mc Donald. Đôi khi từ xa lộ phải chạy thẳng về nhà. Lúc xe dừng mới là gay cấn nhất. Lúc đó làm như cái bàng quang biết là tôi đang ở đâu, nên càng thúc mạnh. Chỉ còn nước cắm đầu chạy vào buồng tắm. Có khi kịp, có khi....không !!! Nhưng từ nay tôi đã có cách giải quyết, học được từ một anh bạn. Đó là thủ trong xe mấy cái túi có tên là* "male urinal bag", *bán tại CVS. Túi này bằng* plastic, *bên trong có một tờ "giấy thấm" có tác dụng hút hết nước tiểu khi được "rót" vào. Trong tích tắc, tờ giấy thấm sẽ làm nước tiểu đặc quánh lại, chuyển từ thể lỏng sang thể đặc (*gel*). Với cái túi này, nếu đang lái xe, tôi chỉ cần dừng xe ở một chỗ khuất, kéo* zipper *xuống, kê cái túi vào, xả bầu tâm sự. Trong khi cánh tay trái vẫn gác trên thành cửa, mắt nhìn người qua lại, tỉnh bơ như không có chuyện gì xảy ra. Xong xuôi, kéo dây thắt* *miệng túi lại, chất lỏng biến thành* gel, *không sợ đổ, không sợ rò rỉ. Nếu ngồi ghế* passenger's side *thì mọi chuyện có thể tiến hành trong lúc xe vẫn chạy, khỏi cần tìm chỗ khuất dừng xe. Chưa có dịp thí nghiệm, nhưng chỉ nghĩ đến cách giải quyết đó thôi, tôi đã thấy sảng khoái biết là chừng nào! Do đó hôm qua tôi đã tới CVS mua hai hộp"*. Ông bạn còn cẩn thận cho chi tiết: khi CVS bán *sale* thì giá chỉ có 14.99 đô một hộp 12 cái, mua hộp thứ nhì giảm nửa tiền! Vậy là yên chí lớn. Chỉ cho các ông. Thời buổi phong trào #*MeToo* đang được mùa, người ta phải nghĩ tới chuyện tạo bình đẳng cho các bà. Các ông bắc vòi, các bà lấy chi mà bắc? Một ông bạn tôi nhìn hình hộp bao, phán: "Người ta đã in rõ trên túi là "*male urinal bag*", ăn thua chi tới các bà!". Nói như vậy là nói quàng. Chuyện chi cũng phải có hai ta. Các thương gia là những người đầy sáng kiến. Họ đã bán ra thị trường những cái phễu, người miền Trung gọi là cái quặng, cho các bà dùng. Giá rất mềm: 1 đô 3 cái. Họ còn cẩn thận sản xuất ra ba kích cỡ có đường kính 14 cm, 12 cm và 10,16 cm cho đúng…chỉ số. Còn đo như thế nào, đó không phải chuyện của tôi!

Chuyện đo đạc chắc phải là một chuyện cần cái nên bà Eva Tinter ở bên Đức đã cứu bồ. Bà chế ra cái túi tương tự như của các ông nhưng phần miệng túi lại đặc biệt dành cho các bà. Chẳng cần đo đạc chi. Cứ miệng túi vừa miệng người. Các bà cứ nhét chiếc túi thần này trong bóp chẳng khó khăn chi vì khi gấp lại chiếc túi chỉ nhỏ bằng một thanh chocolat. Khi mở nó bung ra như một chiếc lá trông vừa thẩm mỹ vừa tiện lợi. Bà Eva Tinter nói với phóng viên báo *Der Spiegel*:

"Túi có thể được sử dụng trong xe hơi, hoặc khi muốn tránh dùng những *toilet* công cộng bẩn thỉu hay tại những *festival* ngoài trời khi bạn không muốn xếp hàng. Bạn có thể chỉ cần đứng sau nhà vệ sinh và mở túi ra. Hơn nữa, nó không hề gây hại cho môi trường. Bạn hãy tin là không có loại sản phẩm nào tiện dụng như thế này đâu".

Tôi nghĩ đây là phiên bản văn minh hơn của cái tã. Nhiều ông bạn tôi, sau khi mổ *prostate* đã trở lại thời nhỏ dại nai nịt chặt chẽ mỗi khi ra đường. Như vậy là an tâm. Lúc nào muốn nhỉ nhả cứ tự nhiên như ở nhà. Nhưng cái tã có một khuyết điểm: nó không cản được mùi như cái túi…thần mà ông bạn tôi giới thiệu. Vậy nên rất chi là phiền phức cho cái mũi của người bên cạnh. Các bà tuy không có *prostate* để cắt mổ nhưng cũng có nhiều trường hợp nước rỉ ra tự do. Thường mấy bà sanh nhiều hay bị chứng ti tỉ này. Càng sanh nhiều càng có nhiều rủi ro bị, nhất là các bà trong tuổi mãn kinh. Chứng són này có nhiều *category* khác nhau. Có bà cứ cười là rỉ nước. Cô giáo Thủy ở Bình Dương, 53 tuổi, cứ giảng bài to tiếng một chút là bài giảng trở nên ướt át. Có bà cứ hắt hơi là có phản ứng phụ. Bệnh són này khiến các bà mắc cở, không nói với ai dù với chồng, lâu ngày chày tháng bệnh càng nặng. Bác sĩ Nguyễn Ngọc Tiến, Trưởng khoa Tiết Niệu bệnh viện Việt Pháp tại Sài Gòn, từng điều trị tới 200 trường hợp són, rất thông cảm với các bà: "Không ít người cắn răng chịu đựng trong nhiều năm. Nhiều người đến khám khi bệnh đã quá nặng, cơ quan sinh dục ngoài do ẩm ướt lâu ngày đã nhiễm trùng nghiêm trọng. Phần lớn họ đến bệnh viện muộn là do ngượng hoặc đi khám nhưng không tìm được nguyên nhân". Bác sĩ Nguyễn văn Nhàn, chuyên gia niệu động học, đã có 30 năm kinh nghiệm điều trị bệnh này tại Pháp, cho biết có khoảng 40% phụ nữ trên thế giới bị són tiểu. Phần lớn khi bệnh nhân tới với ông thì bệnh đã nặng vì mắc cở. Ông nói: "Đây là phản ứng rất tiêu cực vì bệnh hoàn toàn có thể chữa được". Bệnh viện ngày nay có thể đo theo niệu động lực học gồm việc kiểm tra áp lực bàng quang, cổ bàng quang và áp lực cơ vòng niệu đạo, khả năng, mức độ kiểm soát tiểu. "Phương pháp chữa hiện nay là bác sĩ sẽ dùng một dải băng tổng hợp đặt dưới niệu đạo nhằm tạo ra điểm tựa vững chắc thay cho các cơ vòng đã yếu để ngăn nước tiểu rỉ ra. Tuy nhiên phát hiện và điều trị sớm vẫn là tốt nhất". Nếu được điều trị sớm, bệnh nhân không cần phải phẫu thuật mà chỉ cần tập vật lý trị liệu.

Són tiểu tuy khó chịu nhưng không nguy hiểm chi. Chỉ tốn tiền. Cũng may là tiền của …tư bản! Ngày 25/2/2016, ông Mike Feinberg thượng ghế hạng nhất trên một chuyến bay nội địa của hãng hàng không American Airlines. Sau khi bay được một tiếng, ông Feinberg cảm thấy dưới quần ướt dần. Chẳng lẽ mình lại đái dầm, ông băn khoăn. Ông bình tĩnh nghe ngóng. Phần dưới của ông không có biểu hiện sự bất thường chi. Nhưng mũi ông ngửi thấy mùi khai. Ông gọi tiếp viên tới coi chuyện chi xảy ra. Loay hoay một hồi, tiếp viên mới nhận thấy chiếc ghế ông ngồi đẫm nước tiểu. Ông được cung cấp ngay một túi nhựa lót trên ghế và một cái mền để chữa…lụt. Sau khi máy bay hạ cánh, ông được đưa khẩn cấp tới phòng tắm, được cung cấp một bộ đồ mới và được tặng một phiếu mua hàng trị giá 200 đô. Lý do bàn tọa ông bị ướt vì trong chuyến bay trước, người hành khách ngồi ghế này đã són hơi kỹ. Toán dọn vệ sinh chỉ có nhiệm vụ dọn rác trên ghế, sàn nhà và túi trên lưng ghế. Họ không biết có vụ ghế ướt. Nếu biết trước thì đã thay nệm ghế ngay. Ông Mike Feinberg không cần biết lỗi tại ai nhưng dựa vào cái mông ướt nước tiểu, ông đòi bồi thường thỏa đáng. Cuối cùng American Airlines phải đền thêm một ngàn đô cộng với 500 đô tiền bộ quần áo ông mặc khi lên máy bay.

Nín tiểu lại là chuyện khác, chuyện mạng vong! Tôi nhớ mang máng ngày trước báo chí trong nước đã đăng trường hợp một cô dâu ở miền Trung đột tử trên đường rước dâu về nhà chồng. Cuộc rước dâu từ thành phố này tới thành phố khác bằng xe hơi tốn nhiều thời gian, cô dâu óc ách trong bụng nhưng vì mắc cở không dám nói. Nhịn cố tới khi ngất xỉu và đột tử luôn. Một cô gái Việt Nam khác mới đây cũng ra đi vì nín tè. Chuyện được báo chí Nhật đưa tin vào ngày 2/6/2017. Cô Trịnh Xuân Sáu, 22 tuổi, là du sinh Việt Nam tại Tokyo. Cô có thói quen nín tè. Ban đêm, trong giấc ngủ, dù muốn tè cô đều nhịn chờ tới sáng mới…giải tỏa. Sáng ngày định mệnh, cô bước vào phòng vệ sinh và bị đột tử nằm chết ngay tức khắc. Người bạn cùng phòng đi mua đồ ăn sáng trở về, chờ mãi không thấy cô Sáu ra, vội mở cửa phòng tắm, thấy cô nằm bất tỉnh trong bộ đồ ngủ. Cô được đưa khẩn cấp vào bệnh viện của Đại Học Keio nhưng đã quá muộn. Tim đã ngừng đập. Bác sĩ chẩn bệnh cho biết do nhịn tiểu tiện quá lâu nên khi bài tiết làm hệ thần kinh hưng phấn dẫn đến huyết áp tăng, tim đập nhanh, lượng oxy tiêu hóa gia tăng. Kết quả người bệnh dễ bị xuất huyết não hoặc nhồi máu cơ tim, dẫn tới đột tử.

Cái chết vì nín tiểu của cô Trịnh Xuân Sáu không do lỗi của cái xí sở. Nó vô can. Nhưng chuyện đau buồn này làm nổi bật sự cần thiết của nhà xí. Nín tiểu là nguy to. Ở trong nhà hay ngoài đường, lúc nào cơ thể lên tiếng là phải răm rắp tuân theo ngay. Vậy nên hoan hô bà Đô Trưởng Montreal Valeria Plante một phát.

Chúng ta sống trong một hoàn cảnh bình thường. Cuộc sống cứ đều đặn trôi qua, ngày nay cũng như ngày mai. Trong nhà vẫn có sẵn cái xí sở, cần là chạy vô. Nhưng nếu chúng ta ở Nhật chẳng hạn, cái xứ đất cát hay di chuyển, không động đất thì cũng sóng thần, chuyện lại khác. Lúc mọi thứ đều lộn xộn, tung tóe, lấy đâu cái nhà vệ sinh vững vàng ở trong nhà. Khổ cái là ruột gan con người không cần biết tới những gì xảy ra ở bên ngoài, nên nó cứ đúng hẹn lại lên, quằn quại đòi tống khứ chất thừa ra ngoài. Vậy nên phải tính.

Năm 2011, sau thảm họa sóng thần, công ty Excelsior của Nhật đã trình làng cái "*Ho!Toilet*". Đó là một chiếc túi màu xanh bên trong có các viên thuốc hòa tan khử mùi. Chắc nó cũng tương tự như chiếc túi bán ở CVS mà ông bạn tôi đã giới thiệu. Chỉ khác một chút, chắc là nhuốm tinh thần dè dặt Á đông, nên đi kèm theo túi là một cái áo choàng tương tự như cái *poncho*, màu đen, để che chắn khi làm bổn phận với thiên nhiên.

Sản phẩm của Excelsior được coi là tiện dụng nhưng các em học sinh Nhật Bổn chưa ưng ý. Sau thảm họa sóng thần vào năm 2011, trường lớp có giờ dậy các em về tai hại do sóng thần gây ra và các hoạt động ứng phó sau thảm họa.

Hai em học sinh trường Awa ở quận Tokushima tên là Hikari Abe và Keina Nijo, đều 16 tuổi, rất lo ngại cho sự lây lan của bệnh truyền nhiễm và vấn nạn cơ thể thiếu nước do sợ đi tiểu nên nhịn uống. Hai em đã sáng chế ra một loại bồn cầu di động mang tên "*toilet* khẩn cấp". *Toilet* này có hình dáng và kích cỡ tương đương với một bồn cầu bình thường, theo kiểu ngồi Tây phương, tiện lợi cho người già hoặc tàn tật, cấu tạo bằng bìa cứng dễ xếp lại, có thể mang theo người. Bên trong *toilet* có một tấm hút nước đặt trong một chiếc túi nhựa để thấm dung dịch chất thải, bao quanh là một chiếc túi làm từ những chất khử mùi. Ngày 25/3/2015, tại thành phố Sendai từng bị thảm họa động đất, hai em đã nộp dự án "*toilet* khẩn cấp". Mô hình đã được khen ngợi vì tiện dụng và vệ sinh.

Thời buổi người nào cũng có điện thoại di động hiện nay, muốn chi cứ bấm máygọi là tới. Muốn *pizza*, cơm canh, *taxi* hay *uber*, ới là có liền. Nếu muốn ới một chiếc *toilet* trong lúc đang ở ngoài đường có được không? Được quá đi chứ! Nếu bạn ở New York. Hãng giấy vệ sinh Charmin vừa thử nghiệm dịch vụ mang tên *Van-Go* "trực tiếp phái ngay một xe vệ sinh siêu sạch, hoàn toàn riêng tư" tới khách hàng. Phó Giám Đốc của Charmin, bà Janette Yauch, giải thích: "Chúng tôi muốn mang đến cho khách hàng không chỉ cuốn giấy vệ sinh mà còn những thứ không ngờ khác". Đây mới chỉ là một thử nghiệm diễn ra trong hai ngày tại một số khu phố của New York chứ chưa có thường xuyên. Ký giả Brett Williams của trang Mashable đã thử dịch vụ này và viết: "Một khi bạn có thể yêu cầu cả một nhà vệ sinh cá nhân bằng cách gọi qua *smartphone* thì bạn sẽ chẳng bao giờ muốn trở lại cuộc sống cũ nữa".

Tôi vốn khoái cái chi mới nên mê anh Charmin *uber* này liền. "Alô, mang đến gấp cho tôi một *Van-Go*!". Chết bà! Không biết có kịp không!

05/2018

ZIPPO

Trong bốn ngày, từ 5 đến 9 tháng 3 vừa qua, hàng không mẫu hạm USS Carl Vinson đã có mặt tại cửa biển Đà Nẵng. Dân Việt đã thích thú với cuộc trở lại của người Mỹ đúng nơi thủy quân lục chiến Mỹ đã đổ bộ xuống đánh dấu cuộc can thiệp của lực lượng chiến đấu Mỹ vào chiến tranh Việt Nam. Đó là vào ngày 8 tháng 3 năm 1965. Thời gian cách nhau 53 năm nên chuyện cũng không giống nhau. Năm 1965, lính Mỹ đổ bộ xuống trong khuôn khổ chiến dịch *Red Beach Two,* bằng những chiếc tàu đổ bộ với những chiến binh Mỹ súng ống bề bộn như cuộc đổ bộ lên bãi biển Normandie vào năm 1944, đánh dấu sự tham chiến của Mỹ chống phát xít Đức trong Thế Chiến Thứ Hai. Tháng 3 năm 2018, hải quân Mỹ trên tàu to đùng USS Carl Vinson tươi cười xuống hát hò, thăm viếng các cơ sở xã hội. Lần này dân Việt khoái chí tử vì Mỹ trở lại! Một đằng xuống để chiến đấu, một đằng xuống để…hữu nghị. Khác nhau nhiều. Nhưng dân chúng Việt Nam khoái vì đã quá oải với cuộc sống dưới sự cai trị của những người đã đuổi Mỹ nên thấy bóng dáng Mỹ trở lại là khoái.

Khoái nhất là những người được đặt bước chân lên tàu. Có 1300 người gồm các sĩ quan hải quân Việt Nam, các cấp chính quyền địa phương và ký giả báo chí truyền hình. Tiết mục hấp dẫn nhất có lẽ là mua quà kỷ niệm. Chuyện này tôi chỉ suy đoán nhưng chắc đúng, vì tôi đã có kinh nghiệm. Ngày còn làm báo tại Sài Gòn, mỗi lần được quân đội Mỹ hay Đại Hàn mời tới dự một sự kiện nào đó, chúng tôi lo… đổi tiền. Tiền đô-la đỏ. Bởi vì chắc chắn sẽ có tiết mục mua hàng ở PX. Hồi đó đô la lính Mỹ dùng tại Việt Nam là đô-la đỏ để nhà cầm quyền Việt Nam dễ kiểm soát. Hàng PX thường có giá rất rẻ lại là hàng Mỹ thơm phức nên rất được mọi người chiếu cố. Được lên thăm tàu Mỹ ngày nay, các quan khách chắc chắn cũng thủ đô-la trong túi. Lần này là đô-la xanh. Màu đỏ ngày nay là màu dân Việt rất hãi sợ. Món hàng được chiếu cố nhất là những chiếc hộp quẹt Zippo có khắc hàng chữ *USS Carl Vinson CVN 70 Good Eagle*. PX trên tàu có 1300 chiếc Zippo, bán với giá 12 đô một chiếc. Vèo một cái là hết! Thiếu Tá Tim Hawkins, phụ trách truyền thông báo chí của tàu, nói với đài VOA: " Chúng tôi có sẵn 1300 chiếc Zippo được chạm khắc riêng và những khách viếng thăm đã mua sạch". Ông Thiếu Tá quá ngây thơ. Có 1300 chiếc thì ăn thua chi, có tới 13 ngàn chiếc chắc cũng hết bay. Bởi vì các vị này ra tới cổng là bán lại cho các con buôn với giá gấp ba lần. Ngon ơ! Có thể ông Thiếu Tá không biết là hộp quẹt Zippo là...bạn của dân Việt, xưa cũng như nay.

Nhớ lại thời thanh niên, khi bập bẹ cầm điếu thuốc vào miệng, chúng tôi phải có trong túi chiếc Zippo. Mốt là như vậy. Nhưng mốt này nên theo vì dùng Zippo có vô vàn sự thích thú. Đã là tay chơi thì phải biết sử dụng Zippo một cách điệu đàng. Với chỉ một ngón tay cái, bật chiếc nắp hộp quẹt máy, một tiếng cách vang lên nghe đã khoái cái lỗ nhĩ. Tay chơi hạng nhất có thể cho người chung quanh vừa nghe tiếng cách đã thấy ngọn lửa bùng lên bằng thao tác quẹt chiếc bánh xe đánh lửa. Âm thanh và ngọn lửa như cùng tới một lúc. Zippo rất nhạy bắt lửa. Hầu như trăm lần quẹt, ngọn lửa chẳng một lần vắng mặt. Ngọn lửa của Zippo rất đẹp. Xanh biếc. Bởi vì xăng Zippo là loại xăng riêng, không hôi mùi xăng mà có mùi đặc biệt. Nhiều người tưởng đó là xăng máy bay, nhưng không phải. Ngọn lửa xanh rất bô trai đó lại rất vững chãi. Gió lớn thổi cũng chẳng chịu khuất phục. Đó là nhờ bộ phận chắn gió bao quanh. Trên vỏ của hộp quẹt máy Zippo, người ta thường cho khắc nhiều hình ảnh tùy theo khiếu thẩm mỹ của người dùng. Tôi nhớ hồi đó chiếc Zippo của tôi không khắc khiếc chi cả. Tôi vốn thích vẻ đẹp trinh nguyên. Chuyện chi cũng vậy. Tác giả Nguyễn Ngọc Chính cũng là một tay chơi Zippo. Ông đã viết trong một hồi ức: *"Tôi còn nhớ, thời thanh niên anh nào cũng có một chiếc Zippo, những người háo thắng còn thi nhau bật hộp quẹt, hộp quẹt của anh nào không cháy sau một lần đánh lửa thì coi như thua và bị... "bắt xác". Điều này có nghĩa là chiếc hộp quẹt đó trở thành vật sở hữu của người thắng!*

Đá lửa của Zippo được chế tạo với độ đánh lửa rất nhạy, chỉ cần một động tác xoay bánh xe đánh lửa là bấc Zippo bắt tia lửa và hộp quẹt cháy ngay, không đợi đến lần đánh lửa thứ hai. Ngay từ đầu thập niên 1950 hãng Zippo đã đăng quảng cáo "Zip-A-Flint" là một dụng cụ nạp đá lửa trong đó có 6 viên đá để người sử dụng Zippo nạp vào hộp quẹt, mỗi lần một viên. Giá vào thời đó, 6 viên đá lửa chỉ có 15 xu!".

Chiếc zippo đã theo những trang thanh niên Việt vào tới tận nhà tù. Tôi vừa đọc được một bài viết của nhà thơ Du Tử Lê về tập truyện "Kẻ Thắng Cuộc" của nhà văn Đinh Phụng Tiến. Trong truyện tác giả kể việc một ngôi trường tiểu học bị dùng làm một nhà kho chứa lương thực. Mấy anh tù "anh nuôi" làm bếp được ra nhà kho lấy lương thực về nấu nướng đã cắt hai mặt da của chiếc trống trường vô dụng, mang về trại, chế ra một món ăn cải thiện gọi là "bánh zippo". Dù sao miếng da trâu đã thuộc từ thuở nào cũng mang chút mùi vị thịt cho đám tù thiếu thịt từ lâu. Nhưng tại sao lại có anh chàng zippo dính vào đây? Bởi vì mỗi anh tù được chia một miếng da trâu lớn bằng cái bật lửa zippo!

Nếu tôi nhớ không lầm thì chính các anh GI Mỹ đã làm lớp thanh niên chúng tôi chơi Zippo. Theo một tài liệu thì đã có tới 200 ngàn hộp quẹt Zippo được lính Mỹ sử dụng tại Việt Nam. Trong tay một quân nhân nơi tuyến đầu, Zippo có thể biến thành tấm gương soi để cạo râu chải đầu, để truyền tín hiệu khi lạc đơn vị hoặc báo hiệu cho trực thăng cấp cứu khi rơi vào tình thế "bất đắc dĩ". Nếu được để trong túi áo trên ngực Zippo còn có thể thành tấm khiên đỡ đạn. Trường hợp này xảy ra vào thập niên 1960. Một phiên bản của Zippo đã ghi như sau: *"Một chiếc Zippo giống như thế này đã chặn được một viên đạn của địch quân. Ngày nay nó vẫn còn hoạt động tốt. Trong thập niên 1960, Trung sĩ Andres Martinez đã chiến đấu tại tuyến đầu - Arphan (?) ở Nam Việt Nam. Một đầu đạn của địch quân bắn trúng nơi túi ngực trái của ông. Đập trúng vào chiếc Zippo. Chiếc hộp quẹt được thông gió, Trung sĩ Martinez thì không".*

Zippo của những anh GI trẻ tuổi này rất hoa lá cành. Có lẽ chẳng có cái nào trần như nhộng như chiếc Zippo của tôi. Hình bản đồ Việt Nam là hình khắc được ưa chuộng nhất, nhưng cũng có nhiều hình khắc đặc biệt hơn. Như trên một Zippo khắc dòng chữ "Hue – 67-68", phía dưới có hàng chữ: *"Chúng tôi là những thứ không muốn có, được dẫn dắt bởi những người không có khả năng, làm những việc không cần thiết, cho những người không biết ơn".* Rõ là một anh phản chiến! Một GI thuộc lực lượng đặc biệt khắc dòng chữ: "*Mess with the best...Die like the rest".* Sống với những người giỏi nhất, chết như những người khác. Một anh lính thủy quân lục chiến lại khắc dòng chữ: *"Fighter by day, lover by night, drunkard by choice, Marine by mistake".* Ngày là chiến binh, tối là tình nhân, say xỉn là chọn lựa, vào Thủy Quân Lục Chiến là sai lầm! Một GI khác nhái lời Tổng Thống Kennedy: *"Ask not what your head can do for you but what you can do for your head".* Đừng hỏi đầu óc bạn có thể làm được gì cho bạn nhưng là bạn có thể làm được gì cho đầu óc của bạn". Anh chàng Carnell Brown lại triết lý: *"When the power of love overcomes love of power, only then will there be a chance for true peace".* Khi sức mạnh của tình yêu vượt qua lòng yêu quyền bính, lúc đó mới có cơ may cho nền hòa bình thực thụ. Cũng có những anh rất tếu và ngổ ngáo: *"When I die, bury me face down so the whole world can kiss my ass"*. Khi tôi chết, hãy chôn tôi nằm sấp để cả thế giới có thể hôn mông tôi. Một GI đã tâm sự: "Chiếc Zippo thực sự là bức tranh tái hiện một cách chân thật những tâm trạng và cảm xúc của người lính. Chúng cũng có thể là di vật cuối cùng của người lính trước khi tử trận. Giờ đây, đối với nhiều người, chiếc hộp quẹt Zippo sẽ là một kỷ niệm vô giá của quá khứ".

Lính Việt ta không có khiếu khôi hài như những anh GI nên thường chỉ khắc tên và phù hiệu của binh chủng. Một khóa sinh của Trung Tâm Huấn Luyện Biệt Động Quân Dục Mỹ khắc hàng chữ: "B.Đ.Q vì dân quyết chiến". Một biệt động quân khác khắc vẻn vẹn chữ "Sát".

Zippo thân cận với lính. Trong Thế Chiến Thứ Hai cũng như trong chiến tranh Cao Ly, Zippo đã là một thứ bắt buộc phải có trong quân trang của binh sĩ Mỹ. Tướng Douglas MacArthur, viên tướng nổi danh tại Nhật, đã phát biểu vào năm 1944: " Zippo là một công trình nghệ thuật mà tôi sử dụng suốt đời tôi". Năm 1943, trong một bức thư gửi cho ông Blaisdell, Tướng Dwight D. Eisenhower, sau là Tổng Thống Mỹ, đã ca tụng Zippo: "Đó là chiếc hộp quẹt duy nhất lúc nào cũng cháy".

Người sáng chế ra hộp quẹt máy Zippo là ông Blaisdell. Chuyện cũng tình cờ. Vào một tối mùa hè năm 1932, trong một buổi khiêu vũ tại câu lạc bộ Bradfold Country ở tiểu bang Pennsylvania, ông George G. Blaisdell ra ngoài sân xả hơi. Ông thấy một ông ăn vận lịch sự móc túi lấy ra một hộp quẹt máy xấu xí để châm thuốc. Ông Blaisdell vội hỏi: "Sao ông không mua một chiếc hộp quẹt tươm tất hơn?". Câu trả lời gọn lỏn: "Nó cũng cháy vậy!". Ông này ăn diện chỉnh chu khiến chiếc hộp quẹt máy ông dùng thật lạc điệu. Trong đầu của ông Blaisdell lúc đó nảy sinh ra ý tưởng chế tạo ra một chiếc bật lửa thật đẹp với giá thành rẻ. Lúc đó nước Mỹ đang bị khủng hoảng kinh tế. Tuy nhiên ông Blaisdell vẫn cứ đường ta ta đi. Ông thuê một chỗ chật hẹp với giá 10 đô một tháng và khởi đầu sản xuất với ba người thợ. Ông mua các dụng cụ sản xuất cũ về dùng. Tổng cộng vốn đầu tiên ông bỏ ra là 260 đô. Sáng chế của ông gồm việc hàn chiếc nắp dính với thân bật lửa và thêm vào bộ phận chắn gió để giữ lửa khỏi tắt. Người dùng có thể mở nắp bật lửa bằng một ngón tay. Khi mở có tiếng *"zip"* phát ra nên ông đặt tên chiếc bật lửa của ông là Zippo. Một tháng sau, 82 chiếc đầu tiên ra đời và ông lời được 69,15 đô. Để chiêu hàng, ông bảo đảm sẽ sửa chữa bật lửa hư *free* suốt đời. Khi sửa xong, nhà sản xuất sẽ chịu phí tổn gửi hoàn lại thân chủ với câu cám ơn: "Chúng tôi xin cám ơn vì đã có cơ hội được phục vụ quý vị". Chiêu bảo hành suốt đời này coi bộ ăn khách nên hãng luôn luôn quảng cáo bằng câu: *"It works or we fix it for free"*. Sự bảo đảm này tới nay vẫn còn hiệu lực.

Ăn nên làm ra, tới năm 1988, Zippo đã kỷ niệm việc xuất xưởng chiếc Zippo thứ 200 triệu. Con số này lên tới 300 triệu vào năm 1996, 400 triệu vào năm 2003 và 500 triệu vào năm 2012. Chiếc Zippo ngày càng đẹp và phong phú. Nó đã tiến xa hơn việc phun lửa để trở thành một thứ đồ mỹ thuật cho người ta sưu tầm như sưu tầm tem hay đồng hồ. Năm 2001, hãng Zippo thành lập hội những người yêu Zippo mang tên *"Zippo Click"*. Tới nay hội đã có trên 10 ngàn hội viên ở Mỹ, Anh, Áo, Canada, Đan Mạch, Hòa Lan, Nhật, Nam Phi, Thụy Sĩ, Ý. Việt Nam ta cũng có hội sưu tầm Zippo với nhiều nhánh khác nhau. Trên diễn đàn của Bính, do các thanh niên trên dưới 20 tuổi điều hành, đã có trên một ngàn hội viên. Họ trao đổi kiến thức và tin tức thường xuyên. Một thành viên chia sẻ: *"Zippo có nhiều loại có chất liệu khác nhau như xi bóng trơn, xi bóng nhám, sơn nứt, đồng thau, mạ, khảm kim loại quý như vàng, bạc. Bật lửa vàng và bạc cũng chia làm nhiều loại, có thể chỉ là mạ hoặc khối. Về phương pháp tạo ra họa tiết thì có khắc máy, khắc tay, sơn máy, sơn tay, ăn mòn xuôi hoặc ngược (dùng acid để ăn mòn và lấy đi phần hình nền của tác phẩm, chỉ chừa lại các chi tiết chính)"*.

Nghề chơi Zippo đòi hỏi phải có tiền. Giá một chiếc Zippo sưu tầm không phải rẻ. Càng hàng độc càng phải chi địa nhiều hơn. Tại Việt Nam đã có một dân chơi chi ra 5 ngàn đô Mỹ để sở hữu một chiếc Zippo vàng khối! Nhưng chẳng thấm tháp chi với chiếc Zippo đắt nhất thế giới có giá 37 ngàn đô! Đó là một trong 41 chiếc Zippo đầu tiên còn lại được sản xuất vào năm 1933. Trong số 41 chiếc còn lại này thì có tới 29 chiếc ở Mỹ, 10 ở Nhật và 2 ở châu Âu. Tốn tiền nhưng các sưu tập gia còn tốn công, có khi mất ăn mất ngủ vì Zippo. Anh Bính kể lại: "Đầu tiên, đối với những người sưu tập như tôi, xác định chơi là phải có những đêm thức trắng để tham gia đấu giá một món độc mà mình thích coi xem giá cả biến động thế nào. Chỉ cần chậm một giây thôi là sẽ phải cắn răng nhìn "người yêu" về tay chủ khác. Đã có bật lửa trong tay rồi thì cứ dăm ba bữa lại lụi cụi vệ sinh, lau chùi buồng đốt, cắt bấc, kiểm tra xăng, đá để làm sao cho chiếc bật lửa của mình không lỗi khi sử dụng. Một con Zippo ngon thì bật một cái là lên lửa ngay, ngọn lửa xanh đẹp, không bị bập bùng do thiếu xăng hay buồng đốt bẩn, bản lề phải chắc chắn, tiếng đóng mở nắp nghe phải giòn tan. Có như thế tôi mới có thể yên tâm đi xe máy với tốc độ 40 cây số / giờ mà vẫn có thể châm lửa".

Một tay chơi lẫm liệt khác là anh Huy Zisebeer, được giang hồ tôn xưng là "Đệ Nhất Thiên Vương" Zippo. Khởi "nghiệp" từ năm 1988, bộ sưu tập của anh tới nay đã có trên 3 ngàn chiếc! Dân chơi Zippo Sài Gòn ít ai không biết anh chàng đam mê này. Có lần anh đã đổi chiếc xe gắn máy SuperCub 50 lấy một con Zipper! Lại có lần sang du lịch Thái Lan, anh dốc hết tiền ra mua Zippo rồi điện thoại cho bạn bè ở Việt Nam để mượn thêm tiền. Anh tiết lộ một trong những chiêu của anh để rước chiếc Zippo quá yêu về: "Có những lúc thấy bạn bè có những chiếc Zippo quý, gạ mua mãi không được, tôi đi theo năn nỉ mượn về chơi vài ngày. Sau họ thấy mình bị hút hồn quá nên tặng luôn. Cũng có lúc có người không cho, tôi phải tìm hiểu xem họ thích chơi món gì khác, lặn lội đi tìm cho bằng được thứ quý giá ấy, mang về tặng họ để họ tặng lại mình chiếc Zippo". Dân chơi Zippo ở Việt Nam rất chịu chơi. Như anh Cường Bachu đã với tới dòng Zippo Normandy lận: "Chiếc bật lửa kỷ niệm 60 năm cuộc đổ bộ lên Normandy này cũng là một trong những món được dân chơi đánh giá cao. Từ khi mua được, tôi chưa bao giờ lôi ra khỏi hộp. Chiếc bật lửa được sản xuất hạn chế năm 2004 này không thực sự đặc biệt, mà điều đặc biệt nằm ở ống cát đi kèm được lấy từ bờ biển Normandy của Pháp, nơi khởi đầu cuộc đổ bộ, và tờ giấy có dấu chứng nhận của thị trưởng thành phố. Thiếu đi bất cứ thứ nào trong bộ này, giá trị của nó không còn nguyên vẹn như trước nữa. Từ khi mua về, tôi chưa bóc tem tờ giấy đó ra để xem bên trong viết gì".

Anh Cường Bachu với tay tới tận bên Pháp nhưng dân sưu tầm Zippo thế giới lại với tay tới Việt Nam. Giới chơi Zippo thế giới đã có một dòng sưu tầm riêng mang tên "chiến sự Việt Nam". Những chiếc hộp quẹt của các anh GI xưa là những chứng nhân của một cuộc chiến đã đi vào dĩ vãng nhưng vẫn còn được nhắc nhở tới.

Hơn bốn chục năm sau cuộc chiến, hàng không mẫu hạm USS Carl Vinson đã lại trở lại Đà Nẵng, nơi những anh GI đầu tiên súng ống lặc lè nhảy từ tầu đổ bộ vào Việt Nam. Lần này các thủy thủ Mỹ ăn mặc chỉnh tề, khoan thai xuống bến cảng, được dân V iệt reo hò chào đón. Thay vì súng ống, họ có những nụ cười, những bản nhạc, những cuộc thăm viếng trẻ em, và có…Zippo. Tàu đã nhổ neo, hụ còi ra đi sau cuộc thăm viếng. Họ không chỉ để lại những chiếc Zippo mà còn nhiều thứ khác trong đó có tình cảm rào rạt của dân Việt chào mừng ông bạn cũ!

05/2018

NGOẠI TẬP

HAI MƯƠI

Hồ Đình Nghiêm

Có bài hát cũ, lời như thế này: "Khi anh hai mươi, em mới sinh ra đời..." Một bản nhạc tình? Sắt son đắm đuối chẳng nề hà chuyện thời gian. Ngày xưa, theo các cụ cho hay "gái hơn hai trai hơn một". Cứ theo cẩm nang ấy mà thực hành thì ắt sẽ sắt cầm hoà hợp đầu bạc răng long. Và cực "cổ lai hy" trăm năm mới xẩy ra một là tuổi tác giữa "chàng" sánh cùng "nàng" cách biệt những 20 cuốn lịch. Ôi, hai mươi niên biết bao lá rụng bèo dạt hoa trôi mà anh còn sân si đến bên em thốt lời thề nguyền.

Nhưng bây chừ, buổi "đương đại" này xem vấn nạn ấy là chuyện nhỏ. Con thỏ lớn bi nhiêu thì hổng bàn nhưng con trâu thì rõ to, trẻ lên ba cũng tường. Sao lại dắt trâu vào đây? Không thích à? Vậy thì ta cưa sừng làm nghé, có ô kê không nè. "Nghé với trâu cũng một nghĩa như nhau". Bọn tớ rất khoái gặm cỏ non. Lấp xong cái hố sâu hai mươi năm tình sầu rạch ròi định phận thì tự khắc cỏ xanh lún phún mọc lên, mơn mởn, chạm tay vào đã dâng đầy niềm thống khoái. Cỏ nầy không liên hệ tới cần sa đâu nhớ, nó chỉ giống duy một điểm: Chất gây nghiện, dễ xiêu lạc thần hồn, dễ bị tó, dễ nhất nhật tại tù thiên thu đếm lịch. Thất tình lục dục đâm mất khôn làm bầy hầy thêm rách việc. Ông bà cũng từng vui miệng mà rằng: "Trâu già lại thích gặm cỏ non". Chữ gặm thật đắt. Gặm không khéo dễ ngứa cổ, sinh ho hen.

Đừng nên lắm lời xưng tụng quý ông, ngay cả các "mẹ" cũng nào có thua gì, cũng cá mè một lứa đấu tranh chuyện nữ quyền ai sao ta vậy. Và như thế, chúng sinh bức xúc đẻ ra thành ngữ: "Máy bay bà già thích có phi công trẻ ngồi vào buồng lái". Thi phú ngôn: Chữ tài đi với chữ tai một vần". Nhưng chẳng có ai mần thơ: Tài nghệ không dính líu gì tới tuổi tác. Chỉ tấm tắc "tài không đợi tuổi" hoặc "gừng càng già càng cay". *Oh, so hot baby!*

Mình quen bà nhà văn tuổi hơn sáu bó đã hồ hởi phấn khởi đón anh việt kiều tam thập về thăm do hâm mộ văn tài, chiêu đãi anh ta tận tình năm đêm chí thú ăn mặn với giường chiếu. Ngựa non háu đá, với sức trâu đã chăm chỉ cày bừa trên cánh đồng sầu héo chợt hồi xuân tươm đầy nhựa sống. Mình cũng quen ông hoạ sĩ, làm những việc đại gia thích làm, đấy là lấy được cô vợ tuổi đáng hàng con cháu. *No star where*. Chớ loạn ngôn, tớ ngon cơm sinh được con mọn đấy. Khi qua thăm phố mộng nầy, ông bảo bạn bè văn nghệ dắt đi ngắm "tóc vàng sợi nhỏ". Đó chỉ là cách nói bóng bẩy chứ lúc ấy mấy cô vũ nữ người không manh áo lượn lờ kia đã lỡ chạy theo thời trang. Chúng mày chủ trương 3 không, còn bọn tớ theo quy định 3 S: Sạch, sành, sanh. Tóc vàng mí lị sợi nhỏ. Thật lắm chuyện! Em *no hair* hỏi anh có buồn không?

Khi anh hai mươi em mới sinh ra đời. Vậy thì khi chết đi mộ em lưa thưa vài ngọn cỏ xanh trong khi nắm đất bên anh phồn thịnh cỏ vàng úa sum suê ra rậm rạp. Thoạt trông mà chợt nghe đau đớn lòng. Chỉ cần tới 18 thôi em, người ta đã bị động viên cầm súng ra chiến trường rồi. Người ta có quyền nằm với gái ăn sương vì sợ ngày mai một đi không trở lại, người ta lập luận: Cho thằng nhỏ tắm táp chút đỉnh

Võ Kỳ Điền, Hồ Đình Nghiêm và Song Thao

và người ta từ chối lia lịa, sợ xúi quẩy khi gặp một em chẳng có tóc đen sợi nhỏ. 18, người ta có quyền đi dưới hòn tên mũi đạn rồi bào chữa cho sự giấn liều ấy: một xanh cỏ hai đỏ ngực. Anh dũng bội tinh với nhành dương liễu, đại loại thế, còn không thì Chiến thương bội tinh ngôi sao đồng… Hai năm sau, người ta vào tuổi 20 và người ta bỏ lại những mối tình vụng dại trên từng cây số. Vô tình, tuổi Hai Mươi đã đi vào thơ văn, như thứ cột mốc biểu tượng về một điều gì mãi đẹp, thánh thiện, khó phai mờ. Chớ làm vẩn đục nó bằng hình ảnh trâu gặm cỏ non với lại máy bay bà già. Một đám cưới diễn ra khi chú rể tuổi 70 lấy cô dâu "xuân thì" 69 thì họ có trở thành "cặp đôi hoàn hảo"? Chắc chắn phải thuận hoà bởi muốn "ông ăn chả bà ăn nem" e cũng mất ngon vì sự cố răng cỏ, nhỉ? Ông có thích ăn phở thì chả có hàng quán nào phục vụ, nhỉ? Ông sẽ nghe lời vợ, nhưng dưới ông, ông bảo mà nó không nghe. Khổ thế! Người trên không lượng sức mình, cho nên kẻ dưới mặc tình xuội lơ. Giờ tía chỉ biết xào khô, tui xào bọn trẻ khỏi ngô thuỷ trào. Cho em nhờ tí, hán nôm chút xíu: Thượng bất chính, hạ tất loạn. Nghe êm không? Ví như quan đầu tỉnh tham ô thì thằng xã trưởng mặc sức hủ hoá.

Hổng chừng mà mình bị anh Song Thao tiêm nhiễm con vi-rút phiếm. Nói dông nói dài chẳng bằng noái thiệt: Già rồi, lỡ tra có hột rồi, có ưa cưa sừng làm nghé thì chốn này tuyệt chẳng còn một bãi cỏ non, đành thủ phận ngồi trên giếng mà khát nước vẽ vời chuyện trăng cuội. Có người bình loạn tại vì răng mà truyện chú mày toàn cả gái gú? Dạ xin thưa, sách bàn về biến đổi tâm sinh lý có chỉ rõ: ấy là do ẩn ức phát sinh, thằng nhà nghèo nào cũng ưa chơi vé số những mong có ngày nằm dưới gốc cây cầu mong sung rụng. Tuổi hai mươi đã cáo chung đi về khung trời kỷ niệm, trốn kỹ vào dĩ vãng bất an. Vậy thì đang nói tới số Hai Mươi với lý do chính đáng rằng, cuốn Phiếm 20 của nhà văn Song Thao vừa hoàn tất, vừa cắm hai mươi ngọn nến sáng lung linh trên bề mặt văn đàn xìu xìu ển ển. Tất cả chừng như đều già nua, riêng mình ên Song Thao là "mãi mãi tuổi 20". Trên không bảo mà dưới vẫn nghe, mọi xe trên đường đều tuột xích ngoại trừ chiếc xế Phiếm vẫn phom phom thẳng tiến, vẫn sòn sòn máy nổ hoành tráng như kiểu lỡ đổ xăng Super, Extra, chính hãng, không có giọt dầu cặn trộn vào. Có lần nhà văn vui miệng với mấy "trự" ăn tiền già vây quanh: Chán các ngài quá thể, đầu gối tôi cắt vẫn còn chảy máu đây nầy! Bu-gi có thể không bắt lửa, cu-roa có thể nhão tuột, nhưng số sườn số máy vẫn không hề thay đổi. Nhà văn Song Thao đã ngầm nói hộ một chân lý. Cứ vác xe đi dung dăng bát phố còn hơn anh chôn nó nằm yên trong *garage*, có hoài phí chăng? Có muốn nhả tơ con tằm khi đó e sợ nắng mưa, trên bảo dưới không nghe đâu nhé. Thì học giả Nguyễn Hiến Lê cũng từng khuyên điều hữu ích: Bạn nên tập thói quen mỗi ngày phải ngồi vào bàn viết.

Trước mắt là vậy, tạo ra kỷ cương. Chuyện thành đạt hẳn hạ hồi phân giải. Chưa tính tới những tập truyện ngắn, riêng Phiếm thôi, người siêng ngồi vào bàn viết đã tạo nên con số 20 kỷ lục. Bạn nghĩ gì? Mình thì nghĩ đến luật cung và cầu. Người ta mãi khát đọc Phiếm của nhà văn Song Thao, chính nó là động cơ thúc đẩy khiến "cung" phải gia công "làm ngày không đủ tranh thủ làm đêm" để đáp ứng số "cầu" mỗi khi một tăng. Có thể nói thời điểm này, quý bà con cô bác chỉ biết có mỗi tên Song Thao, bởi tác giả Phiếm đã gói vén khéo trong mỗi trang giấy bao thông tin toàn cầu, éo le hoặc vui nhộn, bao hỷ nộ ái ố của người nằm trong hành tinh, đôi khi nhắc qua một vài động thái của đôi kẻ thuộc diện người ngoài hành tinh. Và tác giả xứng đáng để người đọc khen thưởng: Xem Phiếm không tốt bề ngang cũng nở bề dọc! Vị độc giả nầy đã đánh đồng Phiếm với Viagra chăng? Cũng tốt thôi, mình đang chờ nuốt viên màu xanh thần kỳ thứ hai mươi trong cuộc đời.

Khi Song Thao hai mươi, mình mới sinh ra đời được đôi niên. Ngày anh ăn tiền hưu, mình cũng ăn gian xơi hưu

Song Thao, Hoàng Xuân Sơn, Lưu Nguyễn

non. Cũng thử chắp thêm sừng làm trâu, và theo cung cầu, mọc sừng thì chân đi cà nhắc. Khi khổng khi không mà tối ngày thôi ra đồng cày bừa, bảnh mắt cũng tập ngồi vào bàn viết nhưng để cho đạt tới số 20 thì đó là sản phẩm của tưởng tượng (lỡ trùng hợp với ai ngoài đời thì ngoài ý muốn của tác giả). Hai mươi tuổi đã ngủ yên trong bộ nhớ mòn hao và cuốn sách thứ 20, đành phải than kiểu phản khoa học: Em ơi đã lỡ duyên rồi, đành xin hẹn gặp ở đời kiếp sau!

Hai mươi, chú Hồ chưa thấy mặt mũi "cháu", chỉ nghe cha già của cháu sớm khoe. Tuy chú không công tác ở xưởng đẻ nhưng cũng dư chất xám để hay biết là cháu sẽ ngon cơm chân cứng đá mềm như mấy anh chị cháu vậy. Họ nói "miền Nam luôn ở trong trái tim" nhưng chú lỡ ra ngoài này rồi đành sửa lời "sách vở luôn ở trong trái tim đơn côi". Cho chú gửi lời vấn an đến bố cháu, nhé. Một ngày nào đó chú sẽ mài con dao bén thử cắt đầu gối bố cháu xem có còn chảy máu nữa thôi? Ác khẩu vậy đó nhưng tâm chú Hồ đây là tâm bụt, nói láo cho bà vật cú nữa. Chú xin chúc mừng bố, nhờ cháu nhắn lại lời hăm doạ: Chú đang tính in tập truyện với nhan đề vỏn vẹn một con số "21". Cho chú mất trang nghiêm chút xíu: He he he… Không biết bố có vui không, hở cháu tuổi 20?

Phiếm
song thao
Phiếm
song thao
2
Phiếm
3
Phiếm
song thao 4
song thao
Phiếm 5
song thao
Phiếm
6
song thao
Phiếm 7
song thao
Phiếm 8
Phiếm 9
Phiếm 10
hiem11
SONG THAO
Phiem12
Phiem13
SONG THAO
Phiem14
SONG THAO
Phiem15
SONG THAO
Phiem16
SONG THAO
Phiem17
SONG THAO
hiem18
SONG THAO
Phiem19
SONG THAO

TÔI TRONG PHIẾM SONG THAO

Luân Hoán

Nguyệt san Thời Nay, trước 1975, tại Sài Gòn, là luống đất trồng xanh ngọn bút Song Thao. Ở đó ngoài những bài có tính cách hướng dẫn, tìm hiểu về cuộc sống, ông thỉnh thoảng đã giới thiệu những bài Phiếm rất linh động, bén nhạy. Sau khi định cư tại Montréal, Canada, Song Thao chuyển thể loại sang truyện ngắn và nhanh chóng có những trang truyện mang tên: Bỏ Chốn Mù Sương (1993), Đong Đưa Cuộc Tình (1996), Còn Đó Bóng Hình (1997), Chân Mang Giày Số 6 (1999), Cuối Ngày Ngồi Lại (2001), Bên Lưng Những Con Chữ (2003), Chốn Cũ (...)

Truyện ngắn in trên giấy của Song Thao không thất thế trên đường đến với bạn đọc, nhưng thể loại Phiếm đã nhuần tay, tỏ ra có sức tiêu thụ mạnh hơn, nên ông đã dành nhiều thời gian cho cách chơi chữ nghĩa này và thành công vô cùng đáng nể.

Phiếm in thành sách từ 2005 đến nay 2018, các tủ sách của người Việt khắp thế giới đã có đến 20 tác phẩm của ông. Phê bình, giới thiệu... đầy ưu ái của giới cầm bút hải ngoại, Song Thao cũng gần như thâu tóm đủ.

Ở đây, chúng tôi không lặp lại những xác định về phẩm lượng, giá trị văn học trong những trước tác của Song Thao. Chúng tôi chỉ nêu lên số lượng bài viết, danh xưng của nhiều nhân vật, được Song Thao thân mến cho cư ngụ trong các mẩu chuyện đầy lý thú của ông.

Ở phần liệt kê tên quí liệt vị, "được" hoặc "bị" Song

Thao chiếu cố, nhắc đến, nhằm minh họa các vấn đề ông suy nghĩ, trình bày, tôi tin chắc các anh chị, các bạn, sẽ gặp lại chính mình, nhớ trực lại đôi điều trong đời, đã được một ngòi bút giàu thân tình, quí mến phổ biến khéo léo đến giới bạn đọc. Tôi cũng tin có người, chưa biết mình có tên đâu đó trên những trang chữ, góp phần thông tin, hiểu rộng hơn, về một vấn đề nào đó, thật gần trong cuộc sống của Song Thao. Hơi tiếc, tôi chỉ xin nhắc tên người Việt, và có thể vô tình bỏ sót, không thể tránh khỏi, mong lượng thứ (sẽ bổ túc ngay, nếu có bạn nhắc giúp). Quí danh các bạn gọi là có duyên cùng Song Thao, như sau:

Lê Vĩnh Thọ, Trần Hoài Thư, Nguyễn Nam An, Mai Thảo, Từ Thế Mộng, Nguyễn Tất Nhiên, Lê Hân, Tô Thùy Yên, Nguyễn Xuân Hùng, Bắc Phong, Trang Châu, Hồ Đình Nghiêm, Nguyên Sa, Nguyễn Du, Đào Huy Đán, Hoàng Lộc, Đức Phổ, Xuân Diệu, Quan Dương, Tú Mỡ, Đỗ Kh, Trần Doãn Nho, Tạ Ký, Thái Tuấn, Hoàng Xuân Sơn, Tản Đà, Nguyễn Bá Trạc, Du Tử Lê, Bùi Giáng, Lâm Chương, Phạm Thiên Thư, Hoàng Chiều Nhân, Đỗ Quý Toàn, Chân Huyền, Hoàng Phúc, Hoàng Du Thụy, Kiệt Tấn, Đoàn Văn Cừ, Võ Quê, Trần Kiêm Đoàn, Trần Mộng Tú, Phan Khôi, Lê Thị Huệ, Cao Xuân Huy, Nguyễn Khuyến, Lê Quang Xuân, Hoàng Cầm, Trịnh Cung, Mang Viên Long, Y Uyên, Tạ Chí Đại Trường, Dương Hùng Cường, Nguyễn Duy Diễn, Xuân Quỳnh, Ngô Thụy Miên, Từ Công Phụng, Hoàng Chính, Cổ Ngư, Hồ Hữu Tường, Nguyễn Thị Thanh Bình, Kinh Dương Vương, Nguyễn An Ninh, Hoàng Nga, Hữu Loan, Lê Văn Trương, Mạc Lân, Nguyễn Đình Toàn, Đoàn Thị Điểm, Nguyễn Bảo Sinh, Ngu Yên, Huy Cận, Hùng Lân, Ý Lan, Trịnh Công Sơn, Trần Phù Thế, Chu Vương Miện, Đinh Linh, Phan Nhiên Hạo, Nguyễn Văn Thà, TT Kh, Trần Ngọc Thụ, Đặng Thân, Hà Thúc Sinh, Lệ Hằng, Phan Huyền Thư, Nguyễn Thị Ý, Nguyễn Đức Sơn, Mai Trung Tĩnh, Thụy Khuê, Nguyễn Phú Thứ, Đa Mi, Nguyễn Quốc Huân, Bùi Chát, Hà Nguyên Dũng, Thành Tôn, Nguyễn Hữu Trí, Trường Kỳ, Nguyễn Công Hoan, Phương Lan, Nguyễn Hưng Quốc, Trân Sa, Hồ Chí Bửu, Lan Phụng, Trần Mạnh Hảo, Thiều Quang, Trần Bình, Hà Sĩ Phu, Hư Vô, Lê Trạch Lựu, Trần Thị Lai Hồng, Từ Mẫn, Thanh Tuệ, Hoàng Lan

Chi, Võ Kỳ Điền, Thiếu Khanh, Nguyễn Vy Khanh, Nguyễn Đăng Trình, Đỗ Hồng Ngọc, Luân Hoán...(danh sách ghi lại trong khi đọc không theo thứ tự nào)

Già, trẻ, sống, chết, Bắc, Nam... đều có mặt, tùy câu chuyện, hợp với chủ đề đang được Phiếm. Đa phần trích thơ, văn, hoặc nhắc lại sự việc...một cách uyển chuyển, ăn khớp rất thông minh, rất uyên bác, nhất là rất tế nhị.

Mỗi một cuốn gồm 40 bài, vị chi 800 bài tính đến nay, chưa kể cuốn thứ 21 mà Quý vị đang cầm trong tay. Trong 800 bài đó, cá nhân tôi được anh cho hiện diện, không chiếm nhì cũng chiếm nhất; lẩn thẩn xem lại cụ thể như sau.

Phiếm 1: có trong 10 trên 40 bài, mang tên: Phiếm, Cõi Tạm, Cõi, Già, Gò Bồng Đảo, Hứa, Ngủ, Teen, Tiện, Vợ Chồng.

Phiếm 2 : có trong 8 trên 40 bài, mang tên: Chân, Chơi, Nhức, Quà, Thư, Trầm Cảm, Truồng, Vi.

Phiếm 3: có trong 1 trên 40 bài, mang tên: Tết.

Phiếm 4: có trong 7 trên 40 bài, mang tên: Câu, Đất, Mê, Mơ, Ngôn, Phì, Ung,

Phiếm 5: có trong 8 trên 40 bài, mang tên: Điện, Gả, Hắt, Tấn, Tán, Thù, Trùng, Xìu,

Phiếm 6: có trong 7 trên 40 bài, mang tên: Mạng, Mũ, Nhọt, Nở, Rình, Tây, Thèm.

Phiếm 7: có trong 5 trên 40 bài, mang tên: Khai, Mừng, Nhóc, Tập, Thức.

Phiếm 8: có trong 6 trên 40 bài, mang tên: Bạc, Cua, Mao, Ruồi, Tết, Tưới,

Phiếm 9: có trong 4 trên 40 bài, mang tên: Cá, Coi, Nguồn, Phê.

Song Thao, Võ Kỳ Điền, Trang Châu, Lưu Nguyễn, Hoàng Xuân Sơn, Mai Khắc Ứng, Luân Hoán.

Phiếm 10: có trong 3 trên 40 bài, mang tên: An, Cãi. Ngã.

Phiếm 11: có trong 1 trên 40 bài, mang tên: Tận.

Phiếm 12: có trong 3 trên 40 bài, mang tên: Lãnh, Thức, Té.

Phiếm 13: có trong 3 trên 40 bài, mang tên: Khóc, Pháp, Phò.

Phiếm 14: có trong 1 trên 40 bài, mang tên: Cầy.

Phiếm 15: có trong 5 trên 40 bài, mang tên: Đạp, Kín, Ngọt, Sách, Vẫn.

Phiếm 16: có trong 4 trên 40 bài, mang tên: Đối, Đông, Lối, Nóng.

Phiếm 17: có trong 7 trên 40 bài, mang tên: Khóa, Mắt,

Não, Tè, Trai, Trần, Vói.

Phiếm 18: có trong 1 trên 40 bài, mang tên: Ngã.

Phiếm 19: có trong 6 trên 40 bài, mang tên: Facebook, Nàng, Nịt, Solar, Trăm, Yêu.

Phiếm 20: có trong 1 trên 40 bài, mang tên Chim.

Đặc biệt cuối sách này in 8 trang thơ Luân Hoán, viết về Song Thao.

Tổng cộng 91 lần được trích thơ, được nhắc về đời thường cùng thói quen lẫn những kỷ niệm.

Nhờ sự giới thiệu khéo của ông "vua phiếm" tôi có thêm một số bạn đọc, mua sách, tặng quà, ké theo cùng vài kỷ niệm thật bất ngờ. Thơ tôi được trích, đa số có nội dung dí dỏm, nhưng cũng đôi lần không lấy gì làm vui. Cảm ơn ông bạn, một người bạn có gì cũng chia sẻ được. (Thòng thêm: bà xã tôi cảnh báo: anh khoe được nhắc nhiều thế, từ nay chắc "ổng" cúp phần anh rồi đó).

* * *

Trích dẫn chứng việc lồng thơ vào Phiếm của Song Thao:

A.

"... Cụ bà Lê Nguyên Diệm không vướng những căn bệnh già được kể ở trên như cao mỡ, tiểu đường và *Alzheimer*. Trí óc cụ rất sáng suốt, không quên chuyện chi, rất nhạy bén trong đối đáp, chẳng có triệu chứng chi của một người già, nhất là già tới trăm tuổi. Như Bác sĩ Đỗ Hồng Ngọc viết: "*Ta đang ở cái tuổi nào thì nhất định tuổi đó phải là tuổi đẹp nhất rồi, không thể có tuổi nào đẹp hơn nữa!*" Cụ nhạc tôi đang toại nguyện trong cái tuổi nhiều người mơ ước. Ông bạn thân Luân Hoán của tôi có duyên với cụ. Ông cũng sanh ngày 10 tháng 1 như cụ, cũng tuổi Thìn như cụ. Ông là con rồng con, kém cụ đúng hai giáp. Nhân ngày cụ nhạc tôi đạt tuổi trăm, ông gửi tới một bài thơ.

tôi vẫn còn một mẹ hiền
thương đời chưa nỡ quy tiên về trời
cụ sinh ngày tháng trùng tôi
mùng mười tháng một tuyệt vời ghê chưa
hơn tôi hai giáp không thừa
tuổi rồng quả thật mây đưa bềnh bồng
năm nay mẹ đầy tuổi trăm
con và hai bạn thắp lòng dâng hoa
bà tiên không ngự đâu xa
thảnh thơi trong mỗi sát na đời thường

Ông bạn ghé chung với vợ chồng tôi niềm vui, nhân thêm ngày vui của đại gia đình chúng tôi lên bội phần. Tây có câu: *jamais deux sans trois*. Ông đã có hai cái giống cụ, cái thứ ba chắc cũng xảy ra. Ông Luân Hoán mà tới tuổi trăm thì tha hồ thơ thẩn tiễn bạn bè!

Ngày nay trăm tuổi chẳng có chi ghê gớm nhưng cũng là một chặng đường đáng ghi nhận. Đó là một con số tròn, tròn đến có thể vo thành một thế kỷ!

(Trăm)

B.

"... Dưới cầu có một con cá kình ngàn năm tuổi, rất lớn, hoảng sợ vì tiếng hét của Trương Phi liền nhảy lên làm cây

Từ trái: nhà thơ Phan Ni Tấn - nhà thơ Hoàng Chiều Nhân - Song Thao - nhà văn Trương Vũ - nhà văn Võ Kỳ Điền - nhà văn Hồ Đình Nghiêm - nhà thơ Luân Hoán (Montreal, 11/2012)

cầu gẫy thành nhiều khúc. Phần Trương Phi, hét xong liền bỏ chạy vì thấy lực lượng của mình yếu, nếu đối đầu sẽ tổn thất lớn. Vừa bỏ chạy, Trương Phi nghe tiếng cây cầu gẫy bèn quay nhìn lui. Quân của Tào Tháo rơi xuống sông chết đầy kín mặt nước. Lúc đó Trương Phi mới biết là Khổng Minh đã tiên liệu tất cả tình huống. Vì tiếng thét giận dữ của Trương Phi mà ông bỗng dưng thắng trận !

Cơn giận dữ của Trương Phi đã tạo nên tiếng hét làm kinh động con cá kình. Đó là phản ứng của anh mặt sắt. Cứ giận là giận, chẳng cần biết chi cả. Ông Trương Phi trong phòng khách của ông Luân Hoán đứng dạng hai chân, ngẩng cao khuôn mặt gân guốc, như sẵn sàng...hét. Tôi không hiểu sao ông Luân Hoán lại khoái ông Trương Phi. Có lẽ vì trông tướng dềnh dàng võ biền nhưng ông Trương Phi lại có máu văn nghệ. Ông viết chữ rất đẹp, vẽ giỏi, nhất là vẽ các mỹ nhân. Thì ra vậy, Ông Luân Hoán tìm tới ông Trương Phi như tri kỷ, tôi đoán vậy ! Hỏi có phải không, ông ấy "meo" cho tôi một bài thơ. Tôi trích ra hai đoạn:

" ... sở hữu thân hình bự
dung mao thật oai phong
giỏi cả văn lẫn võ
chữ đẹp như phượng rồng

nhà nghèo đi bán rượu
thường xỉn mà không say
thành ra ông họa sĩ
mỹ nhân họa tối ngày"

Ông Luân Hoán thờ ông Trương Phi nhưng chẳng bén gót được ông thần này. Chưa bao giờ thấy ông hét, nói chi dám hét với vợ !..."

(Nóng)

C.

Thêm một ví dụ khác:

"... Ông Luân Hoán không được "hảo hớn" như vậy. Thơ của ông hiên ngang bán trời không văn tự nhưng gan của ông lại nhỏ chút xíu. Ông đi thử máu, đường hơi cao một chút, vậy là... trời sập. Ông nhất định biến mình thành loài thỏ, chỉ ăn toàn rau, không đụng tới một hạt cơm, không biết tới miếng thịt, bia rượu thì ông chê từ lâu, đạp xe đạp tới sái chân. Không biết có được một tháng không, người ông sút trông thấy. Anh em phải xúm vào mỗi người một câu, ông mới hết tuyệt thực. Ông kiêng đủ thứ trừ một món. Trong bài thơ "Kính Ngài Đỗ Phủ" ông bộc trực:

"... kính ngài tôi cố gắng lì
' nhân sinh thất thập' ... vẫn đi chơi hoài
thật ra đã chết lai rai
chết vì kiêng cữ chừa cai quá nhiều
ngay trong công việc tình yêu
cũng đã hạn chế bao nhiêu là tình
thưa ngài hồn thánh hiển linh
phù cho tôi được hoạnh tình nhiều hơn..."

Tiểu đường là do dư đường trong máu. Vậy mà loài người chúng ta phần lớn bị cái bệnh ghiền đường. Thế mới phiền phức ! Đường tới từ thực phẩm chúng ta dùng, bia rượu mà chúng ta dzô dzô khi vui bạn vui bè".

(Ngọt)

* * *

Tôi có đủ sách của Song Thao in, phát hành với luôn luôn một câu đề tặng: "Bản tặng anh chị nhà thơ Luân Hoán & Lý" ký tên, đóng triện son.

HOÀNG XUÂN SƠN, RẤT HUẾ

Song Thao

Chàng Hoàng Xuân Sơn không biết có phải tuổi con khỉ không mà hay leo trèo. Một năm có 365 ngày, anh trèo lên tới đỉnh cao nhất của năm để chui ra ánh sáng mặt trời làm người Huế. Vậy nên anh rất Huế. Anh thi sĩ này dành rất nhiều thơ cho Huế. Huế mình. "Mình" trong số anh em viết lách ở Montreal này có Trang Châu và Hồ Đình Nghiêm. Cũng phải thêm tôi, có dính với Huế. Tưởng Huế mình phải dính với Huế mình nhưng không phải, ngược lại với tôi, anh lại dính với một o Bắc Kỳ. Mần răng như rứa? Nỏ biết!

Anh Huế này rất Huế. Huế đến mần cả một cuốn thơ cho Huế. Cuốn "Huế Buồn Chi".

Huế buồn chi Huế không vui
Huế o ở lại Huế tui đoạn đành
O đau sương khói một mình
Tui đi ray rứt Nội thành tái tê

Huế buồn chi tội rứa thê
Tình xưa nghĩa cũ ngó về tựa nương
Huế ơi mộng tới đường trường
Kim Luông Vỹ Dạ dòng Hương có còn

Trèo tình lên núi mà thương
Cỏ hoa chất ngất phố phường ở mô
Huế chừ cách mấy triệu o
Mưa qua cửa Thượng chiều co bến Thừa.

Thổ âm Huế là thứ tôi thấy Huế nhất. Nặng mà không trì kéo. Trong cái âm tưởng kéo xuống tới mặt đất là cái là là như muốn ngoi lên trời. Người ta cứ tưởng thêm dấu nặng vào một âm là ra thổ âm Huế. Trong bài viết ngắn: "Huế Mần Như Ri", chàng trai Huế họ Hoàng này đã thanh minh thanh nga cho tiếng Huế: "*Con hổ. Chấm. Chấm xuống hàng. Nhiều người đọc trại ra thành: con hổ chậm chậm xuống hang để nhại tiếng Huế. Tôi cho đó là một câu giễu dở nhất trần đời về phương ngữ và âm ngữ Huế. Cũng thêm một giai thoại (chế, từ kẻ có đầu óc lệch lạc?!): Sĩ quan Quân Lực VNCH, người Huế, bắt được cán binh CS đang bị thương, ra lệnh cho thuộc cấp đem tù binh này đi "băng bó" vì lòng nhân đạo (luôn luôn sẵn có trong lương tâm người lính miền Nam VN). Có người lại giễu (một cách ngu xuẩn) rằng thuộc cấp này nghe không ra giọng Huế, hiểu lầm, thay vì đem tù binh kia đi "băng bó", lại đem đi "bắn bỏ". Nhắc lại, chuyện vui cười này (phải nói lại) thiệt là ngu xuẩn, trước hết là hoàn toàn sai về cách phát âm của người Huế*".

Giọng Huế không "nặng" như rứa. Nặng nhưng vẫn lâng lâng. Trong cái nặng có cái nhẹ. Lướt lên. Tôi không phải là dân Huế nên biết thân, rút về phía sau, để ông Huế thiệt Huế lên tiếng: "*Sai hoàn toàn vì có rất nhiều người cứ lầm tưởng là cứ chêm đại dấu nặng (.) thay vào dấu sắc(') thì thành ra giọng Huế. Ví dụ như nói "người Huệ" thì kẻ khác sẽ nghe ra là "người Huế". Trật lất! sắc là sắc; mà nặng là nặng. Hồi nẵm còn cắp sách đi học, tui có nhiều bạn gốc gác đủ xứ đủ miền: Bắc kỳ có, Nam kỳ có, Quảng nôm Đè nẽng thì ê hề. Nhiều bạn nghe giọng Huế dị hợm mà ""bui bui" (vui*

vui) muốn bắt chước để xổ với mấy o Huế lấy điểm. Tui noái: khó thấy ông bà ông vải nghe mấy cụ (cụ đây là cụ mi chớ nỏ phải kính trọng chi hết). Trự mô phát âm được hai chữ " MÍT CHÍN" (dấu sắc đàng hoàng à nha) thì ngậm miệng mà ăn tiền. Tui nghe lao xao liếng xiếng liền tù tì: Mịt Chịn, thậm chí còn phát âm theo điệu Nam cờ Mịch Chịnh. Nói tiếng Huế kiểu ni e rằng trẹo bảng họng luôn! Đầu tấu mãn táng chỉ có (người) kẻ chợ Ngô Vương Toại là nói được tiếng Huế ngon ơ. Có chi lạ mô! Hắn là nòi tình học cách tán gái Huế từ hồi còn bận "xà loỏng dây thun doãn".

Giọng Huế là một thứ giọng không dễ bắt chước khi nói. Giọng Huế nặng trình trịch, những người không phải Huế thường tưởng như vậy. Vậy thì giọng Huế ra răng, chỉ có người Huế mới có thẩm quyền phát ngôn. Đây là phát ngôn của ông Huế rất Huế này. *"Giọng Huế không du dương thánh thót như giọng Bắc, không có cái chất mè nheo ỉ ôi (chết người) như Nam bộ. Nhưng giọng Huế líu lo như chim, rỉ rả róc rách như suối chảy (có người chỉ nghe một lần thỏ thẻ là đã lìm lịm cơn mê rồi). Như rứa, giọng Huế cũng có thể là giọng bình thanh như vị thế địa lý đặc biệt ở giữa của đất thần kinh trên đất Việt. Không phách tấu, không làm đày, rứa thôi, Huế mền xin được mần như ri nè:*

huế sắc huê nặng
dạ thưa tui người xứ huế
nỏ phải thần dân nước huệ
bây giờ huệ ở chỗ mô
huế. nỏ phải huệ. dặn dò o tui
huệ. là mắt nhắm tối thui
huế ơi sắc nét đẹp ngời áo khăn
huệ huế huế huệ rì rằng
đừng nghe khuy bấm nhập nhằng khuy đơm
mùi ai thỏ thẻ rương hòm

Không phải con dân của sông Hương núi Ngự thì đừng bày đặt nói giọng Huế kẻo ông Hoàng Xuân Sơn giận. Tiếng Huế là thứ tiếng cổ kính. Có từ thời Chúa chịu nạn lựng. Tuy không phải là dân Phú Cam, nhưng chắc ai cũng một lần nhìn thấy cây thập giá, trong hoặc ngoài nhà thờ. Trên thập giá là hình tượng Chúa ốm o, giơ xương sườn ra, đầu gục xuống chịu nạn. Trên chót thập giá có hàng chữ: INRI. Tiếng Huế đó! Chúa nhắn nhủ với dân sông Hương núi Ngự: in ri! Vậy nên dân Huế giơ xương nghèo đói. *Mùa đông thiếu áo, hè thời thiếu ăn!* Khổ nhưng được giống Chúa. Vui chán!

Người ta nói Huế là đất để nhớ chứ không phải để sống. Dân Huế xa Huế thì rạt rào tình quê nhưng sống ở Huế với

Chân dung nhà thơ Hoàng Xuân Sơn 2011

những cơn mưa thối đất dài bất tận, những cơn bão trời hành mỗi năm, với cái nghèo bám da diết không phủi đi được, thì Huế làm chi.

Sinh ra ở Huế
Sinh ra
Sinh ra
Sinh ra làm gì ở Huế
Những cơn mưa

Nhưng Huế có những o áo tím làm lịm những tên học trò. Chuyện nì thì mấy anh học trò xứ Quảng là nạn nhân xuyên thời gian, xuyên thế kỷ.

Trời đương nắng răng mà run dữ rứa
nì, tên chi em nói đại cho rồi
không cho biết cứ theo hoài theo mãi
theo răng chừ cho biết được thì thôi.

Văn thơ của Hoàng Xuân Sơn đậm phương ngữ Huế. Đậm hơn hai ông đồng hương nay ngụ cùng thành phố Montreal này. Ông Hồ Đình Nghiêm cũng Huế đó nhưng văn ông cũng có chỗ Huế không len chân vô được. Ông Trang Châu ít Huế nhất. Đọc văn thơ Trang Châu ít bắt gặp những từ địa phương Huế. Có thể vì ông là thứ Huế lang bạt từ lâu nên chất Huế đã phôi pha đi nhiều.

Hoàng Xuân Sơn không chỉ có thơ. Anh đã lăn lộn với quán Văn ngày xưa với Trịnh Công Sơn, Khánh Ly và nhiều người trẻ khác. Sơn có giọng hát rất tới, khỏe và trầm. Tới chừ, ở tuổi…đá buồn, anh vẫn còn là cây đinh bự cho những buổi văn nghệ ở Montreal. Sơn đã từng là tài tử xi-la-ma. Sơn còn vẽ nữa. Còn nhớ trong lần xuất bản tập truyện đầu tay của tôi, cuốn "Bỏ Chốn Mù Sương", Sơn đã cho một bức tranh phụ bản. Cầm kỳ thi họa, Sơn chỉ thiếu mỗi môn đánh cờ. Nhưng có thể anh rành món này mà chúng ta không biết. Có một thứ không ghi trong cung bậc tài hoa trên nhưng anh chàng Huế tên Sơn rất rành. Đó là rượu. Thú rượu bầu lưng túi này tuy vậy cũng là một thứ phong lưu của người xưa. Và người nay. Trang Châu là người rành về chất cay nhất trong số anh em viết lách chúng tôi. Hoàng Xuân Sơn cũng không thua. Môi anh mềm màu hổ phách. Có một thời anh đã làm được công việc hợp với khả năng của anh: bán hàng nơi cửa hàng *duty free* ở phi trường. Một lần tôi tới cửa hàng anh làm việc, anh giới thiệu rượu rành rọt như giới thiệu con cháu trong nhà. Một lần khác, đi chơi đảo Saint Martin cùng anh, anh là người chăm chỉ mặc quần tắm nhất. Lúc nào cũng phong phanh chiếc quần trên thân hình trắng bóc, ai cũng tưởng anh xuống biển. Không, đâu cứ mặc quần tắm là phải xuống biển. Đó là chuyện thường tình, ai cũng làm thế. Nhà thơ phải khác. Anh lội nước trong *piscine*. Không phải tắm nhé. Anh mò ra ngồi đồng trên chiếc ghế đá chìm lơ lửng dưới nước của cái *bar* giữa *piscine*, cứ tì tì bia Heineken uống *free*. Đảo Saint Martin chia đôi sơn hà, một bên thuộc Pháp, một bên thuộc Hòa Lan. Chúng tôi ở phía bên Hòa Lan nên uống bia Heineken thả dàn. Hoàng Xuân Sơn chịu khó uống đến nỗi mấy người bán *bar* đều biết mặt hết.

mờ mắt rượu nhớ ai nào . phiên tửu
rót đậm thêm chiều đã bến sông ngồi
em hồng nguyệt trăng lưỡi liềm quay quắt
xa mất rồi. đêm ấu phụ, người ơi . . .

Ăn nhậu với bạn bè, Sơn rất tận tình. Rượu chi cũng chơi. Uống như một người chỉ cần nuốt chất cay nhưng “kiến thức" về chất lỏng có cồn cũng sung mãn lắm. Kiến thức là chuyện…lý thuyết, thực tế là cứ chai chi rẻ là ta chơi. Rượu với bạn thì bạn quan trọng hơn rượu. Có tí cay cho lâng lâng những giờ phút bên nhau là vui. Vui là chính!

vui với bạn để nghe lòng bộc tuệch
chẳng phải vinh danh hào kiệt trên đời
chơi tới bến đừng thằng nào tếch trước
thắm hết tình này cũng đỏ mặt ngươi

trăng đã loạn quơ quào dăm khẩu khí
nghiệm ra mình còn động đậy đâu nơi
mặt xáp mặt cho giang hồ thêm phỉ
rót đậm đêm này lụi hết đêm mai

Còn chi viết về anh Huế rất Huế này? Còn chuyện giầy dép. Sơn rất khoái giầy. Tủ giầy của anh bộn bề. Đó là tiết lộ của o Bắc kỳ chung giường chiếu với anh trai Huế. Nếu không nhờ chút vui miệng của o Sơn, tôi không cách chi biết được chuyện này. Điều tôi biết là Sơn chỉ có hai chân, cố lắm thì cũng chỉ thêm được một chân nữa, cần chi nhiều giầy. Vậy mà cứ lấm lét vác thêm giầy về chất trong nhà. Kể cũng lạ.

Nếu tôi đặt chân được vào giầy của ông bạn Huế họ Hoàng, chắc sẽ biết thêm nhiều điều hơn nữa. Nhưng biết mần chi. Nhiêu đủ rồi!

12/2017

THÊM VÀO GIỜ CHÓT:

Nhà thơ Hoàng Xuân Sơn gửi bài thơ cám ơn:

Cám ơn ôn đã khươi thơ
Cây gai lễ huyết rịn cờ âm dương
Quẻ hào có một đường mương
Càn khôn lập địa liên khường phụ gia
Thêm mắm thêm muối cũng là
Vịt gà của họ
Dưa cà của tui
(Chừ mạ lui cui dưới bếp
Chừ chị lui cui sau vườn
Chừ em lui cui ngoài lộ
Chừ tui lui cui hết đường)
1.1.18

Thơ lui cui tặng ngày một tháng một
Cảm tạ bằng hữu
HXS

VÕ KỲ ĐIỀN, NỐI LẠI CUỘC CHƠI

Song Thao

Nhà văn Võ Kỳ Điền, sau một thời gian dài vắng bóng trên văn đàn, đã trở lại với chúng ta trong cuốn sách vừa được nhà xuất bản Nhân Ảnh và Amazon phát hành, cuốn "Câu Hỏi Kiếp Người". Sách gồm 30 truyện ngắn và tạp văn, dày hơn 400 trang. Trước đây anh đã cho xuất bản một tuyển tập truyện ngắn mang tên "Kẻ Đưa Đường" (1986) và một hồi ký vượt biển "Pulau Bidong Miền Đất Lạ" (1992). Tính ra anh đã nghỉ chơi với chữ nghĩa được 25 năm, một góc thế kỷ! Bài viết dưới đây là bài BẠT trong cuốn sách của anh Võ Kỳ Điền vừa được trình làng.

Có một thời Võ Kỳ Điền là một cái tên sáng giá. Đó là thời đầu thập niên 1980 khi anh múa bút vung vít trên tờ Dân Quyền ở Montreal. Lúc đó tôi chưa tới định cư tại thành phố này. Năm 1985 tôi mới được đặt chân tới Canada. Hơi trễ, cho tuổi của tôi. Cơm áo giật mất hết thời giờ, vả lại lúc đó còn chưa nhả hết mùi nắng gió, nên tôi làm lơ với chuyện cầm bút lại. Có một lần, khi đang cuốc bộ tại khu Côte des Neiges gần nhà, tôi trông thấy Võ Kỳ Điền. Lúc đó tôi thấy anh sáng trưng, như ở một giai tầng khác, với áo quần tươm tất và tiếng tăm lẫy lừng.

Mãi tới sau này, khi có cuộc triển lãm của họa sĩ Võ Đình tại Montreal vào năm 1992, tôi mới được biết anh. Tôi đang đứng ngắm một bức tranh thì anh tới hỏi chuyện. Anh khen truyện ngắn tôi vừa viết cho tờ Làng Văn. Anh lúc nào cũng hào phóng khen ngợi và khuyến khích các bạn văn khác. Thật tình tôi không biết sao anh biết tôi. Có lẽ anh hỏi anh Luân Hoán. Chính nhà thơ Luân Hoán là người đã đẩy tôi vào chuyện viết lách lại. Và cũng từ anh Luân Hoán, tôi quen biết các cây bút ở Montreal. Bữa anh Võ Kỳ Điền tới hỏi chuyện tôi thì tôi đã quen hầu hết từ Đỗ Quý Toàn, Trang Châu, Lưu Nguyễn tới Hồ Đình Nghiêm, Hoàng Xuân Sơn. Trường hợp Nguyễn Đông Ngạc thì khác. Tôi và Ngạc đã quen nhau từ hồi ở Sài Gòn và chúng tôi tình cờ gặp lại nhau tại một tiệm phở.

Sau lần gặp anh Võ Kỳ Điền lần đầu, chúng tôi đã thường gặp nhau khi tại các buổi ăn nhậu, khi cùng tham dự các sinh hoạt văn nghệ. Ngày đó, văn nghệ tại Montreal rất khởi sắc. Chúng tôi ra mắt sách thường xuyên. Có khi mời các bạn văn thơ phương xa như Du Tử Lê, Kiệt Tấn, Nguyễn Ngọc Ngạn tới ra mắt sách và gặp các độc giả Montreal, một tầng lớp độc giả nhiệt tình, trí thức, rất lịch thiệp. Số người viết tại Montreal là con số đông đảo, chỉ thua có Little Saigon. Chẳng thế mà có lần Nguyễn Xuân Hoàng đã phải làm nguyên một số Văn cho những người viết tại Canada! Bài viết của chúng tôi xuất hiện thường xuyên trên các tạp chí văn nghệ ở California như Văn, Văn Học, Hợp Lưu, Thế Kỷ 21. Trong dòng văn học sôi nổi của Montreal, Võ Kỳ Điền cho xuất bản tập truyện ngắn "Kẻ Đưa Đường" và hồi ký "Pulau Bidong, Miền Đất Lạ".

Bỗng nhiên Võ Kỳ Điền mất tích trên văn đàn. Và trên bàn nhậu của anh em. Cuộc sống của anh gặp khúc khuất khuỷu. Anh mất chuyện này chuyện khác, anh trôi trên những ngày

Võ Kỳ Điền, Song Thao, Hồ Đình Nghiêm, Luân Hoán (05/2018)

tháng buồn bã. Rồi anh nắm một con thuyền khác. Ngày anh sang thuyền, anh báo cho anh em. Nhận thiệp ai cũng tưởng không phải chuyện của anh mà là chuyện của cháu trai độc nhất của anh. Bạn bè lái xe xuống Toronto tiễn anh sang sông. Và anh bị con sông giữ rịt. Ít năm sau, anh lại mò về Montreal, cu ky trong những ngày lạnh giá. Anh em viết lách lại sưởi ấm nhau. Nhưng anh vẫn cách xa cây bút. Anh cố gượng dậy bằng một sức khỏe suy sút.

Tôi vốn thích văn phong miền Nam. Sau khi tốt nghiệp Đại Học Văn Khoa Sài Gòn, tôi sửa soạn học Cao Học bằng cách nhờ Linh Mục Thanh Lãng đỡ đầu cho một luận án nghiên cứu về Hồ Biểu Chánh. Nếu tôi không ham chơi thì chắc tôi đã hoàn thành luận án này. Ham chơi thì cũng có nhưng thời cuộc thời bấy giờ cũng không cho phép tôi khơi khơi tiếp tục việc học. Mộng không thành nhưng đam mê vẫn còn đó. Vậy nên đọc văn rặt miền Nam của Võ Kỳ Điền tôi rất khoái. Nhà văn họ Võ có lối viết rặt Nam nhưng cũng rặt giọng rất riêng Võ Kỳ Điền. Một văn phong miền Nam nhưng không phải miệt vườn. Chân chất nhưng đậm đà. Cứ như tiếng thủ thỉ bên tai của một người bạn. *"Nè, anh Ba, tụi nó lựa cho mình cái "quy-la" nầy sang quá hả. Đã thiệt! Cái thằng thiệt tình, lúc nào miệng cũng lách chách không để lành da non. Tôi với nó không quen biết gì ráo trọi, tình cờ gặp nhau trong chuyến vượt biên do một người Việt gốc Hoa bán hủ tiếu đứng lo tổ chức. Tôi thứ bảy, vậy mà nó gọi tôi bằng anh Ba gọn bân, ngon lành. Ồi, ai hơi đâu mà cải chánh làm chi. Lúc đó tôi đứng vịn cái cổng sắt kiên cố, nhìn thấy cái sân rộng trải sỏi trắng, những cây hoa móng bò, hoa sứ, hoa tường vi trồng dọc theo lối đi, có hai cây tùng Nhật Bổn xanh um ở trước cửa đi vào nhà, trong bụng chịu quá mà còn làm giọng sang: - Ừa ừa cũng tạm được nhưng nghe nói thiếu giường, thiếu chiếu làm sao mà ngủ... Nó quay qua nhìn soi mói, nói giọng nhão nhẹt: "Chời ơi, nghèo mà ham, cái thân vượt biên được công an kiếm nhà cho ở mà còn khen chê!"* (Chuyện Kể Trên Biển Đêm).

Tôi yêu hơi văn của Võ Kỳ Điền. Nó hạp với cái chân chất của con người anh. Một chiếc mũ bầm dập chụp trên đầu, chiếc thẻ xe buýt và *metro* dập dình treo trước ngực, cặp kính trễ xuống mũi và bộ dạng đi như hấp tấp nhưng chẳng nhanh hơn ai, trông ông nhà văn như một ông chủ tiệm tạp hóa ba tàu. Nhưng khi anh nói là chuyện khác. Lối nói dũng mãnh, nồng nhiệt nhưng vẫn nghe ra rất tâm tình. Anh có thể góp tiếng vào mọi chuyện, nhất là chuyện…cổ. Chuyện xưa anh rành như chuyện nay. Nhưng rành nhất là chuyện từ thời miệt mù đâu đó bên Tàu. Trong cái nhân dáng xộc xệch là cả một bồ kiến thức. Tôi có dịp cùng anh đi đây đi đó. Khi cùng nhau giỡn sóng ở Havana bên đất nước của anh râu xồm Fidel Castro, anh vẫn lôi được những con sóng trong văn học, lịch sử Trung Quốc ra luận. Anh được đào tạo trong môi trường đó. Hán rất rộng và Nho rất thâm. Anh thông thạo cả tới chữ Hán cổ. Chuyện chi anh cũng bàn được.

Khi anh cùng tôi tới Tây Ban Nha, thấy một rừng cây rậm bóng, anh đố tôi biết đó là cây gì. Hỏi tôi về cây cối cũng như hỏi đầu gối. Hỏi về nhan sắc thì may ra! Những bóng cổ thụ rợp trời có khúc thân xù xì, vỏ bóng loáng lỗ chỗ từng khúc, trông như cây ổi của xứ ta. Anh bảo đó là cây ngô đồng. Cây ngô đồng thì tôi biết. Nằm đầy dẫy trong văn thơ. Cổ thi Trung Hoa đã ca ngợi: *Ngô đồng nhất diệp lạc / Thiên hạ cộng tri thu.* Một lá ngô đồng rụng, ai cũng biết thu sang. Thứ cây…tiên tri như vậy đã nhảy sang văn thơ Việt Nam, từ truyện Kiều tới những áng cổ văn xưa. *Thú quê thuần hức bén mùi / Giếng vàng đã rụng một vài lá ngô.* Anh nhà văn họ Võ này thao thao bất tuyệt giảng cho tôi nghe về ngô đồng đến nỗi từ đó tôi phong anh là nhà "ngô đồng học"!

Một lần anh và tôi tới Porto bên Bồ Đào Nha. Porto là quê hương của thứ rượu nổi tiếng thế giới, rượu Porto. Chúng tôi tìm tới một hầm rượu và được cho uống thử. Anh khều tay tôi hỏi: "Ông biết rượu này cổ nhân kêu là rượu chi hôn?". Tôi ngớ người ra. Anh cười cười: "Bồ Đào Mỹ Tửu!".

Võ Kỳ Điền, Trường Sa, Song Thao (03/2018)

Trời! *Bồ đào mỹ tửu dạ quang bôi / Dục ẩm tỳ bà mã thượng thôi / Túy ngọa sa trường quân mạc tiếu /Cổ lai chinh chiến kỷ nhân hồi.* Tôi tưởng thứ rượu đi vào thơ của Vương Hàn phải đích thị sản xuất ở bên Tàu. Vậy mà tôi đang uống tại Bồ Đào Nha! Hớp rượu sau đó có vị hơn. Nhưng rồi chính anh lại phá cái thú nhấp rượu…văn học của tôi. Anh ghé tai tôi, nói: "Coi chừng! Bồ đào cũng có nghĩa là trái nho!".

Hình như những chuyện bám bụi thời gian anh Điền đều thông thạo. Thông đến nỗi tôi nghĩ người anh đang bị bám một lớp bụi dày. Cũng trong lần tới Tây Ban Nha, chúng tôi tới thành phố Segovia, nơi có hệ thống dẫn nước cổ truyền rất độc đáo được xây dựng từ thời hoàng kim của đế quốc La Mã. Vừa trông thấy công trình độc đáo này, anh nhờ tôi chụp tấm hình anh đứng ôm cây cột đá. Kiểm lại hình trong máy, anh ưng ý, nói với tôi: "Ngày xưa tôi là một tên lính vác đá xây dựng công trình này đó ông ạ!". Tôi nhìn anh, muốn sờ trán anh coi nhiệt độ ra sao. Nhưng anh vẫn tỉnh bơ nói vanh vách về lịch sử công trình có một không hai của thời xa tít mù khơi trong lịch sử. Tôi ngỡ ngàng: hóa ra ông này không chỉ thông quá khứ của Trung Hoa mà còn nghiên cứu cả tới thời xa lắc xa lơ của đế quốc La Mã. Thật dễ nể!

Cái kiếp làm lính vác đá thời đó của anh, anh tin trăm phần trăm. Anh tin thuyết luân hồi của nhà Phật. Anh tin vào số mạng của mỗi con người. Anh tin những thần linh đậu trên hai vai mỗi chúng nhân. Anh là một nhà lý số, tử vi hay phong thủy chi đó, tôi không rành. Có lần tôi hỏi anh có sờ mu rùa không, anh không trả lời. Cái thứ tào lao như tôi thiệt nghịch với anh nhưng chẳng hiểu sao chúng tôi lại hạp nhau trong chuyện trò. Anh giao tiếp với những lẩn khuất trong cuộc đời của mỗi chúng sinh, tôi hoàn toàn lơ là với những thế lực vô hình này. Anh tìm chúng khắp nơi. Anh kể lại một lần cùng một anh bạn Chu Văn An xưa tới thăm thành phố Quebec: *"Thành phố nhỏ, đẹp và xinh xắn y như một thành phố bên Tây. (vì lúc nhỏ thường coi mấy hình chụp phong cảnh nước Pháp trong các sách vở, tạp chí). Hai đứa đi thang lang hết đường nầy sang ngõ kia, cảnh đẹp như tranh vẽ, tôi là nhà quê ra tỉnh, đâm mê man, ngó ngang ngó dọc. Chợt thấy một nhà hàng chuyên các món ăn Pháp thuần túy, có quảng cáo các món ăn ngon thêm câu ngộ nghĩnh - quí khách được coi tay miễn phí. Quảng cáo nầy hấp dẫn quá, tôi khoái chí kéo anh bạn bước vô liền. Sau khi ăn uống no nê, tôi đến bà thầy ngồi phòng bên cạnh, rụt rè chìa ra cái biên lai ăn uống và nhờ coi tay dùm. Gọi là bà chớ thật ra cô đầm nầy còn trẻ, độ chừng trên dưới 30, đặc biệt là khá đẹp. Bà nắm lấy bàn tay tôi, tôi cảm thấy tay bà mát rượi, da đầm sao mà mượt mà, êm ái như nhung. Bà cười nheo mắt, chắc tại tôi hơi run... Bà nói nhiều chuyện về đời tôi, đại khái tánh tình ra sao, ưa màu gì, tôi ưa số mấy, giao thiệp với bạn bè và hạp với bạn gái hay bạn trai. Tôi nghe vui vui và bất chợt bà nói câu nầy: ông là người có tài nhưng không biết sử dụng cái tài đó. Ông làm cái gì cũng bỏ dở nửa chừng... rồi bà cười và kết luận - cho nên kể như ông không có tài năng gì ráo trọi, làm cái gì không ra cái gì".* (Chu văn An và Tôi)

Qua tới bên tây, anh vẫn đi tìm những thế lực ẩn khuất trên vai, nói chi tới khi còn ở Việt Nam. Anh đã tìm tới chuyên

viên hạng nhất bói toán là thầy Diễn. Chuyện quá khứ ông phán đúng bóc nhưng chuyện anh muốn hỏi là chuyện hôn nhân. Thầy phán: anh sẽ lấy vợ là cô giáo và hầu như không có đám cưới. Võ Kỳ Điền là một người quả quyết, anh nhất định không lấy người cùng nghề là cô giáo. Vậy mà thầy phán anh sẽ lấy cô giáo. Gia đình anh hồi đó rất khá giả ở Bình Dương, vậy mà thầy phán: đám cưới anh hầu như không có. Nghe nực chứ. *"Trời đất, thiệt vậy sao? Thiệt vậy sao, tôi nghe lỗ tai lùng bùng. Chuyện cưới vợ đã trầy vi tróc vảy, rồi tại sao sẽ gặp một cô giáo nghiêm trang... rồi lại không có đám cưới. Hàng trăm câu hỏi tại sao, tại sao trong đầu. Tôi cảm thấy mồ hôi rịn ra đầy mặt. Sao kỳ cục vậy, căn cứ vào đâu mà cụ dám nói như vậy. Tôi nhìn thẳng vào mặt, thấy cụ vẫn bình thản, cụ nói thiệt tình mà đâu phải nói chơi. Tôi hỏi tiếp, giọng hơi khó chịu: "Dạ thưa cụ, tại sao*

lại không có đám cưới, có phải tôi không đủ tiền cưới vợ?". "Không phải, nhà ông thiếu gì tiền". "Vậy tại sao, nếu có đủ tiền tại sao tôi lại không làm đám cưới. Thú thật với cụ, tôi mà thương ai, dù người đó mang bầu hay có con rồi, tôi cũng sẽ làm đám cưới chánh thức, đàng hoàng. Tại sao tôi lại sợ dư luận mà không làm đám cưới, lại dắt con người ta đi không...Ngày cưới tôi phải vui vẻ và đông đảo bạn bè thân tình chớ. Ông cụ chấm dứt bằng lời nói giận dỗi: "Cái mặt ông làm gì dám dắt ai". Rõ ràng là ông cụ nói nhiều điều vô lý, tôi không còn kiên nhẫn ngồi nghe tiếp nữa, đâm ra vô phép, đứng dậy và nói giọng hờn mát : "Tôi không dám dắt ai, tôi lại có tiền, vậy hỏi cụ, tại sao lại không làm đám cưới cho vui. Tại sao tôi không làm...". (Câu Chuyện Ngày Xưa). Ngày 30 tháng 4 ập tới, anh cưới một cô giáo thật. Đúng là "hầu như không có đám cưới" vì đám cưới vội vã chỉ diễn ra trong vòng thân mật gia đình!

Võ Kỳ Điền là người trong giới gắng mở mắt nhìn vào tương lai của người khác. Còn chuyện của anh, bù trớt! Có lần tới nhậu với anh em mà anh đi lạc cả vài tiếng đồng hồ mới hớt hải bước vào. Tôi giỡn: "Phong thủy bói toán anh để đâu mà không xài?". Hình như những chuyên viên nhìn vào tương lai chỉ nhìn thấy tương lai của người khác. Của mình thì mù câm! Phải công nhận anh bạn tôi thạo nghề. Một anh bạn văn luống tuổi vừa ung thư, vừa đột quỵ, nằm lê lết trong nhà thương cả tháng, than van đang chờ chết. Vậy mà Võ Kỳ Điền không cho chết, bắt sống thêm nhiều năm nữa. Giờ anh vẫn sống và phục ông bạn sát đất.

Tương lai với anh em chúng tôi chỉ còn là con số năm

tháng rất ít ỏi. Võ Kỳ Điền đã thúc thủ: *"Tôi năm nay hình như đã già, mà hình như gì nữa, nếu tính với chừng tuổi nầy thì già lắm rồi, già ngắt già ngơ, già khú đế"* (Đôi mắt Sóc Trăng). Con đường đời, hình như anh em viết lách ở Montreal chúng tôi đang đi tới đoạn chót. Cái gì cần làm thì đã làm. Những tháng ngày đang trôi qua bình thản như những cụm bèo giạt. Nhưng hình như chúng tôi chưa chịu thúc thủ. Vẫn có những sáng tác được trình làng trên báo. Vẫn có những cuốn sách mang tên tác giả Luân Hoán, Trang Châu, Hoàng Xuân Sơn, Song Thao và Hồ Đình Nghiêm. Hồ Đình Nghiêm thì không nói làm chi, anh chậm chân vào đời hơn bạn bè nên vẫn còn một đoạn đường dài trước mặt. Thành bại trong cuộc sống, chúng tôi có thể mang ra luận được rồi. *" Lý Thị Soriane ơi, không phải chỉ có em thất bại trong cuộc sống đâu, mà ở tận phương trời xa lạnh lẽo nầy, thầy cũng đâu có hơn gì em. Ước chi có cuộn chỉ thần, thầy trò mình quay lại chuyện ngày xưa, năm mươi năm trước Hoàng Diệu của mình với các lớp học, với những gốc còng xanh mướt, với thầy với bạn, thì sung sướng biết bao nhiêu. Hình như cuộc sống dưới mái trường hạnh phúc, vui tươi ấm áp hơn là cuộc sống tranh giành hơn thua đầy bão táp, nắng gió ngoài đời, phải không vậy Soriane? Phải lâu thiệt là lâu, thầy mới thấy được điều đó. Nhưng khi thấy được thì đã trễ muộn lắm rồi. Trễ lắm rồi, trễ thiệt rồi... Đời sống có những bước đi với những biến động của nó và thời gian quả thật vô tình!"* (Đôi Mắt Sóc Trăng).

Lý Thị Soriane là cô học trò ngày xưa của thầy Võ Kỳ Điền. Cô được nhạc sĩ Nguyễn văn Đông thâu nhận làm đệ

tử ca hát. Cô đã có chút tiếng tăm nhưng quyết định bỏ nghề. Nay cô tính sổ thất bại với thầy. Thầy cũng nhận mình thất bại trong cuộc sống. Tôi thấy anh bạn nhà văn của tôi quá khe khắt với mình. Anh đã có một thời kỳ chói sáng. Nhưng vì lý do này lý do khác anh đã bỏ cuộc chơi chữ nghĩa để về vui thú với phim bộ, với sưu tầm nhạc, với mê say Phương Mỹ Chi. Nhưng nay anh chàng "già ngắt già ngơ" họ Võ bỗng như có dòng máu mới. Anh viết như người nhịn ăn lâu ngày và cho in sách lại. Những câu trích dẫn trong bài này rút ra từ cuốn sách mới tinh này. Cuốn "Câu Hỏi Kiếp Người".

Mừng anh nối lại cuộc chơi. *Tới đây thì ở lại đây / Chừng*

nào bén rễ xanh cây rồi về. Hồi hai bao giờ cũng mặn mà hơn hồi một. Phải dzậy không, bạn hiền!

12/2017

GHI VỘI KHI ĐỌC "PULAU BIDONG, MIỀN ĐẤT LẠ" CỦA VÕ KỲ ĐIỀN

Song Thao

Cuộc vượt biên vào năm 1979 của gia đình Võ Kỳ Điền được nhà nước cộng sản tổ chức theo kiểu "bán chính thức". Anh đi với vợ và đứa con trai nhỏ chưa biết nói. Tàu lớn, rời bến được bảo đảm an toàn vì đã nộp vàng đầy đủ. Ra khơi gặp mưa gió thuận hòa nên chỉ ba ngày là tới bến. So với nhiều cuộc vượt biên khác, có thể gọi là một cuộc đi dạo biển! Vậy có chi mà phải phiền tới cây viết, nhất là trước 1975, anh chưa bao giờ sáng tác. Anh cũng biết vậy nhưng anh vẫn viết.

Anh có lý do riêng: *"Tôi có thằng con trai năm 1980 vừa được hai tuổi. Tôi nhìn con lắc đầu, nếu mình không ghi lại chuyến vượt biên khổ sở vất vả này, thằng con lớn lên sẽ không biết gì hết, biết đâu lại trách ngược lại cha mẹ hồi xưa chắc cường hào ác bá, tham nhũng hối lộ, ôm chưn thực dân đế quốc, thèm bơ thèm sữa mới phản bội quê hương... Vì lẽ đó mà tôi phải rán viết, vừa để kỷ niệm chuyến đi của một đời, vừa để dành riêng cho con lớn lên đọc, để hiểu tại sao cả nhà phải liều chết ra đi, ăn đậu ở nhờ xứ người. Vì từ nhỏ tới giờ tôi chưa từng viết văn, nên chỉ có ý ghi lại trung thực chuyến đi mà không mảy may thêm thắt vẽ vời. Tôi hì hục viết một mạch không ngừng nghỉ tập hồi ký riêng tư của gia đình"*.

Tôi cũng như mọi người, có thói quen so sánh tiềm ẩn trong đầu. Sự so sánh đôi khi làm chúng ta nhìn sự việc

một cách lệch lạc. Cái đau nào cũng là cái đau, đâu phải so sánh với cái đau của những người khác để đánh giá cái đau của chúng ta. Bỏ nhà cửa, gia đình, bạn bè, quê hương, lao mình vào một cuộc vượt biển như người không biết bơi bị đẩy xuống nước, nếu tới được bến bờ cũng chưa hình dung ra được tương lai ra sao, vậy thì sự liều lĩnh của mỗi chuyến đi có thể mang ra so sánh để đánh giá hơn thua được chăng. Tôi cho rằng mỗi hành động mang tính mạng mình và những người thân ra đánh đố với rủi may, thách đố với sống chết, đều là những chuyện thuộc loại…ghê gớm. Vậy nên khi anh bạn văn họ Võ ký tặng cho cuốn "Pulau Bidong, Miền Đất Lạ", tôi có cái tò mò của một người chưa từng vượt biển dù cũng đã nhiều phen toan tính và thất bại.

Cầm cuốn sách dày tới 500 trang trên tay, tôi phân vân chẳng biết ông bạn củ mỉ cù mì của tôi vẽ vời những chi mà tốn cả nửa kí giấy cho một chuyến vượt biển có ba ngày! Nhưng khi đã lậm vào những trang đầu, tôi say mê đọc cho tới trang chót.

Võ kỳ Điền là một người chậm lụt, anh có giận tôi cũng vẫn nói như vậy! Vượt biển là một tiến trình cần sự quyền biến nhanh nhẹn, chậm lụt như anh chắc khó thích hợp. Nhưng các cụ thường nói: thánh nhân đãi kẻ…chậm lụt, anh quả đã gặp thánh nhân. Hội ngộ với bậc ở cõi trên như vậy là một cái may mắn, anh cũng thấy vậy. *"Nhưng điều quan trọng nhất khiến tôi đắn đo là chuyến đi khá yên lành, tới bề tới bến yên vui, không lạc đường, không bão tố, không đói khát, không hải tặc. Tôi đâu thế nào đem cái may mắn riêng tư của gia đình để phô trương bên nỗi bất hạnh của biết bao thuyền nhân kém may mắn khác".*

Đọc xong cuốn sách, tôi nghĩ anh phải viết. Anh không thể không viết dù anh chưa bao giờ làm văn. Bởi vì những người nhanh nhẹn, quyền biến mải mê đối phó với những nghịch cảnh trên đường trốn chạy nên không kịp quan sát và ghi nhớ những chi xảy ra trong lúc con người căng thẳng, sẵn sàng đối phó với nghịch cảnh. Võ Kỳ Điền khác, anh là một thuyền nhân thiếu phấn đấu, thiếu tập trung. Người ta chăm chú vào chuyện chính, anh nhẩn nha quan sát chung quanh.

Người ta dấn mình vào cuộc sinh tồn, anh lơ đãng chăm chú vào những chuyện…bên lề. Có thể vì cuộc vượt biển hanh thông quá. Nhưng tôi nghĩ tính anh vốn từ tốn nhìn quanh như vậy. Lúc đó anh chưa phải là nhà văn nhưng đã manh nha óc quan sát sắc bén. Anh nhẩn nha kể lại những gì xảy ra chung quanh cuộc vượt biển. Kể một cách rề rà chậm rãi.

Tôi ngỡ mình sắp đọc một cuốn hồi ký khi mở ra những trang đầu, nhưng không phải vậy, có cái chi vượt trội hơn một cuốn hồi ký. Những nhân vật quanh anh như anh Tư Trần Hưng Đạo, Tư Máy Cày, Út Trung, Tô Tỷ, Xám Mã Chải, Quách Linh Hoạt, Dân Gì Đó, Hủ Tiếu, Nhựt Bổn, chị Điệp, chị Kiều, chị Huệ, anh chị Thuần đã trở nên thân quen với người đọc. Không khí Bạc Liêu khi xuất phát chuyến đi, những giây phút trên con tàu BL1648 ba ngày đêm vượt biển, đảo Dừa, đảo Pulau Bidong nơi bến bờ, còn hừng hực trước mắt người đọc là tôi.

Pulau Bidong, địa danh quen thuộc với những người Việt Nam, dù có vượt biển hay không. Nhưng những người không trú ngụ nơi hải đảo này chỉ quen với cái tên. Đọc Võ Kỳ Điền, tôi thấy hình như chẳng ngóc ngách nào của đảo mà tôi không đặt chân tới. Anh có tài vẽ ra trước mắt người đọc chiều sâu của đảo. Ba chục ngàn người tỵ nạn trú ngụ trong những chiếc lều xập xệ, mua đi bán lại, chẳng có tổ chức…địa ốc chi, kể cũng lạ. Lạ hơn nữa là từng đó mạng người ăn uống hàng ngày bằng thực phẩm do Cao Ủy Tị Nạn cấp phát, vậy mà không có một cái nhà cầu. Chuyện từng đó cái dạ dầy cần giải tỏa trở thành chuyện tùy tiện đưa tới những cuộc cãi vã rất khôi hài. Võ Kỳ Điền là người biết thưởng thức sự khôi hài bốc mùi này và biết cách chia sẻ với người đọc. Sáng sớm, anh rủ bạn leo tuốt lên trên núi cao để hưởng cái thú ị…núi! Vừa sản xuất, vừa ngắm biển phía bên dưới. Rủi một bữa, nhân viên của tàu bệnh viện chạy ca-nô dưới biển quay phim trên núi. Trong tầm ngắm có hai nhân vật đang hở hang thi hành việc quan. Biết sao bi chừ? Họ thấy hết trơn hết trọi. Rủi họ phổ biến trên các phương tiện truyền thông thì mặt trên mũi dưới lộ ra hết. Biết mần răng? Hai chàng rủ nhau cầm giấy chùi che…mặt!

Gấp trang cuối của cuốn "Pulau Bidong, Miền Đất Lạ", tôi bỗng nhận ra: tôi không đọc một cuốn hồi ký mà đã thực sự đọc một cuốn tiểu thuyết. Mà lại là cuốn truyện hay với những sự kiện tiếp nối nhau rất hấp dẫn, không khí luôn chạo rạo thay đổi, và cái duyên tinh khôi của cây viết chưa nhuần nhuyễn với giấy. Tất cả là nhờ óc quan sát và tài kể lại của một người chưa viết đã hứa hẹn thành danh. Cùng với cuốn truyện, chúng ta có được một nhà văn đầy tiềm lực!

03/2018

CÙNG MỘT TÁC GIẢ

Bỏ Chốn Mù Sương (tập truyện, Kinh Đô, Houston, Hoa Kỳ 1993)
Đong Đưa Cuộc Tình (tập truyện, Ngày Nay, Houston, Hoa Kỳ 1996)
Còn Đó Bóng Hình (tập truyện, Văn Mới, Los Angeles, Hoa Kỳ 1997)
Chân Mang Giầy Số 6 (tập truyện, Văn Mới, Los Angeles, Hoa Kỳ 1999)
Cuối Ngày, Một Lần Ngồi Lại (tập truyện, Văn Mới, Los Angeles, Hoa Kỳ 2001)
Bên Lưng Những Con Chữ (tập truyện, Văn Mới, Gardena, Hoa Kỳ 2003)
Phiếm 1 (Văn Mới, Gardena, Hoa Kỳ 2005)
(In lần thứ hai - Nhân Ảnh, Toronto, 2006)
(In lần thứ ba - Nhân Ảnh, Toronto, 2008)
Phiếm 2 (Văn Mới, Gardena, Hoa Kỳ 2005)
(In lần thứ hai - Nhân Ảnh, Toronto, 2006)
(In lần thứ ba - Nhân Ảnh, Toronto, 2008)
Phiếm 3 (Nhân Ảnh, Toronto, Canada 2006)
(In lần thứ hai - Nhân Ảnh, Toronto, 2008)
Chốn Cũ (tập truyện, Nhân Ảnh, Toronto, Canada 2006)
Phiếm 4 (Nhân Ảnh, Toronto, Canada 2007)
(In lần thứ hai - Nhân Ảnh, Toronto, 2015)
Phiếm 5 (Nhân Ảnh, Toronto, Canada 2008)
(In lần thứ hai - Nhân Ảnh, Toronto, 2015)
Phiếm 6 (Nhân Ảnh, Toronto, Canada 2009)
(In lần thứ hai - Nhân Ảnh, Toronto, 2015)
Phiếm 7 (Nhân Ảnh, Toronto, Canada 2009)
(In lần thứ hai - Nhân Ảnh, San Jose, 2016)
To the Top of Whistler (tập truyện chuyển sang Anh ngữ, Nhân Ảnh, Toronto, Canada 2010)
(In lần thứ hai - Nhân Ảnh, San Jose, 2016)
Phiếm 8 (Nhân Ảnh, Toronto, Canada 2010)
(In lần thứ hai - Nhân Ảnh, San Jose, 2016)
Phiếm 9 (Nhân Ảnh, Toronto, Canada 2011)
(In lần thứ hai - Nhân Ảnh, San Jose, 2016)

Phiếm 10 (Nhân Ảnh, Toronto, Canada 2011)
(In lần thứ hai - Nhân Ảnh, San Jose, 2016)
Phiếm 11 (Nhân Ảnh, Toronto, Canada 2012)
(In lần thứ hai - Nhân Ảnh, San Jose, 2016)
Phiếm 12 (Nhân Ảnh, Toronto, Canada 2012)
(In lần thứ hai - Nhân Ảnh, San Jose, 2016)
Tuyển Tập Truyện Ngắn Song Thao, Tập I
(Nhân Ảnh, Toronto, Canada 2013)
(In lần thứ hai - Nhân Ảnh, Toronto, 2015)
Phiếm 13 (Nhân Ảnh, Toronto, Canada 2013)
(In lần thứ hai - Nhân Ảnh, San Jose, 2016)
Tuyển Tập Truyện Ngắn Song Thao, Tập II
(Nhân Ảnh, Toronto, Canada 2013)
Phiếm 14 (Nhân Ảnh, Toronto, Canada 2014)
(In lần thứ hai - Nhân Ảnh, San Jose, 2016)
Tuyển Tập Truyện Ngắn Song Thao, Tập III
(Nhân Ảnh, Toronto, Canada 2014)
Tuyển Tập Truyện Ngắn Song Thao, Tập IV
(Nhân Ảnh, Toronto, Canada 2014)
Phiếm 15 (Nhân Ảnh, Toronto, Canada 2014)
(In lần thứ hai - Nhân Ảnh, San Jose, 2016)
Phiếm 16 (Nhân Ảnh, Toronto, Canada 2015)
Phiếm 17 (Nhân Ảnh, Toronto, Canada 2016)
Phiếm 18 (Nhân Ảnh, Toronto, Canada 2016)
Dấu Chân Lang Bạt (Nhân Ảnh, Toronto, Canada 2016)
Phiếm 19 (Nhân Ảnh, San José, Hoa Kỳ 2017)
Phiếm 20 (Nhân Ảnh, San José, Hoa Kỳ 2017)
Phiếm 21 (Nhân Ảnh, San José, Hoa Kỳ 2018)

Nhà xuất bản NHÂN ẢNH
375 Destino Circle
San Jose, CA 95133
U.S.A.
E-mail: han.le3359@gmail.com

Liên lạc với tác giả:
TẠ TRUNG SƠN
7805 Claire Fauteux, #1
Montréal, Qc., H1K 5B6 - Canada
Điện thoại: 514-354-5338
Email: tatrungson@hotmail.com

www.ingramcontent.com/pod-product-compliance
Lightning Source LLC
LaVergne TN
LVHW090224051026
849517LV00001B/177